விளிம்புநிலை மக்கள் வழக்காறுகள்
(இனவரைவியல் ஆய்வு)

ஆ. தனஞ்செயன்

நியூ செஞ்சுரி புக் ஹவுஸ் (பி) லிட்.,
41-பி, சிட்கோ இண்டஸ்டிரியல் எஸ்டேட்,
அம்பத்தூர், சென்னை- 600 050.
☎ : 044 - 26251968, 26258410, 48601884

Language: Tamil

Vilimpunilai Makkal Vazhakkarugal

Inavaraiviyal Aaivu

(Folklore of Marginals: An Ethnographic Study)

Author: **A. Dhananjayan**

NCBH First Edition: July, 2015

Second Edition: August, 2024

Copyright: Author

No. of Pages: xviii + 250 = 268

Publisher:

New Century Book House Pvt. Ltd.,

41-B, SIDCO Industrial Estate,

Ambattur, Chennai - 600 050.

Tamilnadu State, India.

email: info@ncbh.in

Online: www.ncbhpublisher.in

ISBN: 978 - 81 - 2343 - 016 - 4

Code No. A 3319

₹ 220/-

Branches

Ambattur 044 - 26359906 **Spenzer Plaza (Chennai)** 044-28490027
Trichy 0431-2700885 **Pudukkottai** 04322- 227773 **Thanjavur** 04362-231371
Tirunelveli 0462-4210990, 2323990 **Madurai** 0452 2344106, 4374106
Dindigul 0451-2432172 **Coimbatore** 0422-2380554 **Erode** 0424-2256667
Salem 0427-2450817 **Hosur** 04344-245726 **Krishnagiri** 04343-234387
Ooty 0423 2441743 **Vellore** 0416-2234495 **Villupuram** 04146-227800
Pondicherry 0413-2280101 **Nagercoil** 04652-234990

விளிம்புநிலை மக்கள் வழக்காறுகள்

(இனவரைவியல் ஆய்வு)

ஆசிரியர்: **ஆ. தனஞ்செயன்**

என்.சி.பி.எச். முதல் பதிப்பு: ஜுலை, 2015

இரண்டாம் பதிப்பு: ஆகஸ்ட், 2024

அச்சிட்டோர்: **பாவை பிரிண்டர்ஸ் (பி) லிட்.,**

16 (142), ஜானி ஜான் கான் சாலை, இராயப்பேட்டை, சென்னை - 14

☎: 044-28482441

All rights reserved. No part of this book may be reprinted or reproduced or utilised in any form or by any electronic, mechanical, or other means, now known or hereafter invented, including photocopying and recording, or in any information storage or retrieval system, without permission in writing from the publishers.

முன்னுரை

நாட்டார் வழக்காற்றியல், தமிழ் இலக்கியம், மானிடவியல், அரங்கவியல், தகவல் தொடர்பியல் என்று ஒரு சில கல்விப்புலங்களின் சங்கமிப்பாக அமைந்த இந்நூல், வெவ்வேறு தருணங்களில் எழுதப்பட்ட, பன்னிரண்டு கட்டுரைகளின் தொகுப் பாகும்.

இலக்கியமும் பண்பாடும்

நம்முடைய ஒட்டுமொத்த சமூக வாழ்க்கை என்பது, பலவகையான நிகழ்வினங்கள் ஊடுருவிய வலைப் பின்னலாக அமைந்திருப்பது. இந்நிலையில், அதன் சகலவிதமான தாக்கங்களோடு வெளிப்படும் சமூக நடத்தைகளையும், கலை - இலக்கியங்களையும் அவை ஒவ்வொன்றின் உட்சிக்கல் தன்மைக்கு ஏற்ற வாறு கலப்புப் புல ஆய்வுப் பார்வைக்கு உட்படுத்தி விவாதிப்பது இன்றியமையாதது. எனவே, கூடிய வரையில், வெவ்வேறு கலை மற்றும் சமூக அறிவியற் புலங்களின் கருத்தாக்கங்கள், கோட்பாடுகள் ஆகிய வற்றை மேற்கண்ட நமது தேவைக்குப் பயன் படுத்திக் கொள்வது அவசியமானது. கோட்பாடு களோ, கருத்தாக்கங்களோ சுதேசித்தன்மை உடை யனவா விதேசித் தன்மை உடையனவா என்பது நமக்குப் பிரச்சினை இல்லை. முறையாக விஷயங் களைப் புரிந்துகொள்வதற்கும் விளக்குவதற்கும் அவை நமக்கு உதவுகின்றனவா என்பது தான்

முக்கியம். இந்தக் கோணத்தில் தான், விளிம்புநிலை மக்களான நாடோடிகளுடைய வழக்காறுகளையும் ஒதுக்குப்புற மக்களான மீனவர்கள், ஒடுக்கப்பட்ட தலித்துகள், பிற்படுத்தப்பட்டோர் ஆகியோரின் வாய்மொழி மரபுகள் மற்றும் எழுத்துமொழி மரபுகள் ஆகியவை அவற்றின் உள்ளார்ந்த இயற்பண்பு காரண மாக மானிடவியலை - குறிப்பாக அதன் ஆய்வு முறையான இனவரைவியலை ஓர் உரைகல்லாகக் கொண்டு விளக்கப் பட்டுள்ளன.

இந்நூலின்கண் உள்ள பெரும்பான்மையான கட்டுரை களில், இனவரைவியல் என்பது இரண்டுவகை நோக்கங்களுக் காகப் பயன்படுத்தப்பட்டுள்ளது. முதலாவதாகக் குறிப்பிட்ட சாதி அல்லது சமூகத்தின் பண்பாட்டினை ஒப்பனை இல்லாமல் இயல்பாகப் பிரதிபலிக்கக் கூடிய ஒருசில எழுத்திலக்கியப் படைப்புகளை, ஏனைய சராசரியான படைப்புகளிலிருந்து வேறுபடுத்திக் காட்டும் நோக்கில், ‘இனவரைவியல் இலக்கியம்’ (உதாரணம்: இனவரைவியல் கவிதை, இனவரைவியல் கதை, இனவரைவியல் நாவல், சுயஇனவரைவியல்) என்று தனித்ததோர் அடையாளம் கொடுத்து அணுகுவதன் தர்க்க நியாயத்தை வலியுறுத்துவதற்காக இனவரைவியல் கருத்தாக்கம் பயன்படுத்தப் பட்டுள்ளது.

இரண்டாவதாக, நாடோடிகளுடைய வாய்மொழி மரபுகள், மீனவர்களுடைய சுறாமுள் வழிபாடு உள்ளிட்ட சமய வழக் காறுகள், சடங்கியல் நிகழ்த்துதல் போன்றவற்றை, அந்தந்த மக்களுடைய இனவரைவியலைப் பின்புலமாகக் கொண்டு எவ்வாறு புரிந்து கொள்வது என்னும் நோக்கினை முன்வைத்து இனவரைவியல் அணுகுமுறை பயன்படுத்தப்பட்டிருக்கிறது. இனவரைவியல் அணுகுமுறை என்பது, குறிப்பிட்ட மனித நடத்தைக்குள்ளும், நிகழ்த்துதல் ஒழுங்கமைப்பிலும் நாட்டார் வழக்காறு எவ்வாறு செயல்படுகிறது என்பதற்கு அழுத்தம் கொடுக்கிறது.

இனவரைவியல் இலக்கியம்

‘இனவரைவியல்’, ‘இலக்கியம்’ என்று இருவேறு வகைப் பட்ட சமூக மற்றும் அழகியல் பனுவல்களை அருகருகே நிறுத்தி ஒப்பிட்டுப் பார்க்க வேண்டிய தேவையைத் தமிழில் அண்மையில் எழுதப்பட்டுள்ள சிலவகை இலக்கியப் படைப்புகள் தோற்றுவித்

துள்ளன. உண்மைகளை (facts) அடிப்படையாகக் கொண்ட சமூகவியற் பனுவலுக்கு அருகில், அதற்கு இணையாகப் புனைவு அல்லது கற்பனை என்று முதன்மைப்படுத்தப்படும் இலக்கியம் என்ற அழகியற் பனுவலை நிறுத்த முடியுமா? இத்தகைய கேள்வி எழுவது இயல்பானது. இரண்டும் தத்தமக்குரிய சுயச்சார்பு களைக் கொண்டு, தனித்தியங்கும் நிலையில், எது, எதனை நெருங்குகிறது என்பதைத் தெளிவுபடுத்திக் கொள்வதன் மூலம், மேற்கண்ட வினாவிற்கு விடை சொல்லவியலும்.

'இந்த நூலின் கதை அல்லது நாவல் நேரிடையாகவோ மறைமுகமாகவோ யாரையும் குறிப்பிடவில்லை...' என்ற குறிப்போடும் 'கதைகளில் வரும் பெயர்கள், சம்பவங்கள் அனைத்தும் கற்பனையே' என்ற பிரகடனத்தோடும் முறையே புத்தகங்களும் வார இதழ்களும் வெளியிடப்படுகின்றன. தொலைக்காட்சியில் இடம்பெறும் சில தொடர்களும் கூட இத்தகைய அறிவிப்போடு ஒளிபரப்பப்படுகின்றன. 'முற்றிலும் கற்பனையானது' என்று அறிவிக்கப்பட்டு வெளிவரும் படைப் பில் இடம்பெறும் இடங்கள், மனிதர்கள், நிகழ்வுகள் போன் றவை, கதை நிகழும் களம் - உலகம் பற்றிய நம்பகத்தன்மையை வாசகர்களிடம் ஏற்படுத்துவதற்காகப் படைக்கப்படுவனவே அல்லாது எந்த ஒருவருடைய அல்லது பலருடைய உண்மை வாழ்க்கைக்கும் அவற்றிற்கும் யாதொரு தொடர்பும் இல்லை என்று வாதிடும் எழுத்தாளரின் மறுப்பையே முற்கூறிய வாச கங்கள் பிரதிபலிக்கின்றன. ஒட்டுமொத்த சமூகம், ஒரு கூட்டம், குழு, குடும்பம் தனிமனிதர் என்று குறிப்பிட்ட மானுடத் தொடர்புடைய நிகழ்வுகள், இடங்கள் நேரிடையாக இடம் பெறும் நிலையில், தத்தம் ஆளுமை, புகழ் போன்ற பண்பு களுக்குக் களங்கம் ஏற்படுத்துவதாகக் கூறி, தொடர்புடைய வர்கள் நீதிமன்றத்திற்குச் சென்றுவிடக் கூடிய சிக்கலைத் தவிர்க்கும் முன்னெச்சரிக்கையும் கூட, மேற்கூறப்பட்ட 'பொறுப்பு ஏற்க மறுக்கும்' (disclamier) பத்திரிகை, புத்தகம் மற்றும் எழுத்தாளரின் வாசகங்களில் தொனிக்கிறது. சில எழுத்தாளர்களுடைய, சிறுகதைகள், தொடர்கள் தங்கள் மனதைப் புண்படுத்திவிட்டதாகச் சொல்லி, சில குறிப்பிட்ட சமூகத்தினர் அவை இடம்பெற்ற இதழ்களைத் தீயிட்டு கொளுத்தியதோடு, எழுத்தாளரைக் கண்டித்து ஆங்காங்கே சுவரொட்டிகள் ஒட்டி ஆர்ப்பாட்டம் நடத்திய சம்பவங்களும்

தமிழகத்தில் கடந்த இருபத்தைந்து ஆண்டுகளில் அவ்வப்போது நிகழ்ந்துள்ளன என்பது நம் நினைவிற்கு வருகிறது.

இது ஒரு பக்கம் இருக்க, 'நடந்த கதை' 'உண்மைக் கதை' என்ற அறிவிப்போடு கதைகளும் திரைப்படங்களும் வெளியாவதும் இன்னொரு பக்கம் நடந்துகொண்டுதான் இருக்கிறது. இதில், ஒரு பரபரப்பை முன்னிலைப்படுத்தி ஏராளமாக வாசகர்களையும் பார்வையாளர்களையும் கவர்ந்திழுக்கும் வெகுமக்கள் கலை - இலக்கிய வியாபார உத்தியே மேலோங்கியுள்ளது. மேலதிகமாக வணிகநோக்கத்தை மையப்படுத்திய மேற்குறித்த கலை இலக்கிய முயற்சிகள் எந்த அளவிற்கு இனவரைவியல் நூல்கள் என்ற சமூகவியற் பனுவல்களுக்கு அருகில் நெருங்கி வருகின்றன என்பது கேள்விக்குறியே. ஏனென்றால், சமூகம் அல்லது சமூக நிறுவனங்கள் பற்றிப் பேசும் இத்தகைய படைப்புகள், உண்மையோடு எந்த அளவிற்கு நெருங்கியுள்ளன, எந்த நோக்கத்தோடு படைக்கப்பட்டுள்ளன, படைப்பாளனின் சமூகப் பிணைப்பு எத்தகையது என்பன போன்ற கேள்விகளுக்குரிய விடையை எடைபோடும் போது, நமக்கு அவ்விடை சாதகமாக இராது என்பதே நமது அனுமானம் ஆகும்.

குறிப்பிட்ட பகுதியைச் சேர்ந்த மக்களைப் பற்றி ஆராய்ச்சியில் ஈடுபடும் மானிடவியலர்கள், தங்கள் ஆய்வு நூலில் ஒரு வழக்கத்தைக் கடைப்பிடிக்கிறார்கள். அதாவது, இடத்தின் பெயரையும் ஆட்களின் பெயர்களையும் மாற்றி, அவற்றிற்குப் பதிலாக வேறு புனைபெயர்களை இடுவது என்பதே அம்மரபு. இப்படி வேறுபெயர்களை இடுவதால், அச்சமூகப் பனுவலில் விவரிக்கப்படும் உலகம், திரிக்கப்பட்ட உலகமாக மாறிப்போய் விடுவதில்லை. இனவரைவியலன் உற்றுநோக்கிய போது இருந்த அதே சமூக ஒழுங்கமைப்பே அவனுடைய விவரிப்பிலும் தொடர்ந்திருக்கிறது.

ஆனால், பொதுவாகப் படைப்பாளன் உற்றுநோக்கிய உலகம், அவனுடைய படைப்பில் இடம்பெறும்போது, தனது ஸ்திரத்தன்மையோடு அப்படியே வடிவம் மாறாமல் இருப்பதில்லை. அவனுடைய கற்பனைத் திறனுக்கு ஏற்ப, தனது நோக்கத்திற்கு இயைந்து அதனை வாசிக்க இருக்கும் வாசகர்களின் - தான் பழக்கப்படுத்தி வைத்திருக்கும் வாசகர்களின் - எதிர்பார்ப்பிற்கு ஏற்ப, ஒரு போன்மை உலகமாகவே அது இடம்பெறுகிறது. அவ்வுலகில் இயங்கும் மனிதர்களும்

சம்பவங்களும் தத்தம் போக்கிற் போகாமல், ஒரு தோற்பாவைக் கூத்துக் கலைஞரின் ஆட்டுவித்தலுக்கு இயைந்து செயல்படும் பாவைகளைப் போல் இயங்குபவர்கள்.

இதன் காரணமாகத்தான், இலக்கியப் பனுவல் அல்லது அழகியல் பனுவல் காட்டும் உலகம், போன்மை உலகம் என்றோ உருமாற்றம் செய்யப்பட்ட உலகம் என்றோ சொல்லப்படுகிறது. அதே சமயத்தில், சமூகவியற் பனுவல்களின் உலகம், யதார்த்த உலகமாகவே அமைகிறது.

சமூகவியற் பனுவல் காட்டும் உலகின் யதார்த்தத் தன்மைக்கு அணுக்கமாக வரக்கூடிய வண்ணம், தான் உற்றுநோக்கிய உலகை, சராசரியான படைப்பாளிகளைப் போல் திரித்து உருமாற்றம் செய்யாமல் புனைவு மொழித்திறன், உத்திப்பிரயோகங்கள் போன்ற படைப்பு சூட்சும வண்ணங்களால் ஒப்பனை செய்யாமல், மனிதர்களை, அவர்களுடைய பின்புலத்தில், கூடியவரையில் இயல்பாகவே இயங்கவிடும் தன்மையில், அவர்தம் உலகை ஏறக்குறைய அவர் தம் மொழியிலேயே நம் முன்னர் கொண்டு வந்து நிறுத்தும் படைப்பாளர்களின் படைப்புகளை இன்று நாம் வாசிக்கிறோம். இத்தகைய படைப்புகளை யதார்த்த இலக்கியப் படைப்புகள் என்று சொல்லிவிடலாமே என்று நினைக்கிறோம். ஆனால், இது மேலோட்டமானது. இதனைத் தாண்டி யோசிக்கும் போது, இத்தகைய படைப்புகளை இனவரைவியல் இலக்கியம் (ethnographic literature) என்று சிறப்பித்துச் சொல்லவே தோன்றுகிறது. எனவே, 'இனவரைவியல் இலக்கியம்' என்றால் என்ன என்னும் வரையறையை மையப்படுத்தியதாக ஒரு கேள்வி எழுமானால், அதற்கு நாம் பின்வருமாறு விளக்கம் சொல்லலாம்: குறிப்பிட்ட இடப்பரப்பில் வாழும் இனக் குழு மக்கள் அல்லது குறிப்பிட்ட சாதியினர் அல்லது ஓர் ஊர் என்னும் எல்லைக்குள் பரஸ்பரப் பகிர்வுகளோடும் முரண்களோடும் வாழும் பல்வேறு சாதியினர் அல்லது பால் (sex) வயது, தொழில் என்பன போன்ற கூறுகளின் அடிப்படையில் தனித்து நோக்கப்படும் குழுவினர் போன்ற மக்களின் வாழ்க்கையில் தானும் ஒருவனாக வாழ்ந்து அல்லது பங்கேற்று, உற்றுநோக்கியதன் அடிப்படையில், பெற்ற அனுபவங்களையும், திரட்டிய பண்பாட்டுத் தரவுகளையும் கொண்டு, தனது சமூகவயமான நோக்கத்தை மையப்படுத்தி, ஒருவன் படைக்கும் இலக்கிய வடிவத்தையே இனவரைவியல் இலக்கியம் என்று சிறப்பு முன்னொட்டுக் கொடுத்துக் குறிப்பிடலாம்.

பொதுவாக அனைத்து இலக்கியப் படைப்புகளும் மக்களை, சமூக வாழ்க்கையை, சமுதாயத்தையே பிரதிபலிக்கும் போது, அல்லது அடிப்படையாகக் கொள்ளும் போது, ஏன் ஒன்றை மட்டும் தனியே அடையாளப்படுத்தி, 'இனவரைவியல் இலக்கியம்' என்று சிறப்பு முன்னொட்டுச் சொல்லொன்றைக் கொடுத்துத் தனிமைப்படுத்த வேண்டும் என்று எழுப்பப்படும் கேள்விக்கு மேற்கண்ட விளக்கம் நிறைவுடையதாக அமையு மெனக் கருதுகிறேன். பொதுவாகச் சமூகத்தைப் பிரதிபலிப்பதில் இருவேறு படைப்புகளுக்கும் இடையே வேறுபாடு இருக்கிறது. பொதுவான அல்லது சராசரியான இலக்கியப் படைப்பு என்பதில் படைப்பாளன் குறிப்பிட்ட மக்களுடைய வாழ் வியலை, தான் படைக்கும் கற்பனை உலகின் பரிமாணத்திற்குரிய கட்டமைப்புப் பொருளாகப் பயன்படுத்திக் கொள்கிறான். அவனுடைய நோக்கம், யதார்த்தமான வாழ்க்கையை அதன் போக்கிலேயே பிரதிபலிப்பது என்பதில்லை. மாறாக, நிகழுலகைப் பயன்படுத்தித், தன் விருப்பம், நோக்கத்திற்கு இயைந்த அல்லது வாசகர்களுக்கு விருப்பமான ஓர் உலகைக் கட்டுவது - காட்டுவது என்பது தான். ஆனால், இதற்கு நேர்மாறானவனாக இனவரைவியல் இலக்கியப் படைப்பைப் படைக்கக் கூடியவனின் நோக்கமும் படைப்பின் இயல்பும் அமைந்து விடுகின்றன என்பது தான் கவனத்திற்குரியது.

இங்கு ஒன்றை மட்டும் அழுத்தமாகக் குறிப்பிட வேண்டும். 'இனவரைவியல் இலக்கியம்' என்பதில் படைப்பாளி, தன் போக்கிற்கு உலகை இட்டுச் செல்லாமல், உலகின் போக்கிற்கேற்ப உடன் வருவோனாக இருக்க வேண்டும். இத்தகைய நோக்கத்தில் கவிதை, சிறுகதை, நாவல், தன்வரலாறு என்பன போன்ற வகைமைப்பாட்டில் அடங்கும் படைப்புகள் பல அண்மைக் காலங்களில் தமிழில் எழுதப்பட்டு வருகின்றன. இவற்றில் நமது கவனத்தை ஈர்க்கக் கூடிய தனித்த அம்சங்கள் சில காணப்படு கின்றன. ஏறக்குறைய மக்கள் பேசும் பேச்சு மொழியிலேயே அவர்களுடைய அன்றாட யதார்த்த உலகம் அவர்களுடைய பார்வையிலேயே முன்வைக்கப்படுகிறது. இவ்வெதார்த்த உலகம் என்பது, எழுத்தாளன் பங்கேற்கும் கூட்டு உலகமாக உள்ளது. இது காரணமாகவே தமிழ் இலக்கியத்தினை இனவரைவியலோடு இணைத்துப் பேச வேண்டிய தேவை ஏற்பட்டுள்ளது. இனவரை வியலும் இலக்கியமும் ஒன்றை ஒன்று மிக நெருங்கி வரும் போக்கினை இருபதாம் நூற்றாண்டின் இறுதிப் பகுதியில் பார்க்கிறோம். இதற்கு, மிகவும் தெளிவாக வெளிப்பட்டிருக்கும்

இரண்டு உதாரணங்களாகக் கவிஞர் பழமலையின் 'சனங்களின் கதை'யும், பாமாவின் 'கருக்கு'ம் எடுத்துக் கொள்ளப்பட்டு விவாதிக்கப்பட்டிருக்கின்றன.

பழமலையின் 'சனங்களின் கதை' நூற் கவிதைகளை முதற் கண் வாசித்த போது, அவற்றில் ஒருவகை வறட்சி நிலவியதாகத் தோன்றியது. மீண்டும் பொறுமையாக நோக்கியபோது, அவருடைய குரலும், அவருடைய சொந்த ஊரான குழூமூர் மக்களின் கூட்டுக் குரல்களும் அவற்றிலிருந்து எதிரொலித்துக் கொண்டிருப்பதைக் கவனிக்க முடிந்தது. கவிஞருடைய சுயவர லாற்றையும் அவருடைய குடும்பத்தினர், உறவினர், ஊரார் உள்ளிட்ட குழூமூர் மக்களுடைய வாழ்வியலையும் 'சனங்களின் கதை' ஒருங்கிணைத்துக் கொண்டிருக்கிறது. இந்த அடிப்படை களைக் கொண்டுதான் அவருடைய ஒட்டுமொத்த நூலை மையமாகக் கொண்டு 'தமிழில் இனவரைவியல் கவிதை' (1998) என்னும் கட்டுரையை எழுதினேன். ஒரு சில ஆண்டுகள் கழித்து ஏதேச்சையாக டென்சின் எழுதிய Interpretive Ethnography (1997) என்னும் நூலை வாசித்த போது இனவரைவியலர்கள் உட்பட எழுத்தாளர்கள் பலர் தங்கள் கள அனுபவங்கள், வாழ்க்கை. அனுபவங்களைக் கொண்டு சோதனை முறையில் எழுதிய கவிதைகள், தன்னனுபவக் கதையாடல்கள், சிறுகதைகள், இனவரைவியல் நாடகங்கள், சுய இனவரைவியல் போன்ற வற்றைப் பற்றி அறிந்து கொள்ள முடிந்தது.

டென்சின் தம்முடைய நூலின் ஏழாவது இயலான 'இனவரைவியல் கவித்துவமும் சுயம் பற்றிய கதையாடல்களும்' என்பதில் லாரல் ரிச்சர்ட்ரன் என்பவர் திருமணம், குடும்பம் முதலிய தலைப்புகளில் எழுதியவை உட்பட ஒன்பது கவிதை களையும் ஃப்ரெட்ரிக்கின் 'தொழில் விபத்து மெச்சிக்கோ' என்னும் கவிதையையும், கரோலின் எல்லிஸ் 'ஃபைனல் நெகோ சியேஷன்' என்ற தலைப்பில் தன் காதலனின் மரணம் பற்றி எழுதிய சுய இனவரைவியல் கதையையும் உதாரணங்களாகக் காட்டி விவாதித்திருக்கிறார்.

திருமணம், குடும்பம் பற்றிய ரிச்சர்ட்சனின் ஒன்பது கவிதைகளும் குடும்பக் காட்சிகளை முன்னிலைப் படுத்தியே தொடங்குகின்றன; பின்னர் மரபுரிமை, திருமணம், மருத்து வர்கள், சிறை, தனித்திருத்தல், ஆண்களால் சூழப்பட்டிருத்தல் போன்ற தலைப்புகளை மையப்படுத்திப் பேசுகின்றன. இக்

கவிதைகள், வெளிப்படையாக இனவரைவியலாக இல்லாமல், காட்சி அனுபவத்தினை வெளிப்படுத்துகின்றன. அதாவது, அவை சொல்லாமல் காட்சியாகக் காட்டுகின்றன. "கவிதை? இனவரைவியலாக? இனவரைவியல்? கவிதையாக?" என்று டயமண்ட் என்பவர் எழுப்பக் கூடிய கேள்விகளுக்குக் காட்சிப் படுத்தல் மூலம் மேற்கண்ட கவிதைகள். 'ஆமாம் இரண்டும்தான்' என்று சாதகமாகப் பதிலிறுக்கின்றன என்கிறார் டென்சின். அவ்வாறே கரோலின் எல்லிஸ் என்பவர் தனது ஒன்பது வருடக் காதலனான ஜீன்வெய்ன்ஸ்டின் என்பவர் நீண்டநாள் நோய் வாய்ப்பட்டு மருத்துவமனையில் உயிருக்குப் போராடி இறக்கக் கூடிய தருணத்தை 'ஃபைனல் நெகோஷியேஷன்' என்னும் தலைப்பில் சுய இனவரைவியலாக எழுதியுள்ளார். இதனை மேற்கோளாகக் காட்டும் டென்சின், 'தனிமனிதர் பற்றிய கதையாடல் கூட இனவரைவியலாக அமையும், என்று கூறுகிறார் (1997; 206, 208). இத்தகைய கவிதைகள், சுய இனவரைவியல் போன்ற படைப்புகள், இனவரைவியலின் பின்னை நவீனத்துவப் போக்கின் வெளிப்பாடுகளாகக் கருதப்படுகின்றன.

இந்தப் பின்புலத்தில், தமிழில் எழுதிவரும் பழமலை, பாமா உள்ளிட்ட பல்வேறு படைப்பாளிகளுடைய படைப்புகளை வாசிக்கும்போது, அவற்றில் காணப்படும் 'இனவரைவியல் தன்மை' நமக்கு மிகவும் முக்கியமானதாகத் தோன்றுகிறது. சமூகவியல், மானிடவியல் போன்ற புலப்பின்னணி ஏதுமில்லாத கவிஞர்களும் எழுத்தாளர்களும் இனவரைவியல் கவிதை களையும் கதைகளையும் (சுயஇனவரைவியல்) படைக்கிறார்கள் எனில், அதற்கான மறைமுக, நேர்முகத் தூண்டல்களில் தலித் இயக்கமும் ஒன்றாக அமைகிறது.

இந்நூலில் 'இலக்கியமும் பண்பாடும்' என்ற உள்தலைப் பின்கீழ் இடம் பெற்றுள்ள 'இனவரைவியலும் இலக்கியமும்', 'இலக்கியமும் பண்பாட்டு ஆய்வும்' (தமிழியல் ஆய்வுகள், 1999: 51-66), 'தமிழில் இனவரைவியல் கவிதை' (யாதுமாகி, 3-4, 1998: 27-37) 'கருக்கு- தலித்துகளின் சுயஇனவரைவியல்' ஆகிய நான்கு கட்டுரைகளையும் படிப்பதற்கு மேற்கண்ட பின்புலம் ஒருவாறு உதவுமென்று நம்புகிறேன்.

மீனவர் வழக்காறுகள்: சடங்கும் சடங்கியல் நிகழ்த்துதலும்

மீனவர் வழக்காறுகள்: 'சடங்கும் சடங்கியல் நிகழ்த்துதலும்' என்னும் இரண்டாம் பகுதியிலுள்ள மூன்று கட்டுரைகள்,

நாகைமாவட்டக் கடலோர மீனவரின் சமயமரபினைப் பற்றிப் பேசுகின்றன. வழக்காறு பற்றிய வழக்காறு (meta folklore) என்பது குறிப்பிட்ட மக்களுடைய வழக்காறுகளை, அவர்களுடைய கண்ணோட்டத்திலேயே புரிந்து கொள்வதற்கு உதவும் கருவி வழக்காறாகும். கடலோர மீனவர்களிடம் வழங்கும் இக்கருவி வழக்காறுகளைக் கொண்டு அவர்களுடைய வழக்காறுகளின் செயல்பாடுகளைப் புரிந்து கொள்ள முடிகிறது. 'வழக்காறு பற்றிய வழக்காறும் காரண விளக்க வழக்காறும்' (நாட்டுப் புறவியல், *2005: 141 - 149*) என்ற கட்டுரை மீனவரின் நம்பிக்கை களையும் பழக்கவழக்கங்களையும் புரிந்து கொள்வதற்கு மேற்கொண்ட ஒரு முயற்சியாகும்.

சங்க காலம் தொட்டு எழுத்துமரபில் இருந்து வந்த நாட்டார் வழிபாட்டு மரபு, தற்கால நாட்டார் மரபிலும் பயில்வதைக்கொண்டு அதன் வேர்மூலத்தையும், அதன் இயல் பையும் எவ்வாறு மானிடவியலைக் கொண்டு மீட்டுருவாக்கம் செய்து வெளிப்படுத்துவது என்னும் நெறிமுறையைக் கொண்டு எழுதப்பட்டது, 'சங்ககாலம் முதல் இன்றுவரை மீனவரின் சுறாமுள் வழிபாடு' என்னும் கட்டுரை. 'குலக்குறியியலும் மீனவர் வழக்காறுகளும்' *(1996)* என்னும் எனது முந்தைய நூலில் ஏற்கனவே இடம்பெற்றுள்ள இக்கட்டுரை, நூலின் முகாமைப் பொருளை நோக்கி இத்தொகுப்பில் சேர்க்கப்பட்டுள்ளது.

மீனவரின் நாட்டார் சமய மரபில் ஏழு கன்னிமார் தெய்வங் களுக்கு மிகவும் இன்றியமையாத இடம் உண்டு. கடலையும் நிலத்தையும் தன் ஆளுகைப் பிரதேசமாகக் கொண்ட ஏழுகன்னி மார்கள், மீனவ மக்களிடையே தோன்றும் சிலவகை நோய் களுக்கும் அந்நோய் நீக்குதலுக்கும் மூலகாரணிகளாகத் திகழ்வன. 'ஏழுகன்னிமாரின் ஆவிஊடகமாக' மாறிய நிலையில் பெண் சாமியாடிகள், நோய்வாய்ப்பட்டவர்களுக்கு சிகிச்சையளிப்பது வழக்கம். மாசிமகத்தின் போது நடைபெறும் கன்னிவழிபாடு 'ஏழு கன்னிமார்வழிபாட்டில் புராணமும் சடங்கியல் நிகழ்த்து தலும்' என்னும் தலைப்பில் விவாதிக்கப்பட்டுள்ளது. இக்கட்டுரை, தமிழகத்தில் ஏழுகன்னிமார் வழிபாடு' என்னும் தலைப்பில் ஃப்போர்ட் ஃபவுண்டேஷன் நிதிநல்கை பெற்றுத் தனி ஆய்வுத் திட்டத்தின் மூலம் நான் மேற்கொண்ட ஆய்வின் வெளிப் பாடாகும். அந்த ஆய்வின் பயனாக உருவாகும் தனிவரைவு நூலின் ஒரு பகுதியே மேற்கண்ட கட்டுரை; ஏற்கனவே பிரசுர மானது. (பண்பாட்டு வேர்களைத் தேடி, *1999: 105-114*).

நாடோடியம்: விளிம்பு நிலைமக்கள் வழக்காறுகள்

பொதுவாக எந்த ஒரு சமூகமாக இருந்தாலும் அது படைத்தளிக்கும் நாட்டார் வழக்காறுகள், அச்சமூகத்தின் இனவரைவியலை ஒருங்கிணைத்துக் கொண்டிருக்கும் என்பர். மற்றொரு நிலையில், 'குறிப்பிட்ட சமூகத்தின் வழக்காறுகளையும் அவற்றின் செயல்பாடுகளையும் அறிந்து கொள்வதற்கு அச் சமூகத்தின் இனவரைவியல் மிகவும் இன்றியமையாதது' என்பர். இவ்விரு கருத்துக்களின் பின்புலத்தில் 'தமிழக நாடோடிகளின் நிகழ்த்துக்கலைகள் பற்றிய இனவரைவியல் ஆய்வு' என்னும் பொருளில், சங்கீத நாடக அகாடமியின் உயராய்வு விருது பெற்று மேற்கொண்ட ஆய்வின் ஒரு பகுதியாகச் செயற்பாட்டியல் கோட்பாட்டுப் பார்வையில் எழுதப்பட்ட 'பூம்பூம் மாட்டுக் காரர்கள்: நாடோடி முறையின் தோற்றப் புராணமும் சபிக்கப் பட்ட வாழ்க்கையும்' (உரைமொழிவு, 2004 தொ.2 இதழ் 1,2: பக் 18-30) என்னும் கட்டுரையும், தமிழகத்தில் பரவலாக வாழும் நாடோடிகளுடைய இசைவடிவங்களை, நிலைக்குடிகளின் பண்பாட்டோடு பொருத்திப் பார்த்து, அவற்றின் இடத்தை மதிப்பிடும் நோக்கில் அமைந்த 'எங்கோ தொலைவில் ஒலிக்கும் நாடோடிகளின் இசை' (வல்லினம், 2005 : 11-12 : பக். 24 - 28) என்னும் கட்டுரையும் 'நாடோடியம்': விளிம்பு நிலைமக்கள் வழக்காறுகள்' என்ற மூன்றாம் பகுதியில் இடம் பெற்றுள்ளன.

விளிம்பு நிலை மக்களான நாடோடிகள், கைத்தொழில், குறி சொல்லுதல், நிகழ்த்துக்கலைகளான ஆட்டம், பாட்டு, விலங்கு களைக் கொண்டு வித்தை காட்டுதல் - போன்றவற்றால் வயிறு பிழைப்பவர்கள். பெரும்பான்மையோர் இரந்து வாழும் நிலை யில் தான் உள்ளனர். ஆனால், அவர்களுடைய புராணம் முதலிய வழக்காறுகள் இந்த வாழ்க்கை முறையை நியாயப்படுத்தும் பணியையே செய்கின்றன. 'இது கடவுளர்களால் சபிக்கப் பட்டது; இது இப்படித்தான் இருக்கும்' என்ற தங்கள் யதார்த்த மான வாழ்க்கையை அப்படியே ஏற்றுக்கொள்ளும் மனோபாவம் பல நாடோடிக் குழுக்களிடம் பிரதிபலிக்கிறது. பூம்பூம் மாட்டுக் காரர்களின் தோற்றப்புராணங்கள் பற்றிய கட்டுரை இந்த மனோபாவத்தைப் புரிந்துகொள்ள செய்யப்பட்ட முயற்சியாகும்.

நிகழ்த்து!தலும் கருத்துப்புலப்படுத்தமும்

தமிழ்மொழி பல்வேறு வட்டார வழக்குகளைக் கொண்டது. ஒவ்வொரு வட்டாரத்தின் தன்மைக்கு ஏற்ப அமைந்த நாட்டார்

பேச்சு (Folk spech) என்பது யதார்த்தமானது மட்டுமல்ல, கவித்துவமும் நுட்பமும் நிறைந்தது. அதே சமயத்தில் எழுத்தறிவுச் சமூகப் படைப்பான அரசியல் மேடைப்பேச்சு, இலக்கியப் பேச்சு, பட்டிமன்றம், வழக்காடு மன்றம் என்பன போன்ற பெயர்களில், மூலைக்கு மூலை கற்றவர் - கல்லாதவர் என மக்களைத் திரட்டிக் கேட்கவைக்கும் பேச்சுக்கலையும் வெகு மக்கள் கலைவடிவமாக நம்மிடையே செழித்தோங்கி நிற்கிறது. தமிழக வட்டாரங்களில், நாட்டார் சமயப் பண்பாட்டுச் சூழலைப் பின்புலமாகக் கொண்டு, குரலிசை, கருவி இசை, உரையாடல் என்னும் வெளிப்பாட்டுக் கூறுகள் ஒருங்கிணைந்த பாரம்பரியக் கதை சொல்லும் கலை, வில்லுப்பாட்டு, கணியான் கூத்து, உடுக்கடிப் பாட்டு, இலாவணி என்பன போன்ற பெயர் களில் உயிரோட்டத்துடன் திகழ்கிறது. ஆனால், இத்தகைய வளமான வாய்மொழிக் கலையை, அதன் நிகழ்த்துநர்களையும், பார்வையாளர்களையும், சூழல்களையும் மையப்படுத்திக் கருத்துப்புலப்படுத்த நோக்கில் அல்லது சரியான நிகழ்த்துதல் அணுகுமுறையைப் பயன்படுத்திக் குறிப்பிடத்தக்க வகையில் இதுகாறும் நாம் ஆராயவில்லை என்பது ஓர் யதார்த்தமாகும். இந்நிலையில், ரிச்சர்ட் பாமனின் 'வாய்மொழிக் கலை நிகழ்த்துதல்' (Verbal Art as Performance) நூலை வாசித்த போது, நிகழ்த்து தலின் சரியான அர்த்தம், வாய்மொழிக் கலை பற்றிய கருத் தாக்கம், தொடர்பின் இயல்பு, செய்தி பற்றிய செய்தி (Meta Communication) கிரிகோரி பேட்சன், இர்விங் காஃப்மன் ஆகியோரின் சட்டக் கோட்பாடு போன்றவற்றையும், இவற்றைப் பிரயோகித்து வாய்மொழி நிகழ்த்துதலை அணுகும் முறையியலையும் அறிந்துகொள்ள முடிந்தது. அதன் விளைவாக உருவான கட்டுரையே 'வாய்மொழி நிகழ்த்துதலில் கருத்துப் புலப்படுத்தம் பற்றிய கருத்துப்புலப்படுத்தமும் சட்டகமும்' *(தன்னனானே, 2002: தொ. 15).*

கூத்து அல்லது இசைநாடகம் மட்டுமே பரவலாக இடம் பெற்றிருந்த அகண்ட தஞ்சாவூர் மாவட்ட எல்லை கடந்து சென்னைக்குப் போனபோது, எண்பதுகளின் தொடக்கத்தில் பரிக்ஷா, கூத்துப் பட்டறை போன்ற அமைப்புகள் அவ்வப்போது மியூசியம் தியேட்டரில் நடத்திய நவீன நாடகங்களைப் பார்த்தேன். அவற்றில் ஏதோ ஒரு விசேடத்தன்மை இருப்பதை உணர்ந்த நிலையில், எங்கு எந்தக் குழு அத்தகைய நாடகங்களை நிகழ்த்தினாலும் அவற்றைப் பார்ப்பதில் ஆர்வம் காட்டினேன்.

அப்படிப் பார்த்தவற்றுள் கூத்துப்பட்டறையின் 'சுவரொட்டிகள்' போன்றவை பற்றி, அப்போது நான் உதவி ஆசிரியராகப் பணியாற்றிய நாளிதழில் (1986 - 87) விமர்சனம் கூட எழுதினேன், கல்லூரி ஆசிரியராகப் பணிவாய்ப்புப் பெற்ற பின்னர், 1988 - இல் தமிழ்ப்பல்கலைக்கழக நாடகத்துறையில் பேராசிரியர் செ. இராமானுஜன் தேசிய அளவிலான ஒரு மாதகால நாடகப் பயிலரங்கினை நடத்தினார். ஜி. சங்கரப்பிள்ளை, சீனிவாசன், அப்பாராசு, ராமமூர்த்தி, ந. முத்துசாமி, மு. ராமசாமி, ராசு, முருகேசன், ஆறுமுகம், பத்மா சுப்பிரமணியன், புரிசைக் கண்ணப்பத் தம்பிரான் போன்றோர் வகுப்பு நடத்திய அப்பயிலரங்கில் பங்கேற்ற அனுபவம், நவீன நாடகங்களைப் புரிந்து ரசிக்க உதவியது. அத்துடன், நவீன நாடகப் பார்வையாளனாக இருக்க, ஒருவர் இத்தகைய பயிலரங்கப் பங்கேற்பினைப் பெறுவது கூட ஓர் அடிப்படைத் தகுதி என்றும் நம்பினேன்.

இந்தப் பின்புலத்தில்தான், நான் பார்த்த பல நாடகப் படைப்புகளை அடிப்படையாகக் கொண்டு, 'நவீன நாடகத்தில் நிகழ்த்துவோனும் பார்வையாளனும்' (நாவாவின் ஆராய்ச்சி, 1991) என்னும் கட்டுரையை எழுதினேன். நவீன நாடகங்களின் தகவல் தொடர்பு, அரசியல் சார்பு, நாட்டார் வழக்காறுகளின் பயன்பாடு முதலிய மூன்று கூறுகள் இக்கட்டுரையில் விவாதிக்கப் பட்டுள்ளன. நூலின் இறுதியில் இடம் பெற்றுள்ள 'வாழ்க்கை, சடங்கு, மேடை ஆகியவற்றில் பாவனை, பாவனை நடனம், பாவனை நாடகம்' (கட்டியம், 2002; தொகுதி 1 எண்: 03-1726) என்னும் கட்டுரை கூட, ஒருவகையில், மேலே குறிப்பிட்ட நாடகப் பயிலரங்க அனுபவ உந்துதலால் எழுதப்பட்டதுதான். திரு. ராமமூர்த்தி, தாமே சிலவற்றை பாவனை நிகழ்த்துதலாகச் செய்துகாட்டி உரையாற்றியதும் எனக்கு ஞாபகத்தில் உள்ளது. இரண்டாம் நிலைத்தரவுகளைக்கொண்டு எழுதப்பட்ட இக் கட்டுரை, ஆளிடைத் தகவல் தொடர்பு, சடங்கு, நடனம் ஆகியவற்றில் பாவனை பெறுமிடம், ஊமைக் கூத்தாகவும் (pantomime) தனியாள் நிகழ்த்துதலாகவும் பாவனை வளர்ச்சியுற்ற கட்டம் ஆகியவற்றை விளக்குகிறது.

இந்நூலில் இடம்பெற்றுள்ள பன்னிரண்டு கட்டுரைகளில், 'இனவரைவியலும் இலக்கியமும்', 'கருக்கு - தலித்துகளின் சுயஇனவரைவியல்' ஆகிய இரண்டு கட்டுரைகள் நீங்கலாக ஏனையவை வெவ்வேறு தருணங்களில் எழுதப்பட்டு ஆய்வு

இதழ்களிலும் தொகுப்பு நூல்களிலும் பிரசுரிக்கப்பட்டவை. இவற்றைப் பிரசுரித்தமைக்காகவும் பிரசுரிக்க உதவியமைக் காகவும் முனைவர் இரா. பாலச்சந்திரன் (பாலா) திரு. லேனா குமார், முனைவர் இராம. குருநாதன் - முனைவர் ஞானசேகரன், அருள்திரு ஃபிரான்சிஸ் ஜெயபதி சே.ச., முனைவர் ஜெய செல்வின், திரு. மகரந்தன், 'காவ்யா' சண்முகசுந்தரம், நாவாவின் ஆராய்ச்சி ஆசிரியர் குழுவினர், முனைவர் வீ. அரசு ஆகிய நண்பர் களுக்கு நெஞ்சார்ந்த நன்றியைத் தெரிவித்துக்கொள்கிறேன்.

ஆய்வில் ஈடுபடுவதற்குரிய சூழலை ஏற்படுத்திக் கொடுத்து என்போன்ற ஆசிரியர்களை உற்சாகப்படுத்தும் எமது தூய சவேரியார் தன்னாட்சிக் கல்லூரியின் நிர்வாகத்தினர்க்கு நன்றியுடையேன். மேலும், நாட்டார் வழக்காற்றியல் துறைப் பேராசிரியர்கள், நாட்டார் வழக்காற்றியல் ஆய்வுமையத்தினர், ஆகியோர்க்கும் நன்றி பாராட்டுகிறேன். எழுதும் பணியில் எனக்கு எப்போதும் தன்னால் இயன்ற உதவிபுரிந்து என் ஆர்வத்தைப் பாதுகாக்கும் துணைவி திருமதி வள்ளி மற்றும் அனைவருக்கும் இதயமார்ந்த நன்றி.

ஆ. தனஞ்செயன்

'கௌதம் இல்லம்'
20, கல்யாணி நகர்
மகாராஜ நகர்,
திருநெல்வேலி - 11.

பொருளடக்கம்

I. இலக்கியமும் பண்பாடும் 1

1. இனவரைவியலும் இலக்கியமும் 3
2. இலக்கியமும் பண்பாட்டு ஆய்வும் 34
3. தமிழில் இனவரைவியல் கவிதை 49
4. கருக்கு: தலித்துகளின் சுய இனவரைவியல் 64

II. மீனவர் வழக்காறுகள்: சமயம், சடங்கு, சடங்கியல் நிகழ்த்துதல் 83

5. வழக்காறு பற்றிய வழக்காறும் காரண விளக்க வழக்காறும் 85
6. சங்ககாலம் முதல் இன்றுவரை மீனவரின் சுறாமுள் வழிபாடு 95
7. ஏழு கன்னிமார் வழிபாட்டில் புராணமும் சடங்கியல் நிகழ்த்துதலும் 123

III. நாடோடியம்: விளிம்புநிலை மக்கள் வழக்காறுகள் 143

8. பூம்பூம் மாட்டுக்காரர்கள்: நாடோடி முறையின் தோற்றப்புராணமும் சபிக்கப்பட்ட வாழ்க்கையும் 145
9. எங்கோ தொலைவில் ஒலிக்கும் நாடோடிகளின் இசை 170

IV. நிகழ்த்துதலும் கருத்துப் புலப்படுத்தமும் 185

10. வாய்மொழிக்கலை நிகழ்த்துதலில் கருத்துப்புலப்படுத்தம் பற்றிய கருத்துப்புலப்படுத்தமும் சட்டகமும் 187
11. நவீன நாடகத்தில் நிகழ்த்துவோனும் பார்வையாளனும் 200
12. வாழ்க்கை, சடங்கு, மேடை ஆகியவற்றில் பாவனை, பாவனை நடனம், பாவனை நாடகம் 218

V. கலைச்சொல் அகராதி 241

I
இலக்கியமும் பண்பாடும்

1. இனவரைவியலும் இலக்கியமும்

'மனிதனைப் பற்றிப் பேசக்கூடியது' என்றும், 'மனிதனைப் பற்றிய அறிவியல்' என்றும் குறிப்பிடப் படும் ஓர் அறிவுத்துறையே மானிடவியல். அது, உடலியல் மானிடவியல், மொழியியல் மானிட வியல் என்னும் பல வகைமைகளைக் கொண்ட தாகும். இவற்றுள், பண்பாட்டு மானிடவியல் என்பது, இரண்டு வகையான பார்வைகளைத் தன்னகத்தே கொண்டிருக்கிறது. அவை: 1. இனவரை வியல் (Ethnography), 2. இனவியல் (Ethnology) இவ்வாறு பண்பாட்டு மானிடவியலை இரண் டாகப் பகுத்து அணுகுவது அமெரிக்க மானிட வியலரின் வழக்கமாகும். இனவரைவியல் என்பது களப்பணியை அடிப்படையாகக் கொண்ட கண் ணோட்டமாகும். அதாவது, மானிடவியலர் ஒரு குறிப்பிட்ட சமுதாயம் அல்லது ஏதேனும் ஒரு துணைப் பண்பாட்டைப் பற்றி, அப்பண்பாட்டைக் கொண்டிருக்கும் மக்களோடு குறிப்பிட்ட காலம் வரையில் தங்கியிருந்து, அவர்களோடு வாழ்ந்து, அவர்களுடைய அன்றாட வாழ்க்கையில் பங்கேற்று, ஆராய்ந்து வெளிப்படுத்துவது. ஆனால், இனவியல் என்பதோ, கோட்பாட்டுப் பார்வையைக் கொண் டது. கருதுகோள்களைச் சோதித்துப் பார்ப்பதற் காகப் பல்வேறு சமுதாயங்களைப் பண்பாட்டடிப் படையில் ஒப்பாய்வு செய்கிறது. மேலும், மக்களு டைய பழக்கவழக்கங்களைப் பகுப்பாய்வு செய்யும்

போது, எழும் கோட்பாட்டுச் சிக்கல்களை ஆராய்வதும் அதன் பணியாகும். இதனாலேயே ஒவ்வொரு பண்பாட்டு மானிடவிய லரையும் ஓர் இனவரைவியலர் என்றோ இனவியலர் என்றோ குறிப்பிடுகின்றனர். (Herskovits, 1974: 8).

மொழி, மதம் போன்ற பல்வேறு பண்பாட்டுக் கூறுகளுள் ஏதேனும் ஒன்றினால் பொதுவாக அடையாளப்படுத்தப்படும் குறப்பிட்ட மக்கள் பிரிவினரைக் குறிப்பதே 'இனம்' என்பதாகும். அக்குறிப்பிட்ட மக்கள் இனத்தின் பண்பாட்டைப் பற்றி விவரித்து எழுதுவதால் உருவாகும் படைப்பையே இனவரை வியல் என்பர். அதனைத் திட்டமிட்டுப் படைக்கும் ஆய்வாளர் அல்லது எழுத்தாளரை இனவரைவியலர் (ethnographer) எனக் குறிப்பிடுவர். இனவரைவியல் என்னும் படைப்பை உருவாக்கு வதற்குப் பயன்படும் தரவுகளைச் சேகரிக்க, இனவரைவிய லனுக்குப் பின்னணியாக அமையும் களமும், அதில் அவன் மேற்கொள்ளும் களப்பணி மற்றும் அணுகு முறைகள் ஆகிய அனைத்தும் இன்றியமையாதவை ஆகும். அதனால் தான், இனவரைவியல், இனவரைவியலன், களப்பணி போன்றவை குறித்து, அத்துறையைச் சேர்ந்த அறிஞர்கள் அழுத்தம் கொடுத்துப் பேசுகின்றனர்.

இனவரைவியல்: சில வரையறைகள்

இனவரைவியல் என்றால் என்ன என்பது பற்றிப் பல்வேறு வரையறைகளும் விளக்கங்களும் முன்வைக்கப்பட்டுள்ளன. 'ஒரு குறிப்பிட்ட மக்கள் குழு அல்லது வட்டாரத்தில் காணப்படும் அனைத்து வகையான மரபுகள்பற்றி மேற்கொள்ளப்படும் விளக்கமுறை ஆய்வே இனவரைவியல்' (Brunvand 1986: 329) என்றும், 'ஏதேனும் ஒரு பண்பாட்டைப் பற்றி எழுதப்பட்ட வரைவு அல்லது விளக்கமே இனவரைவியல்' (Herskovits, 1974: 8) என்றும் இனவரைவியலுக்கு வரையறைகள் தந்துள்ளனர். 'ஒரு குழு அல்லது பண்பாட்டைப் பற்றி விளக்கிக் கூறும் ஒரு வருணனைக் கலை மற்றும் அறிவியல்தான் இனவரைவியல். இந்த விவரிப்பானது. எங்கோ ஒரு நாட்டிலுள்ள சிறிய இனக்குழுவைப் பற்றியதாக இருக்கலாம் அல்லது ஒரு நடுத்தரமான நகரத்தி லுள்ள ஒரு பள்ளிக்கூட வகுப்பறை பற்றிய சித்திரிப்பாகவும் கூட இருக்கலாம்' (Fetterman, 1989: 11).

நமக்கு மிகவும் அந்நியமான உலகங்களோடு போராடி, அவற்றைப் பற்றி அறிந்து கொள்வதற்கு முக்கியத்துவம் அளிக்கக்

கூடிய சமூக ஆய்வுமுறையை இனவரைவியல் என்றோ நாட்டார் பார்வையிலான விவரிப்பு (Folk description) என்றோ அழைக்கின்றனர் (Agar, 1986: 12).

'எழுத்தாளன் மற்றும் அவன் யாரைப்பற்றி எழுதுகிறானோ அந்த மக்கள் ஆகிய இருவருடைய வாழ்க்கை முறையைப் பற்றிய விளக்கவுரைகள், விவர அறிக்கைகளை உருவாக்கக்கூடிய விசாரணை முறை மற்றும் எழுத்து வடிவமே இனவரைவியல்' (Denzin, 1997; xi) என்றும் பலவாறு வரையறுக்கின்றனர். இந்த வரையறையில், இனவரைவியலனும் சமூகத்தில் ஓர் அங்கமாகக் கருதப்படுகிறான் என்பது கவனத்திற் கொள்ளத் தக்கது.

இனவரைவியல்: பழையதும் புதியதும்

இனவரைவியல் என்ற ஆய்வுமுறையின் தோற்றத்திலிருந்து இன்றைய காலகட்டம் வரையில், அதன் வளர்ச்சி நிலைகளை அடிப்படையாகக் கொண்டு, 'பழைய இனவரைவியல்', 'புதிய இனவரைவியல்' என்று அதனை இரண்டாகப் பகுப்பதுண்டு. பத்தொன்பதாம் நூற்றாண்டின் தொடக்கத்தில்தான் பழைய அல்லது மரபான இனவரைவியல் தோன்றியது. இரண்டாம் உலகப் போர் வரை அது நீடித்தது. இக்கட்டத்திலிருந்து 1970 கள் வரையிலும், அதனைத் தொடர்ந்தும் தோன்றி வளர்ந்து வந்திருப்பது புதிய இனவரைவியல். ஒரு குறிப்பிட்ட பண்பாட்டைச் சேர்ந்த உறுப்பினன் தன்னுடைய பண்பாட்டை எப்படிப் பார்க்கிறானோ, அந்தப் பார்வைத் தளத்திலிருந்தே அப்பண்பாட்டை நோக்கும் அணுகுமுறையைக் கொண்டதுதான் புதிய இனவரைவியல் என்பது.

புதிய இனவரைவியலுக்குரிய இந்தப் பார்வை அப்படி ஒன்றும் புதிதல்ல என்றும், இது, தொடக்க கால மானிடவியலில் காணப்பட்ட ஓர் அம்சம்தான் என்றும் கூறுகின்றனர். எனினும் பல்வேறு அம்சங்கள், பழைய இனவரைவியலிலிருந்து புதிய இனவரைவியலை வேறுபடுத்திக் காட்டுகின்றன. அவற்றுள் முதலாவதாகச் சொல்வோமானால், இனவரைவியலரின் ஆய்வுக்குரிய மக்கள் மொழி பற்றிய அணுகுமுறையைக் குறிப்பிட வேண்டும். தங்கள் இனவரைவியலுக்கான ஆதாரங்களைச் சேகரிப்பதற்கான வெறும் சாதனமாக அம்மக்களுடைய மொழியைப் பயன்படுத்திக் கொள்வதிலிருந்து வேறுபடும் அவர்கள், அதற்குரிய தரவாகவும், மொழியைக் கருதுகின்றனர்.

இரண்டாவது அம்சம், தரவுகளுக்கான ஆதாரமாக மொழியை எடுத்தாளும் அவர்களுடைய முற்சார்புநிலை. அதாவது, ஒரு பண்பாட்டில் காணப்படும் மொழிசாராத நடத்தைகள் பற்றி மானிடவியலர் வகுத்து வைத்திருக்கும் வகைமைப்பாடுகளை எல்லாம்புதிய இனவரைவியலர் தங்கள் ஆய்வுக்கு ஏற்றுக் கொள்ளாமல் ஒதுக்கிவிடுகின்றனர். இவ்வாறு அவற்றை ஒதுக்கித் தள்ளிவிட்டு, அந்தப் பண்பாட்டுக்குரிய மக்கள் தங்களுடைய மொழிசாராத நடத்தைகள் பற்றி என்ன விளக்கங்களை எடுத்துரைக்கிறார்களோ அவற்றை மட்டுமே தகவல்களாக எடுத்துக் கொள்கிறார்கள்.

மூன்றாவது அம்சம் என்னவென்றால், தகவல்கள் சேகரிக்கும்போது, அவற்றைத் துல்லியமாகப் பதிவு செய்து கொள்ளுதலாகும். இப்புதிய இனவரைவியலர்கள், பழைய இனவரைவியல்களை முறையாகப் பதிவு செய்யப்படாத கேள்விகளுக்குரிய பதில்களின் தொகுப்புகளாகக் கருதுகிறார்கள். தரவுகள் சேகரிப் பதில் துல்லியம் வேண்டுமெனில், மானிடவியலர்கள், தகவலாளிகளுடைய பதில்களை மட்டும் பதிவு செய்வதோடு நில்லாமல், அவற்றை வெளிப்படுத்தக் காரணமான தூண்டல்கள் அல்லது கேள்விகளையும் பதிவு செய்வது அவசியமானது என்று அவர்கள் கருதுகின்றனர்.

நான்காவதாகப் புதிய இனவரைவியலர்களில் சிலர், 'கேள்வி - பதில் என்னும் இணையமைப்பு, தகவலாளிகளுடைய அறிதல் சார் அமைப்பின் (Cognitive Structure) அடிப்படை அலகினைக் கட்டமைக்கிறது' எனக் கருதுவதைக் குறிப்பிடலாம். இவ்வமைப்பு தகவலாளிகள் உலகை நோக்கிக் கேட்கும் கேள்விகளையும் அவற்றிற்கான பதில்களையும் ஒருங்கிணைத்துக் கொண்டிருக்கிறது.

ஐந்தாவது அம்சம், புதிய இனவரைவியலுக்கும் பழைய இனவரைவியலுக்கும் இடையில் காணப்படும் வேறுபாடாகும். அதாவது, இந்த வேறுபாடு என்பது, புதிய இனவரைவியலுக்குரிய தகவல் சேகரிப்புப் பற்றிய முறைப்படுத்தப்பட்ட அணுகு முறையில் அடங்கியுள்ளது. இது தெளிவான வரிசை முறையை அடிப்படையாகக் கொண்டது. முதலில், இனவரைவியலர், தகவலாளியிடம் ஏதேனும் ஒரு பொருள் அல்லது தலைப்பைப் பற்றி ஒரு பொருத்தமான கேள்வியை உருவாக்குமாறு கேட்டுக் கொள்வார். அதனை அடுத்து, அந்தக் கேள்விக்குரிய பதிலைச்

சொல்லுமாறு அத்தகவலாளியே கேட்டுக் கொள்ளப்படுவார். இவ்வாறு, தகவல் சேகரிப்பில் முறைப்படுத்தப்பட்ட வரிசைக் கிரமமான அணுகுமுறையைப் புதிய இனவரைவியல் முன்னிலைப் படுத்துகிறது.

களப்பணியும் இனவரைவியலும்

மிகவும் திட்டமிட்டுக் களப்பணி மூலம் முறையாகச் சேகரிக்கப்பட்ட தரவுகளை மானடவியலன் அல்லது இனவரை வியலன் தனக்கு இயைந்த தர்க்க ஒழுங்கிற்கேற்ப வரிசைப்படுத்தி எழுதிய படைப்பையே இனவரைவியல் என்கிறோம் என்று ஏற்கனவே பார்த்தோம். ஒரு குறிப்பிட்ட களமும், அக்களத்தில் இனவரைவியலன் மேற்கொள்ளும் களப்பணியும் இனவரைவுப் படைப்பின் ஆதாரமாகும். இந்த ஆதாரத்திலிருந்து செயல்படும் இனவரைவியலனையும் அவனுடைய முயற்சிகளையும் படைப்பு உருவாக்கம் பற்றியும் கூறும் பின்வரும் சில கூற்றுகளைக் கவனிக்கலாம்:

“ஒரு பண்பாட்டு மானிடவியலனுக்கு, அவன் களப்பணி செய்வதற்குத் தேர்ந்தெடுத்துக் கொண்ட களம், ஒரு பரிசோதனைக் கூடம் போன்றது. எந்த மக்களை ஆராய வேண்டும் என்று தீர்மானித்துத் தேர்ந்தெடுத்துக் கொண்டானோ அம்மக்களிடமே தன் களப்பணியை மேற்கொள்வதற்குச் செல்கிறான். அம்மக்கள் தங்களுக்குள் செய்து கொள்ளும் உரையாடல்களை அவன் உற்றுக் கவனிக்கிறான். அவர்களுடைய வீட்டிற்குச் செல்வதும், அவர்களுடைய சடங்குகளில் பங்கேற்பதும், அவர்தம் பழக்க வழக்கங்களை உன்னிப்பாகக் கவனிப்பதும் அவனுடைய அன்றாடக் கடமை ஆகிவிடுகிறது. அம்மக்களுடைய மரபுகள் குறித்து அவர்களிடமே துருவித் துருவிக் கேள்வி கேட்டுப் பதில்களைப் பதிவு செய்து கொள்கிறான். அவர்களுடைய பண்பாட்டைப் பற்றிய ஒட்டுமொத்தமான கண்ணோட்டத்தைப் பெறுவதற்காகவோ அதன் சிறப்பான கோணங்களைப் பகுப்பாய்வு செய்வதற்காகவோ அம்மக்களுடைய வாழ்க்கை முறையை ஆராய்கிறான். இவ்வாறு களப்பணி மேற்கொள்வதன் மூலம் தரவுகளைச் சேகரிக்கும் பண்பாட்டு மானிடவியலன், ஓர் இனவரைவியலன் எனக் கருதப்படுகிறான். களத்தை விட்டுத் திரும்பிய பின்னர் தரவுகளை அடிப்படையாகக் கொண்டு பகுப்பாய்வு செய்வான்; ஏனைய தரவுகளோடு இணைத்து நோக்கவும் முற்படுவான்” (Herskovits, 1974: 367).

"ஓர் இனவியலனின் ஆராய்ச்சி அணுகுமுறைக்கு அடிப் படையானது எதுவென்றால், களப்பணி அல்லது இனவரைவிய லாகும்.வாழும் தொல்லியலைக் கவனத்தில் எடுத்துக்கொள்ளும் ஒரு தொல்லியல் நிபுணனே இனவரைவியலன் ஆவான்" (Clyde Kluckhon, 1970).

ஓர் இனவியலாளன், எப்போதெல்லாம் சாத்தியமாகிறதோ அப்போதெல்லாம் தான் ஆராய்ச்சிக்கு உட்படுத்தும் மக்களோடு மக்களாக இருந்து வாழ்வதன் மூலமாக ஓர் இனவரைவிய லனாகவும் ஆகிறான். அம்மக்களோடு இருந்து பழகி, அவர்கள் உண்ணும்உணவைத் தானும் உண்ணுவது; அவர்கள் பேசும் மொழியையே தானும் பேசி அவர்களோடு தொடர்பு கொள்வது; அவர்களுடைய பழக்க வழக்கங்களை உற்றுநோக்குவது - ஆகியவற்றின் மூலம் ஓர் இனவியலாளன், ஓர் இனவரைவிய லனாகத் திகழ்ந்து, ஒரு 'நாற்காலிக்கார மானிடவியலாளர்' அறிவதினும் மிக அதிகமாக ஒரு சமூகத்தின் வாழ்க்கை முறையை அறிந்து கொள்கிறான். அவன், களப்பணி செய்யக்கூடிய சமுதாயத்தில் அவர்கள் அங்கீகரிக்குமாறு எப்படி எல்லாம் நடந்து கொள்ள வேண்டும் என்பது பற்றி அறிந்து கொள்வதன் மூலமாகவே, ஓர் ஆய்வாளன், ஒரு பண்பாட்டைப் பற்றிச் சிறப்பாக அறிந்து கொள்கிறான்.

"ஓர் இனவரைவியலன் என்பவன், தான் ஆய்வுக்கு எடுத்துக் கொண்ட பண்பாட்டுச் சூழலிலேயே தானும் ஒரு பங்கேற் பாளனாக, உற்றுநோக்குவோனாக ஆவதற்கு முயல்கிறான். அப்படியெனில், நரமாமிசம் புசிக்கும் காட்டுமிராண்டிகள் குறித்து ஆராய்ச்சி செய்வதற்கு முற்படும் ஒருவன், அவர்களைப் போலவே நரமாமிசம் புசிக்க வேண்டும் என்பது இதன் பொருள் அல்ல. ஆனால், அந்தக் காட்டுமிராண்டிகளிடையே கலந்து பழகி வாழ்வதன் மூலமாக அவ்வினவரைவியலன் அம்மக்களின் ஒட்டுமொத்தமான பண்பாட்டுச் செயல்திட்டத்தில் நரமாமிச உணவுப் பழக்கத்தின் பங்கு என்ன என்பது பற்றி அறிந்து கொள்ளக் கூடியவனாக இருத்தல் வேண்டும். அந்தக் குறிப்பிட்ட பண்பாட்டின் எந்தவிதமான கூறுகளின் மீதும் அதீதமான அழுத்தம் கொடுத்துவிடாமல், அப் பண்பாட்டில் விரிந்த கண்ணோட்டத்தைப் பெறும் வகையில் அவ்வினவரைவிய லாளன் உன்னிப்பான உற்றுநோக்குவோனாக இருந்தே ஆக வேண்டும். அரசியல், பொருளாதாரம், சமயம் ஆகிய சமூக

நிறுவனங்கள் எவ்வாறு பொருந்தி இணைந்துள்ளன என்பதைக் கண்டறிவதனால் மட்டுமே இனவரைவியலாளன், பண்பாட்டு ஒழுங்கமைப்பைப்புரிந்துகொள்ள முடியும்" (Haviland, 1978: 13).

இனவரைவியலும் புலனாய்வு இதழியலும்

"இனவரைவியலைப் படைக்கும் பணி எத்தகையது என்றால், புலனாய்வு செய்து எழுதும் ஒரு பத்திரிகை நிருபரின் பணியோடு ஒப்பிடத்தக்கது எனலாம். ஏனெனில், புலனாய்வுப் பத்திரிகை நிருபர், நம்பகமான ஆட்களைத் தேர்ந்தெடுத்து அவர்களை நேர்காணல் செய்கிறார். ஆவணங்களைத் தேடி எடுத்து அலசுகிறார். ஒருவர் கூறிய கருத்துக்களை மற்றொருவர் கூறிய கருத்துக்களோடு ஒப்பிட்டு நோக்கி, முன்னர் கூறப்பட்டவற்றி லிருக்கும் நம்பகத் தன்மையை எடை போடுகிறார். அதன் பின்னர், குறிப்பிட்ட வாசகர்களுக்காகவும் தன்னைப் போல் பணியாற்றும் சக பத்திரிகையாளர்களுக்காகவும் கதையை (செய்திக்கதை) எழுதுகிறார். ஆனால், புலனாய்வுப் பத்திரிகை நிருபருக்கும் இனவரைவாளனுக்கும் இடையே ஒரு முக்கிய வேறுபாடு இருக்கிறது. அதாவது, பத்திரிகையாளன் எதிர்பாராத, வழக்கத்தை மீறிய நிகழ்வுகளையே தேடிப் போகிறான். அதாவது, கொலை, வங்கிக் கொள்ளை, விமானம், ரயில் விபத்துகள், அரசியல்வாதிகளின் ஊழல்கள் போன்றவை அவ்வழக்கம் மீறிய நிகழ்வுகளாகும். ஆனால், இவற்றுக்கு நேர்மாறானது இனவரை வியலாளனின் பணி; வழக்கமாக மக்களிடையே நிகழ்பவை, அன்றாட வாழ்க்கைமுறை ஆகியவை பற்றியே இனவரைவியலாளன் எழுதுகிறான். மிகவும் உய்த்துரணத்தக்க மனிதச் சிந்தனை முறைகளும் மனித நடத்தை முறைகளும்தான் அவனுடைய தேடலுக்கான இலக்காக இருக்கின்றன." (Fetterman 1989: 11).

இனவரைவியலன்: கதை சொல்லியும் விஞ்ஞானியும்

"இனவரைவியலாளன் என்பவன், தான் ஆராய்வதற்கு முற்படும் ஒரு குழுவின் அங்கத்தினன் என்னும் கண்ணோட்டத்தி லிருந்து அச்சமூகத்தின் பண்பாட்டுக் காட்சிகளை உற்று நோக்கிப் புரிந்துகொள்வதற்கும் அவற்றை விவரிப்பதற்கும் ஆர்வம் காட்டுபவன். இதனாலேயே அவன் ஒரு கதைசொல்லி யாகவும், விஞ்ஞானியாகவும் ஏக காலத்தில் திகழ்கிறான். இவ்வாறு அவன் திகழ்வது என்பது, இனவரைவியலைப் படிக்க விரும்பும் ஒரு வாசகன், குறிப்பிட்ட வட்டார மக்களின்

கண்ணோட்டங்களைப் புரிந்துகொள்ள வழி வகுக்கும் வகையில், இனவரைவியல் சிறந்த கதையாகவும், சிறந்த அறிவியலாகவும் அமையக் காரணமாகிறது" (1989: 12).

இனவரைவியலும் எழுதும் முறையும்

இனவரைவியல் என்பது வெவ்வேறு முறையில் எழுதப்படலாம். எடுத்துக்காட்டாகச் சொல்லத்தக்க ஒரு இனவரைவியல் என்பது, ஒரு குறிப்பிட்ட பண்பாட்டைச் சேர்ந்த மக்கள் குழுவின் வரலாறு, அம்மக்கள் குழு வாழும் இடத்தைப் பற்றிய நிலவியல், உறவு முறைகள், குறியீடுகள், அரசியல், பொருளாதார ஒழுங்கமைப்புகள், முக்கிய இடம் வகிக்கும் ஒரு பண்பாட்டோடு, ஆய்வுக்குட்படுத்தப்படும் பண்பாடு கொண்டிருக்கும் தொடர்பின் தன்மை ஆகியவை பற்றி விவரிப்பதாக அமையும்.

சாமானியனும் இனவரைவியலும்

'சமூக அறிவியலர்' என்னும் தகுதிநிலைக்குரியவர் மட்டும் தான் இனவரைவியலைப் படைக்க முடியும் என்று ஒரு கருத்து வலுவாக நிலவும்போது, சமுதாயத்தில் தம்மைச் சுற்றி நிகழ்வனவற்றைச் சுய உணர்வோடு பதிவு செய்யும் சாமானியர்கள் கூட இனவரைவுப் படைப்பினை உருவாக்க முடியும் என்னும் கருத்தும் காணப்படுகிறது.

ஒருவர் எப்போதெல்லாம் தன்னைப் பற்றியும், அத்துடன் சகமனிதர்கள், தான் அறிந்த மக்கள், சுற்றுப்புற நிகழ்வுகள் என்பன பற்றியும் எழுத முற்படுகிறாரோ, அப்போது அவர் இனவரைவியலுக்கான அடித்தளம் போடத் தொடங்கி விடுகிறார் என்பது வெளிப்படையான உண்மையாகும்.

'பண்பாட்டு அனுபவம்' என்னும் தங்களுடைய நூலில் ஸ்பராட்லி, மெக் கர்டி (Spradley, Mc Curddy) ஆகியோர் முன் வைக்கும் "ஒரு குறிப்பிட்ட பண்பாட்டைப் பற்றிய விளக்கம்தான் இனவரைவியல்" என்ற சிக்கலற்ற, மிக நேரிடையான வரையறையை மேற்கோளாக முன்வைக்கும் ரோஜர் டி ஆப்ரஹாம்ஸ் (Roger D. Abrahams, 1986 346), 'இனவரைவியலை யார் வேண்டுமானாலும் எழுதலாம் என்பதை மேற்கண்ட மேற்கோள் நமக்குச் சொல்கிறது' என்கிறார். 'நம்மில் அனைவருமே இனவரைவியலை எழுதுகிறோம்' என்கிறார் அவர். அதாவது, ஒரு குறிப்பிட்ட சமயத்தில் நடந்தவற்றைப் பற்றிப் பின்னர் நினைத்துப்

பார்த்து விவரிப்பதற்கும், நடந்துகொண்டிருப்பவை பற்றிய தீர்ப்புகளை எடுத்துரைப்பதற்கும் போதுமான சுயஉணர்வோடு, நாம் எப்போதெல்லாம் நடத்தைகளையோ, நிகழ்த்துதல் களையோ உற்று நோக்குகிறோமோ, அப்போதெல்லாம் நாம் இனவரைவியலைப் படைக்கத்தான் செய்கிறோம் என்கிறார் ரோஜர் டி. ஆப்ரகாம்ஸ்.

இனவரைவியல் பற்றிய இந்தக் கூற்றிலிருந்து நாம் புரிந்து கொள்ளக்கூடிய உண்மை என்னவெனில், சராசரி மனிதர்கள் முதல் எழுத்தாளர்கள் வரை யாரெல்லாம் தாம் உற்று நோக்கிய வற்றை முறையாக எழுத்து வடிவில் வெளிப்படுத்துகிறார்களோ அவை எல்லாம் இனவரைவியல் தன்மையைப் பெற்று விடுகின்றன அல்லது இனவரைவியலுக்கான தரவாக (data) அமைந்து விடுகின்றன என்பதுதான்.

இனவரைவியல் என்னும் கலைவடிவம்

இருபதாம் நூற்றாண்டின் பிற்பகுதியில் - அதாவது, அறுபது களில் இனவரைவியல் என்பது ஒரு முக்கியமான வளர்ச்சிக் கட்டத்தை எட்டியது. பயணக் கதைகள், சாகசக் கதைகள், நாவல் அல்லது புனைகதை, சுய வரலாறு, இதழியல், புள்ளி விவர அறிக்கைகள், பண்பாட்டைப் பற்றிய அனுமான ஆய்வு போன்ற கலைவடிவங்களைப் போல், இனவரைவியல் என்பது, அனை வராலும் ஏற்றுக் கொள்ளத்தக்க, ஒரு படைப்பாகவும், இலக்கிய வடிவமாகவும் வளர்ச்சி அடைந்தது (John Van maanen, 1988: 6).

இதனை உறுதிப்படுத்தும் வகையில், பால் அட்கின்சன் போன்றோரின் பின்வரும் கருத்துகள் அமைந்துள்ளன: 'இன வரைவியல் என்பது ஓர் ஆய்வுமுறையைக் குறிப்பிடும். அதே வேளையில், அந்த ஆய்வுச் செயற்பாட்டின் விளைவாக அமையும் எழுத்து வடிவப் படைப்பான தனிஒரு கலைவடிவத் தையும் (genre) அப்பதம் சுட்டிக் காட்டுகிறது' என்று சமூகவியலர் விளக்குகின்றனர் (Paul Atkinson, 1990:3).

சமூகவியற் பனுவல்களில் ஒரு கலைவடிவமாகக் கருதப்படும் இனவரைவியல் பற்றி "இனவரைவியற் கற்பனை: யதார்த்தம் பற்றிய பனுவல் உருவாக்கங்கள்" *(1990)* என்னும் தலைப்பில் பால் அட்கின்சன் கருத்தாழமிக்க நூலொன்றை எழுதியுள்ளார். குறிப்பிட்ட பிரிவைச் சேர்ந்த சமூகவியலர்கள் எவ்வெவ்வாறு களப்பணியில் சேகரிப்பு உத்திமுறைகளையும் மரபான

விதிமுறைகளையும் கடைப்பிடித்து சமூகம் பற்றிய தத்தம் விளக்க முறை நூல்களைப் படைத்துள்ளார்கள் என்பது பற்றியும், அப்படைப்புகள் எவ்வாறு வாசிக்கப்படவேண்டும் என்பது பற்றியும் பிரதானமாக அழுத்தம் கொடுத்து மேற்கண்ட நூலை அவர் எழுதியுள்ளார்.

இனவரைவியலில் இலக்கிய - இலக்கணக் கூறுகள்

பண்பாட்டைச் சித்திரிக்கும் இனவரைவியல்கள் பல, இலக்கியத்தரமான படைப்புகளாக விளங்குகின்றன எனக்கூறும் பால் அட்கின்சன், இலக்கியக் கூறுகளும் மொழி இலக்கணக் கூறுகளும் ஒரு சமூகவியல் படைப்பிற்கு, அது சொல்ல முற்படும் சமூகம் பற்றிய சித்திரிப்புக்குத் தடையாக இருக்க முடியாது என்கிறார். பண்பாட்டைப் பிரதிபலிக்கும் சாதனங்கள் பல வகையாகும். 'நாவல் என்னும் சாதனத்தின் மூலம் மட்டுமே சமூகம் தன்னைத் தானே பிரதிபலித்துக் கொள்கிறது என்று கருதிவிட முடியாது. பல்வேறு தொடர்புச் சாதனங்களையும். கலை வடிவங்களையும், வழக்க முறைகளையும் நாம் பெற்றிருக்கிறோம். இந்தச் சாதனங்களின் வாயிலாக நம்முடைய பண்பாட்டின் கூட்டு வெளிப்பாடுகளை நாம் எதிர்கொள்கிறோம். அவ்வகைச் சாதனங்களில் ஒன்றுதான் சமூகவியல். எனவே, இனவரைவியல் என்னும் கலை வடிவம் என்பது, இந்நூற்றாண்டுக் காலம் முழுவதும் பண்பாட்டுச் சித்திரிப்புகளை எடுத்துரைத்து வரும் பல்வேறு சாதனங்களில் ஒன்றாகும்.' (1990:4).

இனவரைவியல் என்னும் கலைவடிவத்திற்கென்று, சமூக வியல் பனுவல்களுக்கு உரிய தனியானதும் ஒரே மாதிரியானது மான விதிமுறைகளைக் கொண்ட தொகுப்பேதும் இல்லை என்று கூறும் அட்கின்சன், ஏனைய சில பனுவல் வகைகளுக்கும் இனவரைவியலுக்கும் உரிய விவரிப்பு மரபுகள் பொதுவானவை யாகும் என்கிறார். யதார்த்த நாவல், உருவக நாவல் போன்ற இலக்கிய வடிவங்களுக்கும் இன வரைவுப் படைப்பிற்கும் இடையில் காணப்படும் சிலவகை மரபுகள் பொதுவானவை யாகும். அவ்வாறே, வரலாறு, வாழ்க்கை வரலாற்று இலக்கியம், அறிவியல் ஆராய்ச்சி அறிக்கைகள் போன்ற ஏனைய உள்ளதை உள்ளவாறே விவரிக்கும் கலைவடிவங்கள் பின்பற்றும் மரபுகளும் கூட இனவரைவியலுக்கும் உரியவையே ஆகும். (1990:8).

இனவரைவியல்: தீர்மானிக்கும் கூறுகள்

இனவரைவியல் படைப்பு, ஏறக்குறைய ஆறு வகையான வழிமுறைகளால் தீர்மானிக்கப்படுகிறது என்று ஜேம்ஸ் கிளிஃபோர்ட் கூறுகிறார். அவை:

1. சூழல் : இனவரைவியல் சூழலிலிருந்தே வருவிக்கப் படுகிறது. சூழலே பொருட் செறிவுடைய சமூகப் பொருண்மையைப் படைக்கிறது.

2. அணி இலக்கணம்: இனவரைவியல், மொழி வெளிப்பாட்டு மரபுகளைப் பயன்படுத்திக் கொள்கிறது. அவ்வாறே அவையும் இனவரைவியலைப் பயன்படுத்திக் கொள்கின்றன.

3. நிறுவனம்: இனவரைவியலர், குறிப்பிட்ட மரபுகள், அறிவுப் புலங்கள் ஆகியவற்றையும் பார்வை யாளர்களையும் மனதிற்கொண்டு ஆதர வாகவோ எதிராகவோ இனவரைவியலை எழுதுகிறார்.

4. தனியொரு கலைவடிவம்: இனவரைவியல் என்பது, தனி ஒரு கலை வடிவம் என்னும் வகையில் நாவல் அல்லது பயண இலக்கியத்திலிருந்து பொதுவாக வேறுபடக் கூடியதாகும்.

5. அரசியல்: பண்பாட்டு யதார்த்தங்களை முன்னெடுத்து வைப்பதற்கான அதிகாரம், சமச்சீரற்ற முறையில் பகிர்ந்தளிக்கப்படுகிறது. மேலும் அவ்வதிகாரம் அவ்வப்போது சர்ச்சைக் குரியதாகிறது.

6. வரலாறு: மேற்குறித்த அனைத்து நடைமுறை மரபு களும் கட்டுப்பாட்டு விதிகளும் மாறிக் கொண்டிருக்கின்றன.

மேற்கண்ட தீர்மானிக்கும் கூறுகள் தாம், இனவரைவுக் கதையைப் படைக்கும் செயலை ஆளுமை செய்கின்றன என்கிறார் ஜேம்ஸ் கிளிஃபோர்ட் (James Clifford and Gerorge E. Marcus, 1986: 6).

உலகின் பல்வேறு பகுதிகளில் நிலவும் பண்பாடுகளைப் பற்றி எழுத்தாளர்கள் தொடர்ந்து எழுதி வருகிறார்கள். ஆனால்,

அவர்கள் தத்தமது இனவரைவியல் படைப்பினை எழுதுவது தொடர்பாகப் பலவகையான விதிகள் அந்தந்தப் பகுதிகளில் தோன்றியுள்ளன. அவற்றைக் குறித்து ஜேம்ஸ் கிளிஃபோர்ட் போன்ற மானிடவியலர்கள் விவாதித்துள்ளனர்.

அமெரிக்கப் பூர்விக மக்களுடைய பண்பாடுகளைப் பற்றி ஆராய முற்படும் ஒரு வெளியாள், அம்மக்களுடைய நிலவுரிமைச் சட்டத்தை ஆதரிப்பவராக இருக்க வேண்டும் என்று எதிர் பார்க்கப்படுகிறார். வெளியுலக ஆராய்ச்சியாளர் தன்னுடைய ஆய்வைத் தொடர்வதற்குத் தேவையான ஒரு தகுதியாக இது கருதப்படுகிறது. இது மட்டுமல்லாமல், தற்போது வட்டார அளவிலும் தேசிய அளவிலும் பூர்வீக மக்கள் அரசுகளால், களப்பணி மேற்கொள்ள விதவிதமான விதி முறைகள் முன் வைக்கப்படுகின்றன. இப்பின்னணியில், இனவரைவியல் மேடைக் காட்சியில் ஒரு புதிய பாத்திரம் தோன்றியுள்ளார். அவர்தான் “சொந்த மண்ணுக்குரிய இனவரைவியலர்”. தத்தம் பண்பாடுகளைப் பற்றி ஆராய்வதற்கு முற்படும் உள்ளூர்க் காரர்கள், அவற்றைப் பற்றிய புதிய கருத்துக் கோணங்களையும், ஆழமான புரிதல்களையும் முன்வைக்கிறார்கள். அவர்களுடைய விளக்கங்கள், தனித்துவமான வழிமுறைகளால் வென்றெடுக்கப் பட்டவையும் வரையறுக்கப்பட்டவையுமாகும். இனவரை வியலை எழுதுவதற்கான வெவ்வேறு வகைப்பட்ட பிந்தைய மற்றும் புதிய காலனிய விதிகள், “சீரிய” பண்பாட்டு விளக்கங் களை வழங்க சாத்தியமானவை அல்ல. நல்லதோர் பண்பாட்டு விளக்கவுரையை நிர்ணயம் செய்வதற்காக விதிமுறைகள் தீர்மானிக்கப்படவில்லை. அத்துடன் அவை மாறிக் கொண்டிருக் கின்றன. ஆயினும், மேலே குறிப்பிட்ட கொள்கை மாற்றங்கள், விதி மாறுதல்கள், புதிய சமரசங்கள் ஆகியவற்றிலிருந்து ஒரு புதிய உண்மை வெளிப்பட்டுள்ளது. தொடர்ச்சியாக ஏற்பட்டு வரும் வரலாற்று நிர்ப்பந்தங்கள், தாம் மேற்கொள்ளும் “ஆய்வுப் பொருட்களின்” அடிப்படையில் மானிடவியலை மறுநிலைப் படுத்துவதற்குத் துவங்கியுள்ளன. தங்களால் தங்களுக்காகக் குரல்கொடுக்க முடியாதவர்கள் (“ஆதிவாசிகள்”, “கல்வி அறிவற்றவர்கள்”, “வரலாறு அற்றவர்கள்”) என்று முத்திரை குத்தப்பட்டவர்களுக்காகத் தன்னிச்சையான அதிகாரத்துவத் தோடு இனிமேல் மானிடவியலால் பேசமுடியாது (Clifford and Marcus, 1986: 9-10). என்னும் நிலைமையும் தோன்றிவிட்டது.

இலக்கியம் என்னும் பண்பாட்டுப் பனுவல்

இந்த அளவோடு இனவரைவியல், இனவரைவியலன் உள்ளிட்டவை குறித்த விளக்கங்களை முடித்துக் கொண்டு, இலக்கியம், படைப்பாளி ஆகியவற்றுக்கு வரலாம். எந்த ஒரு பண்பாட்டை எடுத்துக் கொண்டாலும், கூட்டுப் படைப்பு களாகக் கருதப்படும் அப்பண்பாட்டின் மக்கள் மரபுகளான பருப்பொருள் மற்றும் நிகழ் கலைகள், வாய்மொழி இலக்கிய வடிவங்களைப் போலவே அதன் செந்நெறிக்கலை, இலக்கிய மரபுகளுக்கும் ஒரு முக்கிய இடம் இருக்கிறது. இக்கலை, இலக்கிய மரபுகள், குறிப்பிட்ட சமூகத்தின் மக்கள் வாழ்க்கையை, அதன் வெவ்வேறு கூறுகளைப் பல்வேறு கோணங்களில் அணுகுவதன் வாயிலாக அதனை அப்படியே நகல் செய்யலாம்; அல்லது அதன் சாதக - பாதகங்கள் பற்றி விவாதிக்கலாம். அந்தச் சமூகத்தில் காணப்படும் ஏற்றத்தாழ்வுகளை, அதிகாரத்தை, சுரண்டலை, ஒடுக்குமுறையைப் படம்பிடித்துக் காட்டுவதன் வாயிலாக எதிர்ப்பு வடிவங்களாகக் கலை, இலக்கியப் படைப் புகள் அமையலாம். எப்படியோ செந்நெறிக்கலை, இலக்கிய மரபுகள் அவை அவை வேர்கொண்டிருக்கக்கூடிய பண்பாட்டை நேரிடையாகவோ மறைமுகமாகவோ சித்திரிக்கின்றன என்பது முக்கியமானது. இதன் காரணமாகத்தான், இலக்கியத்தைப் பண்பாட்டின் ஒரு பகுதி - அதுவும் மிக முக்கியமான பகுதி என்றும், இலக்கியப் பனுவல்கள், ஏனைய பண்பாட்டுப் பனுவல்களைப் போலவே, பண்பாட்டுப் பனுவல்கள்தாம் என்றும் வின்னர் போன்ற மானிடவியலர்கள் குறிப்பிடுகின்றனர்.

எனவே, பண்பாட்டுப் பனுவல்களான இலக்கியப் படைப்பு களை மானிடவியலர்களும் கவனத்தில் எடுத்துக்கொண்டு கட்டாயம் ஆராயவேண்டும் என்பது அவர்களுடைய வாத மாகும். அதாவது, ஒரு பண்பாட்டைப் பற்றி ஆராய முற்படும் போது, அதன் உறவுமுறை ஒழுங்கமைப்புகள், உணவுப்பொருள் மற்றும் அதனைத் தயாரிக்கும் முறைகள், வாழ்க்கை வட்டச் சடங்குகள் என்று, இப்படிப் பல்வேறு ஒழுங்கமைப்புகளைப் பற்றி மானிடவியலர் ஆராய்வது எவ்வளவு அவசியமோ, அதனைப் போன்றே இலக்கியத்தையும் மானிடவியலர் அவசியம் ஆராய வேண்டும் என்று வின்னர் போன்ற அறிஞர்கள் வலியுறுத்துகின்றனர். (Fernando Poyatos, 1988: 328-329).

எனவே, இலக்கியம் பண்பாட்டின் ஒருபகுதியாகத் திகழும் போது, அப்பண்பாடு பற்றிய இனவரைவியலுக்கான ஆதாரங்களில்

ஒன்றாக அவ்விலக்கியமும் அமைந்துவிடுகிறது. இவ்வாறு இலக்கியம், பண்பாட்டின் ஒரு பகுதியாக அமையும் நிலையில், அதனைப் படைக்கும் படைப்பாளியை நாம் எவ்வாறு பார்ப்பது? படைப்பாளி என்பவன் தன்னுடைய பண்பாட்டினால் வளர்த்தெடுக்கப்பட்ட ஒரு படைப்பாகவே கருதப்படுகிறான். அத்துடன், தன்னைப் படைத்த பண்பாட்டை அவன் தன்னுடைய அழகியல் கண்ணோட்டத்திலிருந்தே பிரதிநிதித்துவப்படுத்துகிறான். அதாவது, தனக்கு உகந்த உபாயங்கள் மூலமாக - மொழியையும் உலகக் கண்ணோட்டங்களையும் குழைத்துப் பதப்படுத்தி - பண்பாட்டின் விதிகளையும் ஒழுங்குகளையும் மீறித் தன்னுடைய படைப்பின் வழியாகத் தன்னுடைய பண்பாட்டினைப் பிரதிநிதித்துவம் செய்கிறான். இத்தகைய இலக்கியப் படைப்பு, அவனுடைய சமூகத்தின் பண்பாட்டினை அல்லது அதன் ஒரு பகுதியை விவரிக்கும் பிரதிபலிப்பானாகத் திகழ்கிறது அல்லது அப்பண்பாட்டைப் பற்றி விவரிக்கும் ஆய்வுமுறையான இனவரைவியலுக்கு உதவும் ஆதாரங்களில் ஒன்றாக எடுத்துக் கொள்ளப்படுகிறது.

இனவரைவியலும் இலக்கியமும்

இந்தப் பின்னணியில் பார்க்கும்போது, சங்க காலத்திய படைப்புகள் முதல், இன்று வரையில் எழுதப்பட்ட இலக்கியப் படைப்புகள் வரையில், பெரும்பான்மையான இலக்கியங்கள் குறிப்பிட்ட காலம், வட்டாரம், தழுவிய மக்களுடைய பண்பாட்டைப் பெருமளவிலோ குறைந்தபட்ச அளவிலோ எடுத்துரைக்கக்கூடிய இனவரைவுத் தரவுகளாக அமைகின்றன என்னும் முடிவுக்கு வருகிறோம்.

இலக்கியத்தைப், பண்பாட்டினைச் சித்திரிக்கக் கூடிய பனுவலாகவும், இலக்கியப் படைப்பாளியை அவனுடைய பண்பாட்டின் படைப்பாகவும் நாம் உள்வாங்கிக் கொண்டு இனவரைவியலோடு அவனுடைய படைப்பையும், இனவரைவியலனோடு படைப்பாளியையும் ஒப்பிட்டுப் பார்க்கலாம்.

இனவரைவியலன் தான் ஆராயப்புகும் பண்பாட்டில் தன்னை ஓர் உறுப்பினனாகப் பாவித்துக் கொள்கிறான். அதன் மூலம் அப்பண்பாட்டைச் சேர்ந்த மக்களுடைய வாழ்க்கை முறையை அவர்களுடைய கண்ணோட்டத்திலிருந்து உற்று நோக்கிப் புரிந்து கொள்ள முற்படுகிறான்.

இலக்கியவாதி (கவிஞன், சிறுகதை எழுத்தாளன் மற்றும் நாவலாசிரியன்) தன்னுடைய சமூகத்தில் ஓர் உறுப்பினனாக இருந்து அச்சமூகத்தின் அனைத்து வகையான நடவடிக்கை களையும் அனுபவம் மூலம் அறிகிறான்; அல்லது பார்வையாள னாக இருந்து கிரகித்துக் கொள்கிறான்.

இனவரைவியலனுடைய படைப்பு என்பதோ சில வரை முறைகளையும் வழிகாட்டும் குறிப்புகளையும் பயன்படுத்தி சேகரிக்கப்பட்ட தரவுகளை வகைதொகைப்படுத்தி எழுதப்பட்ட பண்பாட்டுச் சித்திரிப்பாகத் திகழ்கிறது. எவ்வகையான பார்வையாளர் அல்லது வாசகரை இலக்காகக் கொண்டு எழுதப்படுகிறது என்னும் நோக்கம், ஓர் இனவரைவியல் படைப்பின் தன்மையை, தரத்தைத் தீர்மானிக்கிறது. ஆனால், பொதுவாகக் குறைந்த எண்ணிக்கையிலான பார்வையாளர் களுக்காகவே இனவரைவியல் எழுதப்படுகிறது.

ஆனால், இலக்கியவாதியின் படைப்போ, அவ்விலக்கியப் படைப்பிற்கே (கவிதை, சிறுகதை, நாவல் முதலியவை) உரிய தர்க்க ஒழுங்கையே தனது வழிகாட்டியாகக் கொள்கிறது. இந்த தர்க்க ஒழுங்கின் அடிப்படையில் படைக்கப்படும் இலக்கியம், சமூக அறிவியல் பனுவல்களுக்கு இணையானது அல்ல என்னும் வாதம் ஒரு பக்கம் இருப்பினும், அது இனவரைவியல் தன்மை (ethnographic sense) கொண்டதாக விளங்குகிறது என்பதுதான் நமது கணிப்பு. சங்ககாலம் முதற்கொண்டு, கவிதை வடிவில் படைக்கப் பட்டிருக்கும் மேற்கண்ட, தன்மையுடைய இலக்கியங்களை அடிப்படையாகக் கொண்டே, தமிழரின் சமூகப் பண்பாட்டையும் வரலாற்றையும் மீட்டெடுத்திருக்கிறோம் என்பதும் நினைவிற் கொள்ளத்தக்கது.

தமிழர் பண்பாடு: ஆய்வுகளும் படைப்பிலக்கியங்களும்

இந்த இடத்தில், தமிழரின் பண்பாட்டு வரலாறு மீட்டெடுப்பு தொடர்பாக மேற்கொள்ளப்பட்ட ஆய்வுப் போக்குகள் குறித்து ஒன்றைக் குறிப்பிட வேண்டும். அதாவது, மானிடவியலர்களைப் போன்று, சமூக அறிவியலுக்கான நெறிமுறையில் நின்று, தமிழர்களுடைய கடந்த காலத்திய மற்றும் நிகழ்காலத்திய பண்பாட்டினைப் பற்றி ஆராயும் ஆய்வு மரபு என்பது தமிழக எழுத்தாளர்களிடம் தீவிரமானதாக இருந்ததில்லை. ஆனால், தமிழ்மொழி, இலக்கியம், இனம், வரலாறு, பண்பாடு ஆகிய

வற்றின் பெருமை பாராட்டும் வண்ணம் எழுத்தாளர்கள் தம்முடைய படைப்புகளை வழங்கியுள்ளனர். இப்போக்கு கூட கடந்த காலத்திய தமிழகத்தை - அதன் இலட்சியப் பண்பாட்டை மையப்படுத்தியதாக இருந்தது. நிகழ்காலத்திய சமூகப் பண்பாட்டுச் சூழலை, அதன் உரிய நிறப்பண்போடு உற்றுநோக்கி ஆராய்ந்து எழுதும் மரபு முன்னர் இல்லாதிருந்தது. இத்தகைய அணுகுமுறைக்கு ஒரு நியாயமான காரணமும் இருந்தது. சமஸ்கிருத மொழி, இலக்கியம், பண்பாட்டை உயர்வானவை என்றும், தமிழ்மொழி, பண்பாடு ஆகியவற்றை ஒரு படி முன்னவற்றிற்குத் தாழ்வானவை என்றும் கருதும் ஒரு வகைப் பண்பாட்டு மேலாதிக்க மனோபாவம் மெல்ல மெல்ல வளர்ந்து, உச்சம் பெற்றிருந்த சூழல், சமஸ்கிருத மயமாக்கலின் ஊடாகக் கடந்த நூற்றாண்டுகளில் நிலவியது. பிரிட்டீஷ் காலனி ஆட்சி இங்கு வழங்கிய கல்வியும், சுயமரியாதை உணர்வும் உசுப்பி விட்டதால், இரண்டாயிரம் ஆண்டுக் காலத்திற்கு முற்பட்ட இலக்கண நூலான தொல்காப்பியம், சங்க இலக்கியங்கள், சங்கம் மருவிய காலத்திய சிலப்பதிகாரம் உட்பட பல்வேறு இலக்கியங் களை முதன்மையான ஆதாரங்களாக எடுத்துக்கொண்டு அவற்றிலிருந்து தமிழ்ப் பண்பாடு ஏறக்குறைய மீட்டுருவாக்கம் செய்யப்பட்டது. இப்பணியில் பல்வேறு தமிழறிஞர்கள் ஈடுபட்டனர். தமிழர்ப் பண்பாடு என்பது ஒருமுகத் தன்மை வாய்ந்தது என்னும் தொனி, அவர்களுடைய படைப்புகளில் மேலோங்கியிருந்தாலும் அது தவிர்க்க முடியாத ஒரு வரலாற்றுத் தேவையாக இருந்தது.

இத்தகைய போக்கு ஒரு பக்கம் நீண்ட காலமாக நிலவி வந்தாலும், இதற்கு எதிர்நிலையில், இலக்கியம், வாய்மொழி வழக்காறுகள், வரலாற்றுச் செய்திகள் என்பனவற்றின் ஊடாகத் தமிழர்ச் சமூகத்தையும், பண்பாட்டினையும் சமூகவியல், மானிடவியல் போன்ற சமூக அறிவியல்களின் நெறிமுறைப் பின்னணியோடு அணுகும் ஆய்வு மரபு நா. வானமாமலை போன்றோரால் தொடங்கப்பட்டு, அது வேரூன்றியிருக்கும் நிலையையும் காண்கிறோம். அறுபதுகளில் தோன்றிய இப்போக் கிற்குத் தளம் போட்டுக் கொடுத்தவர்களுள் எஸ். வையாபுரிப் பிள்ளை குறிப்பிடத்தக்கவர். அவருடைய எழுத்துக்களில், மானிடவியலைக் கொண்டு தமிழ் இலக்கியத்தை ஆராயும் தொடக்க நிலை அணுகுமுறை வெளிப்பட்டது, (காண்க: தமிழர் பண்பாடு, 1949).

இன்னொரு பக்கம், பண்பாட்டுத் தரவுகளைப் பயன் படுத்திப் புதிய வகையிலான இலக்கியப் படைப்புகளை வழங்கும் ஒருவகைப் படைப்பு மரபு நமது எழுத்தாளர்களால் தோற்று விக்கப்பட்டிருப்பதைக் காண்கிறோம். புதுக்கவிதை, சிறுகதை, நாவல், இலக்கிய - பண்பாட்டு நயம்பாராட்டும் கட்டுரை வகை, சுய வரலாறு, பயணக் கதை, நாட்குறிப்பு போன்ற இலக்கிய வகைகளின் அறிமுகம் தமிழ் மரபுக்குள் புகுந்தபோது, அந்தந்த இலக்கிய வடிவத்தின் தன்மைக் கேற்ப சமகாலத்தியவையான பல்வேறு வட்டாரப் பண்பாட்டுத் தரவுகள் பயன்படுத்தப் பட்டன; பதிவு செய்யப்பட்டன.

சாதிய அடுக்கமைப்பில் முதல் தட்டிலிருந்த, எழுத்தறிவு பெற்ற முற்பட்ட வகுப்பினரில், இலக்கியப் படைப்புக் கலையில் பயிற்சி பெற்றவர்கள் தங்கள் தங்களின் சமூக வாழ்க்கையில் அனுபவித்த, பார்த்த, கேட்டறிந்த வாழ்வியல் தரவுகளை அடிப் படையாகக் கொண்டு இலக்கியப் படைப்புகளை உருவாக்கினர். தமிழில் தொடக்க கால நாவலாசிரியர்களாக அறியப்படும் குருசாமி சர்மா, ராஜம் அய்யர், மாதவய்யா, நடேச சாஸ்திரி ஆகியோர் பிராமணர்களின் சமூக வாழ்க்கையையும், பொன்னு சாமிப்பிள்ளை, முதலியார், செட்டியார் போன்ற சாதிகளின் சமூக வாழ்க்கையையும் பின்புலமாகக் கொண்டு நாவல் எழுதி னார்கள் (ஆ. சிவசுப்பிரமணியன், 1995: 7). இதனை சமகாலத்திய வாழ்க்கையை இலக்கிய மயமாக்கும் பாணியின் ஒரு துவக்கமாகக் கொள்ளலாம். இத்தகைய முயற்சியில் உருவான புனைகதை வடிவத்தையே பின்னர் வந்த திறனாய்வாளர்கள் 'வட்டார நாவல்' என்று ஏனைய நாவல்களிலிருந்து தனித்து வேறுபடுத்திக் காட்டும் வண்ணம், ஒரு துணை வகைமைப்பாட்டை உருவாக் கினர்.

இனவரைவியலர், இலக்கியப் படைப்பாளிகள் ஆகிய இருவருக்கும் தங்கள் படைப்புகளுக்கான பொதுவான களமாக விளங்குவது சமுதாயமே. இன்றைய சூழலில் இவர்கள் இருபிரிவினரும் தத்தம் களப்பணி அனுபவம், மற்றும் வாழ்க்கை அனுபவம் ஆகியவற்றின் ஊடாகச் சமுதாயத்தில் நடக்கும் எதிர்பாராத பண்பாட்டு நிகழ்வுகளை எவ்வாறு எதிர்கொள் கிறார்கள், அணுகுகிறார்கள்? எவ்வாறு தத்தம் இனவரைவியல் மற்றும் இலக்கியப் படைப்புகளில் அவற்றைப் பயன்படுத்திக் கொள்கிறார்கள் என்பதைப் பின்வரும் பகுதிகளில் சில உதாரணங்கள் மூலம் பார்க்கலாம்.

பண்பாட்டு எதிர்க்கையும் படைப்பாளிகளும்

ஒரு குறிப்பிட்ட பின்னணியைப் பற்றி முழுமையாக அறிந்திராத நிலையில், ஒரு களப்பணியாளன் அங்குச் சற்றும் எதிர்பாராதவாறு திடீரென்று எதிர்கொள்ளக்கூடிய சில சம்பவங்கள், அவனுக்கு ஆச்சரியம் தருவனவாகவோ அதிர்ச்சி ஊட்டக்கூடியவையாகவோ அமைந்துவிடுவதுண்டு. அவ்வகையான நிகழ்வுகளுக்கு, அவன் தயாராகாத நிலையில் அவை ஆச்சரியங்களாகவோ அதிர்ச்சிகளாகவோ அமையத்தான் செய்யும். இப்படி ஓர் இனவரைவியலன் தன்னுடைய களப்பணிப் பிரதேசத்தில் எதிர்பாராத வகையில் சந்திக்கும் நிகழ்ச்சியையே இனவரைவியல் எதிர்க்கை (Ethnographic encounter) என்கின்றனர். (Agar, 1986: 18) ஏனென்றால், இத்தகைய எதிர்பாராத, ஆனால் குறிப்பிட்ட ஊரிலுள்ள மக்களால் சராசரியானதாகக் கருதப்படும் ஒரு நிகழ்வு, இனவரைவியலனுக்கோ புரிந்து கொள்ளுதலில் ஒரு பிரச்சினையை ஏற்படுத்திவிடுகிறது. இத்தகைய பிரச்சினையைத் தோற்றுவிக்கக்கூடிய நிகழ்ச்சி அல்லது சூழலையே மரபு (Tradition) என்று குறிப்பிடுகின்றனர். அதாவது, நமது அனுபவங்களின் மூலமாகப் பொருள் புரிந்து கொள்வதற்குரிய தரவுகளாகிய ஆதாரங்களைக் குறிப்பிடுவதற்குப் பயன்படுத்தும் சுருக்கெழுத்துப் பதம்தான் 'மரபு' என்பது. இம்மரபினை ஒரு புதிய சூழலில் ஓர் இனவரைவியலன் எதிர்கொள்ளும்போது, அவனுடைய பண்பாட்டுப் பின்னணியில் அது அர்த்தமற்றதாகையால், அவன் ஆய்வு செய்யும் ஊரினுடைய மரபின் ஊடாக, அதனைப் பொருத்திப் பார்த்து, அதன் இடத்தை அறிந்துகொள்ள வேண்டியிருக்கிறது. இதனைப் பற்றிப் புரிந்து கொள்வதற்கு இங்கு இரண்டு உதாரணங்களைக் குறிப்பிடலாம்.

பல ஆண்டுகளுக்கு முன்னால், மேற்கத்திய நாட்டைச் சேர்ந்த இனவரைவியலர் ஒருவர் தென்னகத்திற்கு வந்து தமது ஆய்விற்கான களப்பணியில் ஈடுபட்டிருந்தார். இங்கே உள்ள சமையல்காரர் ஒருவர் அவருக்குச் சாப்பாடு செய்து கொடுத்துக் கொண்டிருந்தார். ஒருநாள் அந்த ஆய்வாளர் தான் தங்கியிருந்த கிராமத்திலிருந்து சில மைல்கள் தொலைவிலுள்ள வேறு ஒரு கிராமத்திற்கு நண்பகலில் செல்ல வேண்டியிருந்தது. அப்போது அவருக்கு உணவு தயார் செய்து கொடுத்த சமையல்காரர் அவ்வுணவை ஒரு துணியில் வைத்துக் கட்டுவதற்கு முன்னால், ஒரு சிறிய கரித்துண்டை அவ்வுணவின்மேல் வைத்தார்.

அதனைப் பார்த்ததும் அந்த வெள்ளைக்கார ஆய்வாளருக்குக் குழப்பம் ஏற்பட்டது. அந்தச் சமையல்காரரின் செயலை அவரால் புரிந்து கொள்ளமுடியவில்லை. பக்கத்து ஊருக்கு அவர் நண்பகல் நேரத்தில் சாப்பாட்டோடு செல்லும்போது, மிகவும் துடிப்பாக உலவக் கூடிய ஆவிகள், அந்த உணவால் ஈர்க்கப்பட்டு அருகில் வந்துவிடக் கூடாது, தாக்கிவிடக் கூடாது என்பதற்காகத் தான் சமையல்காரர் ஆவி விரட்டியாகக் (Spirit repellent) கரித்துண்டினைச் சாப்பாட்டில் வைத்துக் கொடுத்து அனுப் பினார் என்பதைப் பின்னர் வெள்ளைக்கார ஆய்வாளர் சமையல் காரரிடம் கேட்டுத் தெரிந்து கொண்டார். ஆனால் உள்ளூரிலோ அந்தக் கரித்துண்டு வைக்கும் வழக்கம் ஒரு குழந்தைக்குக் கூடத் தெரியும் என்பது வேறு விஷயம்.

பொதுவாகத் தென்னிந்தியாவில் - குறிப்பாகத் தமிழ் நாட்டில் பல்வேறு சாதியாரிடையே, ஒரு நம்பிக்கை நிலவுகிறது. அதாவது, இரவிலோ பகலிலோ ஓரிடத்திலிருக்கும் வீட்டி லிருந்து, மற்றோர் இடத்திலிருக்கும் வீட்டிற்கோ, வயல்வெளியில் ஆட்கள் வேலை செய்யும் இடத்திற்கோ மீன், இறைச்சிக்குழம்புச் சாப்பாட்டை ஒருவரிடம் கொடுத்தனுப்பும்போது, அதனோடு ஒரு கரித்துண்டையோ இரும்புத் துண்டையோ வைத்துக் கொடுத்தனுப்புவது வழக்கம். இது ஒரு நம்பிக்கை சார்ந்த வழக்கம். வழியில் உலவக்கூடிய கெட்ட சக்திகள் (ஆவிகள்) உணவு எடுத்துச் செல்பவரைப் பின்தொடர்ந்து, இன்னொரு வீட்டிற்குச் சென்று இன்னல் விளைவிக்கும் அல்லது அவரையே தாக்கும் என்பது, அருபமான இயற்கையிறந்த சக்திகளான ஆவிகள் பற்றிய கருத்துருவங்களைப் படைத்துக் கொண்டி ருக்கும் ஒரு சமய ஒழுங்கமைப்பைத் தழுவிய மக்களின் நம்பிக்கை யாகும். இந்நம்பிக்கையின் அடிப்படையில், ஆவிகளின் தாக்கு தலிலிருந்து தற்காத்துக் கொள்வதற்காக, ஆவி விரட்டிகளாக மேற்குறிப்பிட்டவாறு கரித்துண்டையோ இரும்புத் துண்டையோ பயன்படுத்துகின்றனர். இதனைப் பற்றி எதுவும் தெரியாத ஓர் அந்நிய இனவரைவியலனுக்குக் 'கரித்துண்டினை வைத்தல்' என்னும் வழக்கத்தைத் திடீரென்று எதிர்கொள்வதென்பது. இனவரைவியல் எதிர்க்கையாக அமைந்துவிடுகிறது.

பண்பாட்டு அசைவு: இனவரைவியல் எதிர்க்கை

மேற்கண்ட உதாரண நிகழ்ச்சியைப் போல், வேறொரு உதாரண நிகழ்ச்சியையும் இங்குக் குறிப்பிடலாம். மிகவும்

அரிதாக நடக்கக் கூடிய நிகழ்ச்சி இது. தொ. பரமசிவன் தமது நூலில் இதனைப் பதிவு செய்துள்ளார். நெல்லை மாவட்டத் திலுள்ள சாதிக்கட்டுமானம் உடையாத ஒரு நகரத்தின் ஒரு பகுதியில், இருபத்தெட்டு வயதான இளைஞர் ஒருவர், தனது இருபத்து மூன்று வயதான மனைவியையும் மூன்று வயதான பெண் குழந்தையையும் பரிதவிக்க விட்டுவிட்டு, விபத்தொன்றில் இறந்து போனார். இழவு வீட்டிற்கு ஊராரும் உறவினர்களும் வந்து சூழ்ந்திருக்கிறார்கள். அவர்களுள் ஒருவராகக் கலந்து கொண்டிருந்த நூலாசிரியர், தாம் எதிர்பாராமல் அங்கு பார்க்க நேர்ந்த ஒரு 'சடங்கி'னைப் பற்றி அவரே அதிர்ச்சி கலந்த உணர்வோடு எழுதியுள்ளதைப் பார்க்கலாம்:

> "திடீரென்று மேளச்சத்தம் நின்றது. இழவு வீட்டிற்கு உள்ளிருந்து ஒரு மூதாட்டி வெளியில் வந்தார். பேசிக் கொண்டிருந்த ஆண்கள் பேச்சை நிறுத்தினர். அம்மூதாட்டியின் கையில் தண்ணீர் ததும்பி வழியும் செம்பொன்று இருந்தது. அந்தத் தண்ணீர்ச் செம்பை அவர் கூட்டத்தின் நடுவில் வைத்துவிட்டு நிமிர்ந்தார். அவரது வலக்கையில் ஏதோ மடக்கி வைத்திருந்தார். கூர்ந்து பார்த்ததில்அவை உதிரிப் பிச்சி (முல்லை)ப் பூக்கள் என்று தெரிந்தன. அவர் கூட்டத்தை ஒரு முறை நிதானமாகத் திரும்பிப் பார்த்தார். பின்னர், கையில் இருந்த பிச்சிப் பூக்களில் ஒன்றைச் செம்பில் நிறைந்த நீரின் மீது இட்டார். கூட்டம் மூச்சடங்கியது போல் அமர்ந் திருந்தது. பின்னர், இன்னொரு பூவைச் செம்புத் தண்ணீரின் மேலிட்டார். இரண்டு பூக்கள் செம்பு நீரில் மிதப்பது எல்லார் பார்வைக்கும் தெரிந்தது. கூட்டத்தில் இருந்த பெரியவர்கள் ச்சூ..., ச்சூ..., என்று அனுதாபத்தோடு ஒலி எழுப்பினர். பின்னர் அம்மூதாட்டி மூன்றாவது பூவையும் செம்பு நீரில் இட்டார். கூட்டம் மறுபடியும் அனுதாப ஒலி எழுப்பியது. ஒன்றிரண்டு நொடிகள் கழித்த பிறகு அந்தப் பெண் நீரிலிட்ட மூன்று பூக்களையும் கையில் எடுத்துக்கொண்டு செம்புத் தண்ணீரைத் தரையில் கொட்டிவிட்டு விடுவிடென்று இழவு வீட்டிற்குள் சென்றுவிட்டார். கூட்டத்தில் அனுதாப ஒலியோடு பேச்சும் எழுந்தது. 'ம் பாவம்.'; 'என்னாத்தச் சொல்றது'...

கூட்டத்தில் ஒருவனாக நின்று இதை எல்லாம் கவனித்துக் கொண்டிருந்த கட்டுரையாளர், கூட்டத்தில் இருந்த பெரியவரிடம் இது பற்றிக் கேட்டபோது கிடைத்த பதில், 'இது தெரியலையா உனக்கு... தாலி அறுக்கற பொம்பளப்புள்ள மூணு மாசமா முழுகாம இருக்கு'. விவரம் புரியாத கட்டுரையாளர் திரும்பக் கேட்டார். 'அந்தப் பொண்ணு முழுகாம இருக்கற விஷயத்தை ஏன் ஊருல சொல்லணும்?' கட்டுரையாளரின் கேள்வி எரிச்சலோடு அமைந்திருந்தது. வயது முதிர்ந்த ஒரு பெரியவர் இடைமறித்துச் சொன்னார். 'பேரப் புள்ள, ஏழு மாசம் கழிச்சு அவ புள்ள பெத்தா நீ கேக்க மாட்டியா, எப்படிப் புள்ள வந்திச்சுன்னு'. *(தொ. பரமசிவன், 1997:93-94).*

தான் சார்ந்த அல்லது நன்கறிந்த ஒரு குறிப்பிட்ட சமூகத் திற்குள் நிகழும் இத்தகைய சடங்கியல் நடத்தை முறை, சமூகத் திற்கு வழக்கமானதாக இருந்தாலும் கட்டுரையாளரைப் பொறுத்த வரையில் அவருடைய கவனத்திற்கு வராதது; இதுவரையில் அவர் அறியாதது. எனவே அதனை முதன்முதலாக நேரிடை யாகப் பார்க்கும்போது வினோதமாக, அதிர்ச்சியாக இருக்கிறது. அதனைத் தான் மேற்கண்ட பகுதியில் பார்த்தோம். மொழி சாராத ஓர் எளிய நடத்தைமுறை என்பது மிகவும் நுணுக்கமாகக் கருத்துப்புலப்படுத்தம் செய்யும் நயம்பாராட்டி, இச்சம் பவத்தைப் 'பண்பாட்டு அசைவு' என்று அடையாளப்படுத்து கிறார். இந்த அனுபவம், ஏறக்குறைய ஓர் இனவரைவிய லனுடைய 'இனவரைவியல் எதிர்க்கை' என்பதற்கு இணையானது. இந்தச் சம்பவம் ஓர் அரிய தரவு. உள்ளூர் மக்களுக்குச் சராசரியானதாக, புதிரற்றதாகத் தோன்றும் அச்சம்பவம், உள்ளூர்வாசியாக இருந்தாலும் இதற்கு முன்னர் அறியாத நிலையில், அக்கட்டுரை யாளருக்குப் புரிந்துகொள்வதில் ஒரு பிரச்சினையைத் தோற்று விக்கிறது. இவ்வாறு ஆய்வாளருக்குப் பிரச்சினையை ஏற்படுத்தக் கூடிய சம்பவம் அல்லது தருணத்தையே 'மரபு' என்று கூறுகின் றனர் என்பதை ஏற்கனவே பார்த்தோம்.

இனவரைவியலன், பத்திரிகையாளன், எழுத்தாளன்

இவ்வாறு, சமூகம் என்னும் ஒழுங்கமைப்பில் ஒருவர் எதிர் பார்க்கக் கூடிய வரிசைக்கிரமமான அன்றாட நிகழ்வுகளும்,

சற்றும் எதிர்பாராத வினோதமான, அதிர்ச்சிகரமான அல்லது முரண்பாடுகளை ஏற்படுத்தக்கூடிய சம்பவங்களும் அரங்கேறு கின்றன. இவை இரண்டையும் உரிய முக்கியத்துவம் கொடுத்து மிகவும் கவனமாக ஆராயக்கூடியவன் இனவரைவியலன்; எதிர்பாராத, வினோதமான, அதிர்ச்சிகரமான சம்பவங்களை மட்டுமே தன் கவனத்தில் எடுத்துக் கொள்பவன், பத்திரிகை முதலிய தகவல் தொடர்புச் சாதனங்களில் பணியாற்றக் கூடிய தகவல் தொடர்பியலன். ஆனால், சராசரியான நிகழ்வுகளையும் தனது கவனத்திற்கு உட்படுத்தினாலும், அரிய நிகழ்வுகளுக்கு அழுத்தம் கொடுப்பவன் இலக்கியப் படைப்பாளன். இம்மூவரும் சமூகம் என்னும் ஆதாரத்திலிருந்துதான் தத்தமக்கு வேண்டிய தரவுகளை எடுத்துக் கொள்கின்றனர். ஆனால், வாசகர்கள் அல்லது பார்வையாளர்கள் என்னும் இலக்கு மற்றும் தேவையை மனதிற்கொண்டே தத்தமக்குப் பழக்கமான நெறிமுறைகளோடு வெவ்வேறு வகையான படைப்புகளை முன்வைக்கின்றார்கள்.

ஒரு பெண் கருவுற்றிருக்கும்போது அவளுடைய கணவன் இறக்க நேர்ந்தால், இழவுக்கு வந்திருக்கும் ஊரார், உற்றார் மத்தியில் 'செம்புத் தண்ணீரில் மூன்று பிச்சிப்பூவை இடுதல்' என்னும் குறியீட்டுப் பாங்கிலான ஒரு சடங்கியல் நடத்தையை நிகழ்த்திக் காட்டுவதன் வாயிலாக இறந்துபோனவன்தான் தற்போது அவளுடைய வயிற்றிலிருக்கும் மூன்று மாதக் குழந்தைக்குத் தந்தை என்று உறுதிப்படுத்தி, அதனை ஊரார் ஏற்றுக் கொள்ளுமாறு நுட்பமாக அறிவிப்பது என்பது குறிப்பிட்ட சமூகத்தில் கடைப்பிடிக்கப்படும் ஒரு வழக்கம். இதனை எதிர்பாராத வகையில் உற்றுநோக்கிய தொ. பரமசிவன் 'பண்பாட்டு அசைவு' என்று அதற்கு ஒரு கட்டுரை வடிவம் கொடுக்கிறார். ஆனால், மேற்கண்ட நிகழ்வைப் போன்ற வேறொரு நிகழ்வைத் தன்னுடைய வட்டாரத்தில் தன் சமூகத் தினர் (நாயக்கர்) நடத்தும்போது உற்றுநோக்கிய கி. ராஜ நாராயணன், அந்தத் தரவினை ஒரு சிறுகதைக்குரிய முக்கிய அம்சமாக எடுத்துக் கொள்கிறார்.

இனவரைவியல் தரவுகளும் சிறுகதையும்

ஓர் இளைஞர் (ராமானுஜ நாயக்கர்), மூன்று வயது சிறு வனுக்குத் தந்தை. கருவுற்றிருக்கும் மனைவிக்குக் கணவன்; மாரடைப்பினால் இறந்து போய்விடுகிறார். இறப்புச் சடங்கு முடிந்துவிடுகிறது. பதினாறாம் நாள் 'பெண்கள் சடங்கு'.

அதாவது தாலி அறுக்கும் சடங்கு நிகழ்கிறது. அச்சடங்கினை நிகழ்த்தும் தருவாயில், அதற்கு முன்னதாக ஒரு கிழவி கூட்டத்தினரிடையே முன்வந்து வெண்கலத்தட்டினைத் தட்டி ஒலி எழுப்பி அதன் வாயிலாக, 'தாலி அறுக்கப்போகும் சுமங்கலிப் பெண் கருவுற்றிருக்கிறாள்' என்று அறிவிக்கிறாள். இந்தச் சடங்கு கி. ராவின் சிறுகதையில் பின்வருமாறு இடம்பெறுகிறது:

(பதினாறாவது நாள்)

"சர்வ அலங்காரங்களும் பண்ணி, ஜக்கம்மாவை வீட்டினுள்ளிருந்து முற்றத்துக்கு அழைத்துக் கொண்டு வருகிறார்கள். தரையில் வட்டமான பெரிய சொளகு (முறம்), அதன்மேல் குவிக்கப் பட்டுள்ள கம்மம்புல் அம்பாரம். அதன்மேல் எருமைத் தோலினால் முறுக்கப்பட்ட உழவு வடங்கள் இரண்டு வைத்திருக்கிறது. அதன்மேல் ஜக்கம்மாவை ஏற்றி நிற்க வைக்கிறார்கள். கைகள் நிறைய புது வளையல்கள், மஞ்சள் பூசிக் கழுவிய முகத்தின் நெற்றியில் துலாம்பரமாகத் தெரியும் சிவப்புக் குங்குமம். கண்களிலிருந்து மாலை மாலையாய்க் கண்ணீர் வழிந்துகொண்டே இருக் கிறது. அவளை எவ்வளவு அழகுபடுத்த முடியுமோ அவ்வளவும் செய்திருக்கிறார்கள். இது அவளுடைய சுமங்கலியின் கடேசிக் கோலம். விடைபெற்றுப் போக சுமங்கலியின் அதிதேவதையே வந்து நிற்கிறாள்.

இந்த சமயத்தில், தும்பைப் பூவைப்போல் தலை நரைத்த ஒரு வயசான கிழவி, சாப்பிடும் வெண்கலத் தாலத்தைக் கொண்டு வந்து கூட்டத்தை நோக்கி ஒரு மரக்கழியினால் 'கண் கண் கண்' என்று தட்டி ஓசை எழுப்புகிறாள். இப்பொழுது தாலி அறுக்கப் போகும் இந்த சுமங்கலி முழுகாமல் இருக்கிறாள் என்பது இதற்கு அர்த்தம்.

இந்த ஒலியைக் கேட்ட ஜக்குவின் தந்தை மயக்கு முற்று விழுகிறார். தொடர்ந்து பெண்களின் அழுகை ஓசை கேட்கிறது". *(கி. ராஜநாராயணன், 'சாவு' 1998: 29-31).*

தொ. பரமசிவன் தமது 'பண்பாட்டு அசைவு' என்னும் கட்டுரையில் விவரிக்கும் சடங்கும், கி.ரா. தமது 'சாவு' என்னும் சிறுகதையில் விவரிக்கும் சடங்கும், வெவ்வேறு தருணங்களில் நடத்தப்பட்டாலும், செய்முறையில் வேறுபாடுகள் இருந்தாலும், மொழி சாராத கருத்துப்புலப்படுத்தக் கூறுகளின் மூலமாக அவை சொல்லும் செய்தி ஒன்றே. இந்த எழுத்தாளர்கள் இருவரும் தத்தமது அனுபவத்திற்கு உட்பட்ட இனவரைவியல் அல்லது பண்பாட்டுத் தரவுகளை முறையே ஒரு சிறிய கட்டுரைக் காகவும், சிறுகதைக்காகவும் பயன்படுத்திக் கொண்டுள்ளனர்.

கி. ராஜநாராயணனைப் பொறுத்த வரையில் குறிப்பிட்ட ஒரு தரவை மட்டும் தம்முடைய கதைக்குப் பயன்படுத்திக் கொள்ளவில்லை. ஒரு பண்பாட்டைப் பற்றி அல்லது அதன் ஒரு பகுதியைப் பற்றிப் பல்வேறு தரவுகளைக் கொண்டு எழுத்துரை யிலான ஓர் ஆய்வுப் படைப்பை வழங்கும் இனவரைவியலனைப் போல, ஒரு சமூகத்தில் இறப்புத் தொடர்பாக நடத்தப்படும் சடங்குகளில் சில கூறுகளையும் மக்களிடம் ஆவி பற்றி உலவும் நம்பிக்கைகளில் ஒரு சிலவற்றையும் எடுத்துக்கொண்டு, அவற்றை உரிய இடங்களில் பொருத்தி, நாடகப் பாங்கோடு ஒரு சிறிது இட்டுக்கட்டுவதன் மூலம் சிறுகதை என்னும் ஒரு படைப்பை உருவாக்கியுள்ளார். கி.ரா. இந்தத் தரவுகளை இனவரைவியல் அல்லது பண்பாட்டுத் தரவுகள் எனலாம். அவற்றை நிரல்படப் பார்க்கலாம்:

முதலாவது பண்பாட்டுத் தரவு, மனித உயிரைக் கவர்ந்து செல்வதற்குத் தனது எருமை வாகனத்தில் எமன் அரூபமாக வருவான் என்பது பற்றிய நம்பிக்கை.

கதையாசிரியர் கி.ரா. இந்நம்பிக்கையை நேரடியாகச் சொல்லாமல், மறைமுகமாகக் கோடிட்டுக் காட்டுகிறார். கதையின் தொடக்கத்தில், ராமானுஜ நாயக்கரின் வீட்டுக் கதவை யாரோ தட்டுவது போல் சப்தம் கேட்க, மனைவியோடு வந்து கதவைத் திறந்து பார்க்கிறார். வெளியில் யாரையும் காணோம். ஆனால், மாட்டுக் குளம்பின் காலடி தரையில் பதிந்திருக்கிறது. அது பெரிய காலடி. தட்டியது யாராக இருக்கும் என்று யோசிக்கிறார்கள். இதனை அடுத்து, வீட்டின் வளாகத்திற்குள் இருந்த ஜீவராசிகளின் இயக்கங்களைப் பற்றிப் பின்வருமாறு கி.ரா. வருணிக்கிறார்:

> "............திடீரென்று கோழிகள் படபடவென்று இறக்கைகளைத் தட்டிக் கொண்டு கலைந்து கொக் கரிக்கின்றன. தாய்க்கோழிகளின் இறக்கைகளுக்குள் குஞ்சுகள் பாய்ந்து ஓடி பயத்தால் ஒளிந்து கொள் கின்றன. பசுவின் கன்று தும்பு அறுந்து போவது போல் தாயின் பக்கம் வெட்டி வெட்டி இழுத்து "அம்மா" வென்று குரல் கொடுக்கிறது. தொழுவத் திலுள்ள மாடுகள் மிரண்டு நோக்கிக் காதுகளை விடைத்து வைத்துக் கொள்கின்றன. வீட்டின் நாய் ஐயோ...... என்று ஊளையிடுகிறது". *(ப. 29)*

இவ்வாறு உயிரினங்களின் சலனங்கள்பற்றி விவரிக்கும் ஆசிரியர், உடனடியாக வீட்டிற்குள் இருக்கும் ராமானுஜ நாயக்கர் தனக்கு நெஞ்சு, வலிக்கிறது என்று மனைவியிடம் சொல்லித் துடிப்பதைக் காட்டுகிறார். குடிக்க வெந்நீர்எடுத்து வருவதற்காக உள்ளே சென்ற மனைவி திரும்புவதற்குள் அவர் உயிர் பிரிந்து தலை தொங்கிவிடுகிறது. கதவைத் தட்டும் சப்தம், மாட்டுக் குளம்பின் பெரிய காலடிச் சுவடுகள் (எருமை வாகனமேறி எமன் வந்திருக்கிறான்) தொடங்கி நாயின் ஊளைச் சப்தம் வரையில் விலங்கினங்களின் அனைத்து நடவடிக்கைகளும் அமானுஷ்யத் தன்மையை ஊட்டி பயமுறுத்துபவையாகப் பதிவு செய்யப்படுகின்றன.

'எமன் பாசக் கயிற்றுடன் தன்னுடைய எருமை வாகனமேறி மனித உயிரைப் பறித்துச் செல்ல மண்ணுலகிற்கு வருவான். அவ்வாறு வரும்போது, மனிதக் கண்களுக்கு அக்காட்சி புலப் படுவதில்லை; மாறாக, விலங்கினங்களின் கண்களுக்கு மட்டும் தெளிவாகத் தெரியும்' என்பது பற்றிய ஒரு நம்பிக்கையைக் குறிப்பிட்ட விலங்கு, பறவை இனங்களின் இயல்பானவையும் அதீதமானவையுமான உடல் மற்றும் ஒலி நடத்தைகளின்பால் சமூகம் தன்னுடைய குறிப்பினை ஏற்றி வைத்திருக்கிறது. ஏற்கனவே இந்நம்பிக்கையைப் பகிர்ந்து கொண்டிருப்பவர் களான வாசகர்கள், கி.ராவின் மேற்கண்ட பத்தியைப் படிக்கும் போது, மிகவும் எளிதாக அதனை நினைவுகூருமாறு தூண்டப் படுகிறார்கள். இது ஒரு புனைவு பாணி எழுத்தாளனின் விவரிப்பு இலாவகம். அறிவியற்பனுவலைப் படைக்கும் இனவரைவியலன் இத்தகைய பாணிக்கு அப்பாற்பட்டவன் என்பது குறிப்பிடத் தக்கது.

கி.ரா. தன்னுடைய சிறுகதைக்குப் பயன்படுத்திக் கொண்டிருக்கும் பண்பாட்டுத் தரவுகளில் இரண்டாவதாக அமைவது, 'கணவன் இறந்த பதினாறாம் நாள் அவனுடைய மனைவியை சுமங்கலிக் கோலத்தில் முற்றத்தில் கொண்டு வந்து நிறுத்தி, அவளுடைய தாலியைக் கழட்டுவதற்காகச் செய்யப்படும் சடங்கு'. இச்சடங்கை நடத்துவதற்கு முன்னதாக, 'தாலி அறுக்க இருப்பவள் ஏற்கனவே கர்ப்பமாக இருக்கிறாள் என்பதை ஊராருக்குத் தெரிவிக்கும் வகையில் ஒரு மூதாட்டி, வெண்கலத் தாளத்தைத் தட்டி ஒலி எழுப்புதல்' என்னும் ஒரு சடங்கும் நடத்தப்படுகிறது. இது மூன்றாவதாக அமையும் பண்பாட்டுத் தரவாகும்.

இதனை அடுத்து இன்னொரு காட்சியை எழுத்தாளர் நம் முன்னர் நிறுத்துகிறார். அதில், 'குத்துவிளக்கின் வெளிச்சத்தில் தனிமையில் உட்கார்ந்து, இறந்துபோன கணவனை நினைத்து, தலைவிரி கோலத்துடன் ராமானுஜ நாயக்கரின் மனைவி ஒப்பாரி வைத்து அழுகிறாள்.

"கொச்சி மலையாளம்
கொடிபடரும் குற்றாலம்
கொடிபடந்து ஏது செய்ய–இப்போ
கொடி மன்னர் இல்லாமெ

இஞ்சி மலையாளம்
இலை படரும் குற்றாலம்
இலை படந்து ஏது செய்ய – இப்போ
இளவரசர் இல்லாமெ

மஞ்ச மலையாளம்
மலை படரும் குற்றாலம்
மலைபடந்து ஏது செய்ய – என்
மகராசர் இல்லாமெ"

என்னும் இந்த ஒப்பாரிப் பாடலைப் பாடுவதற்கான ஒரு பொருத்த மான சூழலைக் கதையில் உருவாக்கிக் கொடுக்கிறார். இது நான்காவதாக அமையும் இனவரைவியல் தரவாகும்.

இறுதியாக, சுமார் பத்துமாதம் கழிந்த நிலையில் இறந்து போன ராமானுஜ நாயக்கரின் மகன் (மூன்று வயது பத்து மாதம்) முற்றத்தில் மண் அளைந்து விளையாடிக் கொண்டிருக்க, வீட்டின் உள்ளே 'அப்பொழுதுதான் பிறந்த குழந்தையின்

அழுகுரல் கேட்கிறது' என்னும் சித்திரிப்புடன் கதையை நிறைவு செய்கிறார்.

பொதுவாக, ஒரு சமூகத்தில் இயல்பான சூழல்களில் நிகழக்கூடிய சம்பவங்கள் பற்றிய பண்பாட்டுத் தரவுகள் என்னும் உண்மையை, ராமானுஜ நாயக்கர், அவருடைய மனைவி, குழந்தை, ஊர்மக்கள், மற்றும் விலங்கினங்களை உள்ளடக்கிய இடப்பின்னணி என்று பௌதிகச் சூழலில், மிகவும் இயல்பாகப் பொருத்தும் வேலையை கி. ராஜநாராயணன் செய்திருக்கிறார்.

இந்தக் கதையில் இருந்து நாம் கவனிக்கும் விஷயம் இதுதான்: அதாவது, உண்மை அல்லது யதார்த்தம் என்பதற்கும் புனைவு என்பதற்கும் இடைப்பட்ட எல்லை அல்லது இடை வெளி என்பது எவ்வளவிற்கு எவ்வளவு குறைகிறதோ அல்லது மறைகிறதோ அந்த அளவிற்கு அக்குறிப்பிட்ட இலக்கியப் படைப்பில் இனவரைவியல் தன்மை வியாபகம் கொண்டு விடுகிறது என்பதுதான்.

இந்த விதியின் அடிப்படையில் கி.ராவின் சிறுகதையான 'சாவு' என்பது, குறிப்பிட்ட சமூகம் அல்லது பண்பாட்டின் ஒரு சிறிய ஆனால் முக்கியமான பகுதியை, அதாவது, கணவனை இழந்த பெண்ணின் சுமங்கலி அந்தஸ்திலிருந்து கைம்பெண் என்னும் அந்தஸ்திற்கு மாற்றுவதற்காகவும், அவள் கர்ப்பம் தரித்திருந்த நிலையில் அவளுடைய கணவன் திடீரென்று இறந்ததன் காரணமாக அவளுக்கு ஏற்படும் நெருக்கடியிலிருந்து மீளும் வண்ணம், இறந்துபோன கணவனே இனிமேல் பிறக்க விருக்கும் குழந்தைக்குத் தந்தை என்பதை அறிவித்துச் சமூக அங்கீகாரம் பெறுவதற்காகவும் மேற்கொள்ளப்படும் சடங்கியல் நிகழ்வுகளை, அவற்றிற்குரிய ஒழுகலாற்றுப் போக்கில் விவரிக்கக் கூடிய இனவரைவியல் கதையாக அமைந்துவிடுகிறது.

இந்த விதிக்கு இயைவதன் அடிப்படையில் செய்யுள், உரை நடை ஆகியவற்றில் காவியம், கவிதை, சிறுகதை, நாவல் முதலிய வகையிலான படைப்புகள் இனவரைவியல் தன்மைமிக்க படைப்புகளாக அண்மைக் காலங்களில் தமிழில் கணிசமாக வெளிவந்துள்ளன.

கோபல்ல கிராமம்: இனவரைவியல் நாவல்

தமிழில் இதுவரையில் எழுதப்பட்டுள்ள ஏராளமான நாவல்களில் 'வட்டார நாவல்கள்' என்று தனியாக அடையாளப்

படுத்தக் கூடியவை கணிசமான எண்ணிக்கையில் உள்ளன. (காண்க: ஆ. சிவசுப்பிரமணியன், 1995: 46: 1-18) அவற்றுள் ஒன்று, கி. ராஜநாராயணனின் 'கோபல்ல கிராமம்' நாவல்.

ஆந்திராவில் இருந்து தென் தமிழகத்திற்கு இடப்பெயர்வு செய்து, கரிசல் மண்ணான கோவில்பட்டி வட்டாரத்தில் காடழித்து, வேளாண்மை நிலமாகச் சீர்திருத்திக் குடியமர்ந்த கம்மவார் பிரிவைச் சேர்ந்த நாயக்கர்களின் வாழ்க்கை முறையைப் பற்றி இந்நாவல் பேசுகிறது.

நாயக்கர் ஆட்சிக் காலத்தில் ஆந்திராவிலிருந்து இரண்டு வகையான மக்கள் கூட்டங்கள் இடம்பெயர்ந்து தமிழகத்திற்கு வந்தன. அவை, இன்று வரையில் நாடோடி வாழ்க்கையை வாழ்ந்து வரும் நாடோடிக் குடிகளும், நிலைத்த குடிகளாக வேர்கொண்டிருக்கும் வேளாண்மைக் குடிகளும் ஆகும். வேளாண் குடிகளுள் ஒன்றான நாயக்கர் சமூகத்தைச் சேர்ந்த மக்களின் இடப்பெயர்வை மையப்படுத்திப் படைக்கப்பட்ட இலக்கியப் படைப்பு என்னும் வகையில் 'கோபல்ல கிராமம்' நாவல் முதல் முயற்சியாகும்.

கரிசல் நிலப்பின்னணியில் கூட்டு வாழ்க்கை வாழும் நாயக்கர்களின் குடியிருப்புமுறை (பக்.18-19), கோட்டையார் வீடு உள்ளிட்ட ஏனைய அனைத்து வீடுகளின் அமைப்பு (19-37), ஊர் நிர்வாகம் (பக். 19-20), குடும்பம் மற்றும் உறவுமுறை (பக். 36-37), சாதிகள், சாதிகள் பற்றிய வழக்குகள் (பக். 39-40), மக்களின் இயல்புகள், நடத்தை முறைகள், சமய நம்பிக்கைகள், வேளாண்மை முறை மற்றும் உழவுக் கருவிகள் (பக் 56-58) மாடு வளர்ப்பு (ப. 35), பெண்களின் உலகம் மற்றும் விருந்துபசரிப்பு (பக். 74-78), ஆட்களின் பட்டப்பெயர்கள் பற்றிய காரண விளக்கங்கள் (பக். 104-121; 124), நாவலெங்கும் வியாபித்திருக்கும் மக்களின் பழக்க வழக்கங்கள், நகைச்சுவைகள், பழமொழிகள், வாய்மொழிக் கதைகள் என்பன உள்ளிட்ட பல்வேறு மக்கள் மரபுகளைக் கொண்டு கட்டமைக்கப்பட்ட கோபல்ல கிராமம், நாயக்கர்களின் பண்பாட்டைச் சித்திரிக்கிறது.

அதே சமயத்தில், தமது முன்னோர்கள் ஆந்திராவிலிருந்து குடிபெயர்ந்தது முதல் தமிழகத்தில் குடிபுகுந்து நிலை கொண்டது. கிழக்கிந்தியக் கம்பெனி மற்றும் பிரிட்டிஷ் அரசின் காலனியாக இந்தியா மாறிய நிலையில் அது பற்றி நாயக்கர்கள் முன்வைக்கும் கண்ணோட்டங்கள் வரையில் மக்களுடைய

வழக்கில் உலவிய வாய்மொழி மரபுகளை அம்மக்களில் ஒருவராக இருந்து உற்றுநோக்கியும் கேட்டும் திரட்டிய கி.ரா. அவற்றைக் கொண்டு ஒரு வாய்மொழி வரலாற்று நாவலையே படைத்துள்ளார். இத்தன்மையின் காரணமாகத் தான் இந்நாவலை 'நாட்டார் நாவல்' என்று சிறப்பித்துக் கூறுகிறார் நா. வானமாமலை *(ப.9)*.

ஒரு திணைசார் இனவரைவியலன் என்பவன் குறிப்பிட்ட பண்பாட்டை எவ்வாறு உற்றுநோக்கிப் பதிவுசெய்ய வேண்டும் என்று ஆர்வம் காட்டுவானோ அத்தகைய ஆர்வத்தோடு தம்முடைய மக்களின் ஒட்டுமொத்த வாழ்க்கையையும் உற்று நோக்கித் தமது எழுத்துக்களில் பதிவு செய்ய வேண்டும் என்பது கி.ராவின் படைப்பு நோக்கமாக இருந்திருக்கிறது. அவர் சொல்கிறார்:

"என்னுடைய மக்கள் பேசுகிற பாஷையில், அவர்கள் சிந்திக்கிற மனோ இயலில், அவர்கள் வசிக்கிற சூழ்நிலையில் அமைய வேண்டும். என்னுடைய சிருஷ்டிகள் என்று நினைக் கிறவன் நான், அவர்கள் சுவாசிக்கிற காற்றின் வாடை, அவர்கள் பிறந்து அளைந்து விளையாடி நடந்து திரிகிற என் கரிசல் மண்ணின் வாசமெல்லாம் அப்படியே என் எழுத்துக்களில் கொண்டு வந்துவிட வேண்டும் என்பது என் தீராத விருப்பம்..." (மேற்கோள்: அ. மார்க்ஸ், 1986: 25)

தான் எழுதும் கதைகள் மூலம் உருமாற்றம் செய்யப்பட்ட ஓர் உலகத்தையோ நகல் உலகத்தையோ படைக்க வேண்டும் என்பது கிராவின் நோக்கமல்ல. மாறாகத் தன்னுடைய மக்களின் யதார்த்த உலகத்தை அப்படியே படைக்கவேண்டுமென்பதே அவருடைய இலக்காக இருந்திருக்கிறது. இது, மக்கள் பேசும் மொழி, சிந்தனை, வாழும் சூழ்நிலை ஆகியவற்றின் ஊடாகவே தனது படைப்புகள் அமையவேண்டும் என்னும் அவருடைய கூற்றில் வெளிப்படுகிறது. தனது இலக்கியப் படைப்புப் பற்றிய அவருடைய அணுகுமுறை என்பது, ஏறக்குறைய யதார்த்த இனவரைவியலரின் (Realist ethnographers) 'வட்டார மக்களின் கண்ணோட்டங்களை அப்படியே வெளிப்படுத்தும்' அணுகு முறைக்கு நெருக்கமாக வரக்கூடியதாகும்.

இந்த அணுகுமுறை குறித்து ஜான் வான் மானென் பின்வரு மாறு கூறுகிறார். "இனவரைவியல் என்பது, ஒரு பயண எழுத்தாளரின் பயணக்கதை அல்லது புலனாய்வு அறிக்கையைப்

போன்றில்லாமல், ஒரு குறிப்பிட்ட பண்பாட்டைச் சேர்ந்த மக்கள் தங்கள் வாழ்க்கையில் நடக்கும் அன்றாட நிகழ்வுகள் பற்றிய விவரங்கள் மற்றும் விளக்கங்களை எப்படி முன்வைப் பார்களோ அப்படியே விவரிப்பதாக அமைய வேண்டும்... யதார்த்த இனவரைவியலர், வட்டார மக்களின் கண்ணோட் டத்தை வெளிப்படுத்துவதற்கு மிகவும் முயற்சி எடுத்துக் கொள்கிறார்கள். விரிவானவையும் மிகவும் துல்லியமானவையு மான மேற்கோள், யதார்த்த கதைகளைக் கோடிட்டுக் காட்டுவன: முன்வைக்கப்படும் கருத்துக்கள், களப்பணியாளனுடையவை அல்ல; மாறாகச் சம்பவத்தில் நேரிடையாகத் தொடர்புடையவர் களின் வாய்வார்த்தைகள் அப்படியே சொன்னவை, சொன்னவை யாக எடுத்தெழுதப்பட்டவை என்பதை வாசகர்களுக்குத் தெரிவிப்பன." (John Van Maanen, 1988: 49).

ஒரு குறிப்பிட்ட இனம் அல்லது சமூகத்தில் ஒருங்கிணைந்த வனான ஓர் இனவரைவியலன், அதனில் வாழ்ந்து பெற்ற அனுபவங்கள், உற்றுநோக்கிய மக்கள் நடத்தைகள், நம்பிக்கை கள், சமயச் சடங்குகள், வாழ்க்கை வட்டச் சடங்குகள், சேகரித்த தனிமனித அனுபவக் கதைகள், பழமரபுக்கதைகள், புராணங்கள், கதைகள் முதலிய வாய்மொழிக் கதைகள் உட்பட அனைத்து வகையான பண்பாட்டுத் தரவுகளையும் கொண்டு ஓர் இனவரை வியல் நூலாகப் படைக்காமல், படைப்பிலக்கியமாக - நாவலாகப் படைத்தால் எப்படி இருக்கும் என்று வினாவெழுப்பினால், அதற்குப் பதிலாக நமக்குக் கிடைக்கும் ஒரு மாதிரி நூல்தான் 'கோபல்ல கிராமம்' என்னும் இனவரைவியல் நாவல் என்று சொல்லலாம். கி. ராஜநாராயணனின் கோபல்ல கிராமம் நாவலைப் போல, மேற்குறிப்பிட்ட வகைமைப்பாட்டிற்குள் அடங்கக் கூடிய நாவல்கள் தமிழில் கணிசமாகப் படைக்கப் பட்டுள்ளன.

துணை நூல்கள்

Abrahams, Roger D. 1986: 'Interpreting Folklore Ethnographically and Sociologically' in Richard M. Dorson (ed) Handbook of Amercian Folklore (345-350), Bloomington: Indiana University Press.

Agar, Michael H. 1986: Speaking of Ethnography, New Delhi: Sage Publications.

Atkinson, paul, 1990: The Ethnographic Imagination, London: Routledge

Brunvand, Harold 1986: Study of Amercian Folklore, London: WW. Norton & Co.

Cliffford, James and George E. Marcus 1986: Writting Culture, Berkely: University of California Press.

Denzin K. Norman 1997: Interpretive Ethnography: Ethnolo graphic practices for the 21 st Centry, New Delhi: sagePublications.

Fetterman. David M. 1989: Ethnography Step by Step, New Delhi: Sage Publications.

Herskovits, Melville 1974: Cultural Anthropology, New Delhi; Rinenhart and Winstern.

Maanen, John Van 1988 Tales of the Field On writing Ethnography, Chicago: The University of Chicago Press.

சிவசுப்பிரமணியன், ஆ. 1995: 'இனவரைவியலும் தமிழ் நாவலும்', நாவாவின் ஆராய்ச்சி: 46, சென்னை: மக்கள் வெளியீடு.

பரமசிவன், தொ. 1997: அறியப்படாத தமிழகம், பாளையங் கோட்டை: ஜெயா பதிப்பகம்.

மார்க்ஸ், அ. 1986: படைப்பாளி, வாழ்க்கை, இலக்கியம், புதுக்கோட்டை; இராதா பதிப்பகம்

ராஜநாராயணன், கி. 1993: கோபல்ல கிராமம், சிவகங்கை: செல்மா.

ராஜநாராயணன், கி. 1998; ராஜநாராயணன் கதைகள், கும்பகோணம்: அகரம்

2. இலக்கியமும் பண்பாட்டு ஆய்வும்

அறிவியல், தொழில்நுட்பம், பொருளியல், கலை, இலக்கியம் முதலிய துறைகளைச் சார்ந்த பருண்மையான மற்றும் அரூபமான படைப்புகளும், அரசியல், நீதி, நிர்வாகம், குடும்பம், உறவுமுறை, சமயம் முதலிய நிறுவனங்களும் மனித சமுதாயத்தின் பண்பாட்டுப் படைப்புகளாகும். ஒரு சமூகத்திற்குரிய இவ்வனைத்து வகைப்பண்பாட்டுப் படைப்புகளும் அச்சமுதாயத்தின் சமூகப் பண்பாட்டை ஒருவர் புரிந்து கொள்வதற்கு உதவக்கூடிய மிகவும் இன்றியமையாத ஆதாரங்கள். ஏனெனில், மனிதர்களுடைய நடைமுறைத் தேவைகள், அவற்றை அடைவதற்காக அவர்கள் மேற்கொண்ட அறிவியல், தொழில்நுட்ப ரீதியிலான முயற்சிகள், சமூக மேம்பாடு, சமூக அமைதி, கட்டுக்கோப்பு போன்றவற்றிற்காக அவர்கள் உருவாக்கிக் கொண்ட குடும்பம், கல்வி, அரசியல், நிர்வாகம், நீதி, வழக்கம் முதலிய பல சமூக நிறுவனங்கள், புறவயமான - அகவயமான தேடல், உலகக் கண்ணோட்டம் ஆகியவற்றின் அடிப்படையில் அவர்கள் படைத்துக் கொண்ட சமயம், வாய்மொழி மற்றும் எழுத்து மரபு இலக்கியங்கள், நுண்கலைகள், பருப்பொருட் கலைகள் போன்ற அனைத்தும் மனித வாழ்க்கையின் தடயங்கள். இந்த ஒட்டுமொத்தமான தடயங்களின் தொகுப்பையே மானிடவியலார் சமூகப் பண்பாடு என்கிறார்கள்.

ஒரு குறிப்பிட்ட மக்கள் சமூகத்தைத் தரவுகள் சேகரிப்பதற் கான களமாகக் கொண்டு அதனிடமிருந்து திரட்டப்பட்ட தரவுகளின் அடிப்படையில் அவர்கள் எழுதும் எழுத்துப் படைப்பைப் பண்பாட்டுச் சித்திரிப்புநூல் (Monograph) என்றோ இனவரைவியல் (Ethnography) என்றோ குறிப்பிடுகின்றனர். மேற்குறித்த எழுத்துப் படைப்புகள், யதார்த்தங்களை உற்று நோக்கியும் மக்களோடு இணைந்து அவர்தம் வாழ்வியல் நடத்தைகளில் பங்கேற்றும் திரட்டிய ஆதாரங்களைக் கொண்டு மானிடவியலர்கள் திட்டமிட்டு இயற்றியவையாகும். இவை சமூக அறிவியல் பனுவல்கள். இப்பனுவல்கள் உட்கொண் டிருக்கும் உலகு பற்றிய செய்திகளை அப்பனுவல்களிலிருந்து வெளிக்கொணர முடியும். அதாவது, புறவயமாகவும் பனுவலி லுள்ள யதார்த்த உலகினைப் புரிந்து கொள்ள முடியும். சிக்கலற்ற ஒளிவுமறைவற்ற நேரடிப்பொருள் நமக்குக் கிட்டிவிடுகிறது.

இலக்கியப் பனுவலும் யதார்த்த உலகமும்

மானிடவியல் நூல் அல்லது இனவரைவியல் என்னும் பண்பாட்டுப் பனுவலைப் போன்றதுதான் இலக்கியப் பனுவல். இலக்கியமும் யதார்த்த உலகைப் பற்றியே சித்திரிக்கிறது. என்றாலும், பண்பாட்டைப் பற்றிப் பேசும் மானிடவியல் படைப்புகளில் காணக்கிடைக்கும் பூடகமற்ற யதார்த்த உலகம், இலக்கியப் பனுவல்களில் காணக்கிடைப்பது சாத்தியமானது தானா என்னும் கேள்வியை இலக்கிய மானிடவியலர் எழுப்பு கின்றனர். "பண்பாட்டு உண்மைகள், நிகழ்வுகள் போன்றவற்றின் நேரடிப் பிரிதிபலிப்பாக இலக்கியம் ஒரு போதும் இருக்க இயலாது என்று திட்டவட்டமாகக்கூறி இலக்கியப் பனுவல் என்பது அறிவியல் பனுவலுக்கு இணையானதாக இருக்கவே முடியாது என்னும் வாதத்தை முன்வைக்கின்றனர். (Thomas G. Winner, 1988: 51) இலக்கியப் பனுவலுக்கும் ஏனைய பண்பாட்டு உண்மைகளுக்கும் இடைப்பட்ட ஒத்திசைவு (Homomorphy) பற்றிய கேள்விக்கு விடை, எதிரிடையாகத்தானிருக்கிறது என்கிறார்கள் அவர்கள். இந்த விவாதம் மேலும் தொடர்கிறது.

இலக்கியத்திற்கு அப்பாற்பட்ட பண்பாட்டு உண்மை களோடு நுண்மையான முறையிலும், உருமாற்றப்பட்ட முறை யிலும் தான் இலக்கியம் தொடர்பு கொண்டிருக்கிறது. இதன் காரணமாகவே இலக்கியம் என்பது, ஏனைய கலைவடி

வங்களைப் (Aesthetic system) போன்றே அடிப்படையில் சுயச்சார்பு உடையது அல்லது தனக்காகத் தானே பேசும் இயல்புடையது (Self oriented or autotelic). இங்கு வலியுறுத்தப்படும் கருத்து என்னவென்றால், கலாபூர்வமான செய்திகள் (Artisic mesages) என்பன, வரலாற்றுப்பனுவல்கள் அல்லது அறிவியல் பனுவல்களுக்கு இணையாகச் செயல்பட முடியாதவை ஆகும். அதாவது, காலப்பூர்வமான செய்திகள், உலகைப் பற்றிய தகவலைப், பனுவலை விட்டு வெளிக்கொணர முடியாதவை ஆகும். ஆனால், அவை நம்முடைய முழுக்கவனத்தையும் பனுவலை நோக்கியும் அதன் கட்டமைப்பு நோக்கியுமே திருப்பக் கூடியவை. குறிப்பிட்ட யதார்த்தத்தை விவரிக்கக் கூடிய குறிப்பீட்டு அல்லது அறிவியற் பனுவல்களைப்போல் அல்லாமல், அழகியல் பனுவல் என்பது அகவயமாகத் திருப்பப்பட்டதாகும் (Introverted). அத்துடன், தன்னுடைய பொருளோடு அப்பனுவல் கொண்டிருக்கும் தொடர்புஎன்பதும் கூட அடிப்படையாக வேறுபட்டதாகும். எனினும், இதிலுள்ள வேடிக்கை என்ன வென்றால் மேற்படிப்பனுவல், அதற்குப் புறவயமான உலகிலிருந்து எடுக்கப்பட்ட மூலப்பொருளால் ஆனது என்பதுதான். இப்பனுவல், மனிதநடத்தை, உடைகள், முகபாவங்கள், குரல் போன்றவற்றை விவரிக்கலாம்; இயற்கைப் பொருட்கள், கட்டடங்கள், நகரமைப்புகள், தானியங்கிகள், உணவு, அரசியல் நிகழ்ச்சிகள் போன்ற யாவற்றையும் நுட்பமாகவிளக்கிக் காட்டலாம். ஆனால் ஏனைய வகைப் பனுவல்களைப் போல் அல்லாமல், இலக்கியம் யதார்த்த உலகத்தைப் பயன்படுத்திக் கொள்வது என்பது, அவ்வுலகிற்காகவோ, அவ்வுலகை வருணித்து, அது பற்றி வியாக்கியானம் செய்வதற்காகவோ அன்று. தனக்கான இலக்கியப் பனுவலை முன்னிறுத்தியே இலக்கியம் உலகைப் பயன்படுத்திக் கொள்கிறது. ஒரு கற்பனை உலகைப் (Fictive world) படைத்துக் கொள்வதற்காகவே இலக்கியம் யதார்த்த உலகத்தைத் தனக்குச் சாதகமாகப் பயன்படுத்திக் கொள்கிறது. மேலும் இதனை மிகவும் எளிமைப் படுத்திச் சொல்ல வேண்டுமென்றால், இப்படிச் சொல்லலாம்: உலகத்திலிருந்து எடுக்கப்பட்டுப் பனுவலில் கையாளப்பட் டிருக்கும் நிகழ்ச்சிகளும், பொருட்களும் பனுவலுக்காகவே அன்றி, ஏனைய பனுவல்களில் பயன்படுத்தப்பட்டிருப்பது போல், உலகத்திற்காக அல்ல. (Thomas G. Winner, 1988 51-52).

இவ்வாறு, இலக்கியப் பனுவல் சித்திரிக்கும் உலகம் யதார்த்த மானதல்ல என்று வாதிடும் தாமஸ் வின்னரைப் போலவே,

இலக்கியப் பனுவல் கற்பிதங்களால் (Inventions) ஆனது என்கிறார் மிஷல் டி செர்தியேவ் (Michel De Certeau).

மிஷல் ஃபூக்கோ (1973) மிஷல் டி செர்தியேவ் (1983) டெர்ரி ஈகல்ட்டன் (1983) போன்றோர் இலக்கியம் பற்றிக் கருத்துரைக்கும் போது, அது மிகக் குறுகிய கால வாழ்வுடைய வகையினமாகும் என்றனர். மேலும், பதினேழாம் நூற்றாண்டு முதற்கொண்டே மேற்கத்திய அறிவியல் தன்னுடைய முறைமை வாய்ந்த மொழிப் பிரயோகக் கருவூலத்திலிருந்து சிலவகை மொழி வழிப்பட்ட சாதனங்களை விலக்கிக் கொண்டது. அப்பட்டமான வெளிப் படைக் குறிப்பீடு என்னும் பெயரில் அணி இலக்கணத்தையும் 'உண்மை' என்னும் பெயரில் புனைவையும் 'புறவயநோக்கு' என்னும் பெயரில் அகவயநிலையையும் அறிவியல் மொழி உதறித் தள்ளியது. அறிவியலிலிருந்து விலக்கப்பட்ட இப்பண்புகள் இலக்கியம் என்னும் வகைமைக்குள் அடக்கப்பட்டன. உருவகத் தன்மையும் கற்பனைப்பாங்கும் உடையவை என்று கருதப்பட்ட இலக்கியப் பனுவல்கள், உற்று நோக்கப்பட்ட தரவுகளால் அல்லாமல் படைப்பாளியின் கற்பிதங்களால் அல்லது தற்புனைவு களால் உருவாக்கப்பட்டவை. உணர்ச்சிகளுக்கும் ஊகங்களுக்கும் அவற்றைப் படைத்த படைப்பாளிகளின் உள்ளுணர்வு சார்ந்த கலைமேதைமைக்கும் இவ்விலக்கியப் பனுவல்கள் மிகவும் அகண்ட இடப்பரப்பை அனுமதிக்கக் கூடியவை. எனவே, உயிரியல், வரலாறு போன்ற அறிவுத்துறைகளின் மூலக்கருத் தினை ஐயத்திற்கு இடமற்ற வகையில், விளக்கியுரைப்பது போன்ற 'ஒரு சொல் - ஒரு பொருள்' (Univocity) என்னும் தன்மை இன்மை காரணமாக இலக்கிய மொழியின் கற்பனைப் புனைவுகள் அறிவியல் பூர்வமாகக் கைவிடப்பட்டவை (ஆனால், அழகியல் பூர்வமாக ஏற்றுக்கொள்ளப்பட்டவை) ஆகும் என்று கூறுகிறார் டி - செர்தியேவ். இக்கருத்தின் அடிப்படையில் இலக்கியம், புனை கதை ஆகியவை பற்றிய கருத்தாடல் (Discourse of Literature) என்பது தன்னியல்பாகவே உறுதியற்றதாகக் கருதப்படுகிறது. பொருள் அடுக்கமைப்பின் அடிப்படையில் அது (இலக்கியம், புனைகதை பற்றிய வியாக்கியானம்) சித்து விளையாட்டு விளை யாடக் கூடியது; மேலும் அது தன்னைத் தானே ஒருவகை மொழிநடையில் உருவகப்படுத்தி வருணித்துக் கொள்கிறது. இதன் மூலம் கட்டுப்படுத்தப்படாத அல்லது தடைப்படுத்த முடியாத வகையில், அது தொடர்ந்து அர்த்தங்களைப் படைத் துக் கொள்கிறது. (James Clifford, and George E. Marcus 1986: 5).

இலக்கிய வியாக்கியானமும் சித்து விளையாட்டும்

மேற்கத்திய பண்பாட்டுச் சூழலில் வாழ்ந்து, மானிடவியல், இலக்கியம் போன்ற பல துறைகளின் மூலமாக ஒவ்வொரு பண்பாட்டையும் பற்றிப் புரிந்துகொள்ள முயலும் ஆராய்ச்சி யாளர்கள், குறிப்பிட்ட பண்பாட்டைப் பற்றி விளக்கிக்கூறும் மானிடவியல் அல்லது இனவரைவியல் படைப்புகளுக்கு இணை யான பனுவல்களாக இலக்கியத்தை அணுக முடியாது என்று கூறும் வாதத்தையே இதுவரையில் பார்த்தோம். தாமஸ் வின்னர், மிஷல் டி செர்தியேவ் ஆகிய இருவரும், குறிப்பிட்ட பண் பாட்டைப் பற்றிய ஒட்டுமொத்தமான ஆய்வுக்கு இலக்கியத் தரவுகள் முழுமுதல் ஆதாரங்களாக விளங்குவதற்குத் தகுதி அற்றவை என்னும் வாதத்திற்கு ஆதரவான ஆதாரங்களைத் தொகுத்துத் தந்துள்ளனர். மீண்டும் அவர்களுடைய வாதங்களின் சாராம்சத்தை நினைத்துப் பார்க்கலாம்.

1. இலக்கியப் பனுவல், அறிவியல் பனுவல்களுக்கு நிகரான தல்ல. அது தனக்காகப் பேசும் இயல்புடையது. உலகி லிருந்து எடுத்தாளப்பட்டிருக்கும் நிகழ்ச்சிகளும் பொருட் களும் பனுவலுக்காகத் தானே அல்லாமல், ஏனைய பனுவல்களில் பயன்படுத்தப்பட்டிருப்பது போல் உலகத்திற் காக அல்ல.

-தாமஸ் வின்னர்

2. இலக்கியப் பனுவல், உருவகத்தன்மையும் கற்பனைப் பாங்கும் உடையது. உற்று நோக்கப்பட்ட தரவுகளால் அமையாமல் படைப்பாளியின் சுயகற்பிதங்களாலானது. அவனுடைய கலைமேதைமைக்கே இடமளிப்பது. ஒரு சொல், ஒரு பொருள் என்னும் அறிவியல் மொழியின் விதிக்கு இணங்காமல், தொடர்ந்து பல அர்த்தங்களைப் படைத்துக் கொள்வது.

- மிஷல் டி செர்தியேவ்

இலக்கியப்பனுவல், உலகத்தை அதன் யதார்த்த முகம் சிதைந்துபோகாமல் உள்ளது உள்ளவாறே, அறிவியல் பனுவல் களைப்போல் பிரதிபலிக்க முடியாதது என்பதையே மேற்கண்ட இருவரின் கூற்றுக்களும் அறுதியிட்டுக் கூறுகின்றன. அப்படி யெனில், இந்த வாதங்கள்எல்லாம் எதனிற் போய் முடிகின்றன என்றால், இலக்கியப் பனுவல் சமூகப் பண்பாட்டைச் சித்திரிக்கும்

நேரடியான ஆவணமாக ஒரு போதும் அமையாது என்பதில் தான். இந்த வாதம் சரியானதுதானா என்பதைச் சோதித்துப் பார்க்க வேண்டும். இதன் பொருட்டுத் தமிழில் வழங்கும் ஒன்றிரண்டு கவிதைகளை உதாரணமாகப் பார்க்கலாம்:

ஒரு திடீர் திருக்காட்சி:
"அதோ சிவன்" என்ற குரல்
"விடாதே பிடி"
என்றோர் எதிர்க்குரல்
எதிர்க் குரலுக்குத் துணைக்குரலாக
"பிடி அடி உதை குத்து"
என்ற கூக்குரல்கள்
"யாரோ இக்கூட்டம்?"
என்று விசாரித்தால்
"அரனாரைச் சிறைப்பிடித்து
அறுவைச் சிகிச்சை செய்யும்
சித்தாந்த சர்ஜன்கள்
கட்சி லட்சிய ஜட்ஜுகள்
என்று பதில் வந்தது
ஜட்ஜுகள் சர்ஜன்கள்
மேலும் சேர்ந்து
குரல்கள் குவிந்து
கைகள் நாய் வாய்களாய்
கவ்விக் கடிக்க
"ஒழிக ஒழிக" எனும்
புதுவேத கோஷம் குரைக்க
தப்பித் தடுமாறி
ஓடுகிறார் சிவனார்.
ஜடையில் கங்கையின்
இமயப் பனிமுடிச்சு
அனலாய் அடிக்கிறது
நதிநாக்கு வரண்டு அவள்
நீர்கேட்டுத் தவிக்கிறாள்
அர்த்தநாரி இவள்
பாரிச வாதத்தில்
பின்னே இழுக்கிறாள்
ஜடை இருளுள் பிறைகவிழ்ந்து
விவேகப் பித்தம்

கோஷப்புயலில் கலைந்து
புத்தித் தெளிந்து
பிழைக்கும் வழிதேட
இடி ஒலி எழுப்பிய உடுக்கை
பொத்தல் விழுந்து
"பொத் பொத்" என்றொலிக்க
திரிசூலம் துருப்பிடித்து
கையைக் கடிக்க
மறுகையில் மானின்
கால் எலும்பும்
இன்னொரு கைநெருப்பு
அணைந்து புகைந்து
அரனார் இருமவும்
பின்தொடர்வோர் கல்லடியில்
படம் ஒடுங்கி
பாதிசெத்த பாம்பு மாலை
புழுவாகிப் புரள ஊழித் தீ வரண்டு
நெற்றிக் கண் குழிவிழுந்து
திருதிரு என விழிக்க
அறுந்து பறக்கும் பூணூலை
பொடிமட்டையில் சுருட்டி
பொத்திப் பிடித்தபடி
அரனார் ஓடுகிறார்"
(ஜி சௌந் அரூப் ப்ரூமிள், 1980: 16-17)

இது வரையில் நாம் வாசித்த கவிதை வரிகள், ப்ருமிளின் "மேல் நோக்கிய பயணம்" என்னும் காவியத்திலிருந்து எடுத் தாளப்பட்டவை. "வேட்டை" என்னும் தலைப்புக்குள் அடங் குவன.

தனக்குரிய அத்துணை அடையாளங்களோடும் புராணக் காலத்திய சிவன்; இன்றைய ஜட்ஜுகள், சர்ஜன்கள் இடம் பெற்ற ஒரு கூட்டம் அச்சிவனைத் துரத்திப் பிடிக்க முற்படுகிறது. தன்னுடைய கோலம் கலைந்து போன நிலையில், தனது அறுந்த பூணூலைப் பொடி மட்டையில் சுருட்டிப் பிடித்தபடி சிவன் ஓடுகிறார். இதுதான் கவிதையில் மேலோட்டமாக நமக்குக் கிடைக்கும் செய்தி. இந்த மேலோட்டமான செய்தியைச் சொல்வது நிச்சயமாகக் கவிஞனின் நோக்கமல்ல. புராணக்

காலத்திய சிவனும், இன்றைய காலத்திய 'ஜட்ஜூம் சர்ஜனும்' வேறு எவற்றையோ, எவரையோ குறிக்கும் உருவகச் செய்திகளாக இருக்க வேண்டும். அல்லது பதிலிகளாக இருக்க வேண்டும். ஏனென்றால், கவிதை வரிகள் சித்திரிக்கும் நிகழ்வில் இடம்பெறும் செய்திகள் யதார்த்தமானவை அல்ல. வேறு எவையேனும் செய்திகளைச் சொல்ல முற்படும் செய்திகளாக நமக்குத் தோன்று கின்றன. எனவே இக்கவிதை வரிகள் செய்தி பற்றிய செய்தியையே (Meta Communication) உள்ளடக்கியுள்ளன என்பதை ஊகித்துப் புரிந்து கொள்ள வேண்டியிருக்கிறது.

நமக்கு முதல் வாசிப்பில் மேலோட்டமாகக் கிடைக்கும் யதார்த்தத்தை மீறிய செய்தியே முதல் வரிசைச் செய்தி. இந்த முதல் வரிசைச் செய்தியின் மூலமாக ஏதேனும் ஒரு சட்டகத்தைப் பயன்படுத்தி, அது உள்ளடக்கியிருக்கும் மற்றொரு செய்தியை அதாவது இரண்டாம் வரிசைச் செய்தியை நம்முடைய ஊகத்தின் அடிப்படையில்தான் தருவிக்க முடிகிறது. புராணப்பாத்திரமான சிவபெருமான் எதனுடைய அல்லது எவருடைய பதிலியாக இருக்கக் கூடுமெனில், படைப்பாளியின் பதிலியாகவோ அல்லது அவனுடைய படைப்பின் பதிலியாகவோ இருக்கலாம். படைப் பையும், படைப்பாளியையும் சிலவகை முன்முடிவுகளோடும் வெறுப்போடும் கட்சியின் சித்தாந்தப்பின்னணியோடும் அணுகும் திறனாய்வாளர்கள், திறனாய்வு என்னும் பெயரில் படைப்பையும் அதன் படைப்பாளியையும் நிர்மூலப்படுத்து வதற்கு எத்தனிக்கிறார்கள். இதற்கு அஞ்சியே படைப்பும் படைப்பாளியும் சிக்காமல் ஓடுகிறார்கள். இந்த அனுமானத்திற்கு உதவும் திறவுகோலாக, "அரனாரைச் சிறைப்பிடித்து அறுவை சிகிச்சை செய்யும் சித்தாந்த சர்ஜன்கள் கட்சி லட்சிய ஜட்ஜூகள்" என்னும் ப்ரூமிளின் கவிதை வரிகள் அமைகின்றன. இது ஓர் அனுமானம் தான். வேறு அனுமானங்களுக்கும் இக்கவிதை வரிகள் இட்டுச் செல்லலாம்.

எடுத்துக்காட்டாக அமைந்த ப்ரூமிளின் கவிதைப் பகுதியும் அது இடம் பெற்றுள்ள காவியமான "மேல் நோக்கிய பயணமும்" ஒட்டுமொத்தமாகத் தகவல் தெரிவிக்கும் பாங்கில் நேரடித் தன்மை அற்றவை. இதன் காரணமாகப் பல ஊகங்களுக்கும் வியாக்கியானங்களுக்கும் இடமளிக்கக்கூடியவை. எனவே, இது போன்ற இலக்கியப் பனுவல்கள், குறிப்பிட்ட பண்பாட்டைப் புரிந்து கொள்வதற்கு முதன்மைத் தரவுகளாக (Primary Sources)

ஆராய்ச்சியாளர்களுக்கு உதவும் என்பது ஐயமானதுதான். ஏனெனில்? தாமஸ் வின்னர் கூறுவது போல், மேற்படி பனுவல் "அகவயமாகத் திருப்பப்பட்டது". ஜேம்ஸ் கிளிஃபோர்டின் கூற்றின் அடிப்படையில் சொல்வோமானால் "மேல்நோக்கிய பயணம்" காவியம், "உருவகத் தன்மையும் கற்பனைப் பாங்கும் உடையது." உற்று நோக்கப்பட்ட தரவுகளால் அல்லாமல், படைப்பாளியின் கற்பிதங்களால் உருவாக்கப்பட்டது. உணர்ச்சி களுக்கும் ஊகங்களுக்கும் அதனைப் படைத்த படைப்பாளியின் உள்ளுணர்வு சார்ந்த கலை மேதைமைக்கும் அகண்ட இடப் பரப்பை அனுமதிக்கக் கூடியது. ஒரு சொல்லுக்கு ஒரே பொருள் என்னும் நேரடித் தன்மை அற்றது. இப்பனுவல் பற்றிய வியாக்கி யானம், பொருள் அடுக்கமைப்பின் அடிப்படையில் சித்து விளையாட்டு விளையாடக் கூடியது. தொடர்ந்து அர்த்தங் களைப் படைத்துக் கொள்கிறது. எனவே மேல்நோக்கிய பயணம் போன்ற புதிரான தன்னனுபவத்தன்மை மிக்க, இலக்கியப் பனுவல்கள் பண்பாட்டைப் பற்றிய ஆய்வுக்கான முதன்மைத் தரவுகளாகப் பயன்படுத்தப்பட முடியாதவை.

இந்த வாதம் சரியானதே. என்றாலும், ஒரு பண்பாட்டுக்குரிய அனைத்துக் கவிஞர்களும், எழுத்தாளர்களும் ஒரே மாதிரியாகப் பூடகத்தன்மை மிக்க, உருவகத்தன்மையுடைய, தகவல் பற்றிய தகவலாகத்தான் இலக்கிய படைப்புகளைப் படைப்பார்களா என்னும் கேள்வியை எழுப்பி அதற்கு நாம் விடை காண வேண்டும்.

எழுத்தாளர்கள், கவிஞர்கள் ஆகியோரின் கண்ணோட் டங்கள் ஒரே மாதிரியானவை அல்ல. எதற்காக, யாருக்காக என்னும் இலக்குகள் சார்ந்த கேள்விகளின் அடிப்படையில் அவர்களுடைய இலக்கியப் பனுவல்களுடைய நோக்கும் போக்கும் மாறுபட்டு அமைந்திருக்கின்றன. யதார்த்த உலகத்தை நேரிடையாகச் சொல்லியவர்களும் உண்டு. சுற்றி வளைத்துப் பேசியவர்களும் உண்டு. அதீதக் கற்பனையோடு, மிகைபட எழுதியவர்களும் பூடகமாகவும் உருவகமாகவும் எழுதியவர்களும் உண்டு. இவர்கள் எல்லாக் காலகட்டங்களிலும் கலந்தே காணப் பட்டிருக்கிறார்கள். உலகப் பொருட்களையும், நிகழ்ச்சிகளையும் மனிதர்களையும், அவர்கள் வெவ்வேறு காரணங்களுக்காக, வெவ்வேறு விதங்களில் பயன்படுத்திக் கொண்டிருக்கிறார்கள். அப்படைப்பாளிகளும், அவர்களுடைய படைப்புகளும் அவரவர் பண்பாட்டின் படைப்புகளாகவே கருதப்படுகின்றனர்.

ஆனால், மேலே கூறப்பட்ட இலக்கு பற்றிய வித்தியாசங்களின் அடிப்படையில், பண்பாட்டைப் புரிந்துகொள்வதற்கான முதன்மைத் தரவுக்குரிய தரத்தின் வழியாகவும் அப்படைப்புகள், வித்தியாசப் படுத்திப் பார்க்கப்பட வேண்டும்.

இந்தக் கோணத்தில் பார்ப்போமானால், இரண்டாயிரம் ஆண்டுக்காலப் பாரம்பரியமுடைய தமிழ் இலக்கிய மரபில், பண்பாடு பற்றிய ஆய்வுக்கான முதன்மைத் தன்மை உடைய தரவுகளாகவும், அத்தன்மையைப் பெறாத தரவுகளாகவும் பல்வேறு வகைப்பட்ட இலக்கியப் பனுவல்கள் இருக்கின்றன என்னும் உண்மையை நாம் புரிந்து கொள்ள முடியும். சங்க கால இலக்கியப் படைப்புகளையே பிரதானமான ஆதாரங்களாகக் கொண்டு, உற்றுநோக்கப்படாத பண்டைத் தமிழரின் சமூகப் பண்பாட்டையும் வரலாற்றையும் பற்றித் தமிழில் பேராசிரியர்கள் சிலர் குறிப்பிடத்தக்க நூல்களை எழுதியுள்ளனர்.

சங்க இலக்கியமும் யதார்த்தமும்

இங்கு மிகைப்படுத்தல் என்பதை அடிப்படையாகக் கொண்ட இலக்கியப் பனுவல்களை ஆதாரங்களாகக் கொண்டு பண்பாட்டு வரலாற்றையோ பண்பாட்டுவிளக்க நூலையோ எழுதுவது சாத்தியமானதுதானா, சரியானதுதானா என்னும் கேள்வி எழுவது இயல்பானது. தன்னுடைய பண்பாட்டு வரலாற்றை முறைப்படி பதிவு செய்வதை ஒரு மரபாகக் கொண்டிராத ஒரு சமூகத்தில், அதன் இன்றைய தேவையை முன்னிட்டு - ஒரு தேசிய இனத்தின் கடந்த காலப்பாரம்பரியப் பெருமையை இன்றைய மக்கள் உணர்ந்து கொள்ளும் பொருட்டு - பண்டைய இலக்கியப் பனுவல்களை ஆதாரங்களாகக் கொண்டு பண்பாட்டு ஆய்வு நூல் எழுதப்படுவது தவிர்க்க முடியாதது. இது தமிழகத்தில் நேர்ந்திருக்கிறது. யதார்த்தத்தை - யதார்த்த உலகத்தைத் தன்னால் இயன்ற அளவில் பிரதிபலித்த இலக்கிய மரபினைச் சங்க இலக்கியங்களில் காண முடியும். தமக்கு முன்னால் விரிந்து பரந்து கிடந்த இயற்கையை, நிலத்தை, மனிதர்களை, அவர்களுடைய வாழ்க்கையைத் தாம் உற்று நோக்கியதன் அடிப்படையில் படைப்பாளிகள், அக்காலத்திய படைப்புநெறிக்கு இயைந்து உருவாக்கியவைதான் சங்க இலக்கியப் பனுவல்கள். ஒரு கதை சொல்லியைப் போல், தாம் உற்று நோக்கியவற்றை விவரிக்கும் பாணியில் அமைந்த சிலவகை இலக்கியப் பனுவல்களில், மிகுதியாக மூடி மறைக்காத ஒருவகை

யதார்த்தம் செயல்படுவதை நம்மால் புரிந்துகொள்ள முடிகிறது. மிகையான அணி அலங்காரங்களால் பொத்திப் போர்த்தப்படாத இந்த யதார்த்தம் தான், சங்க இலக்கியப் பனுவல்களைப் பண்டைத் தமிழ்ப் பண்பாட்டைப் புரிந்துகொள்ள உதவும் முதனிலைத் தரவுகளாக ஆக்கியிருக்கிறது என்பது நம்முடைய அனுமானமாகும். ஓர் உதராணத்தின் மூலம் இதனைப் புரிந்து கொள்ளலாம்:

கிடுகுநிரைத் தெஃகூன்றி
நடுகல்லின் அரண்போல
நெடுந்தூண்டிலிற் காழ் சேர்த்திய
குறுங்கூரைக் குடிநாப்பண்
நிலவடைந்த இருள்போல
வலையுணங்கு மணல் முன்றில்
வீழ்த்தாழைத் தாட்டாழ்ந்த
வெண்கூ தாளத்துத் தண்பூங் கோதையர்
சினைச் சுறவின் கோடுநட்டு
மனைச்சேர்த்திய வல்லணங்கினால்
மடற்றாழை மலர்மலைந்தும்
பிணர்ப்பெண்ணைப் பிழிமாந்தியும்
மடற்றாழை மலர்மலைந்தும்
பிணர்ப்பெண்ணைப் பிழிமாந்தியும்
புன்றலை இரும்பரதவர்
பைந்தழைமா மகளிரொடு
பாயிரும் பனிக்கடல் வேட்டஞ் செல்லாது
உவவுமடிந் துண்டாடியும்
புலவுமணற் பூங்கானல்
மாமலை யணைந்த கொண் மூப் போலவும்
தாய்முலை தழுவிய குழவி போலவும்
தேறுநீர்ப் புணரியொடு ஆறுதலை மணக்கும்
மலியோதத் தொலி கூடல்
தீதுநீங்கக் கடலாடியும்
மாசுபோகப் புனல்படிந்தும்
அலவ னாட்டியும் உரவுத்திரை உழக்கியும்
பாவை சூழ்ந்தும் பல்பொறி மருண்டும்
அகலாக் காதலொடு பகல் விளையாடிப்
பெறற்கருந் தொல்சீர்த் துறக்கம் ஏய்க்கும்
பொய்யா மரபின் பூமலி பெருந்துறை

(பட்டினப்பாலை 78-105)

கடியலூர் உருத்திரங்கண்ணனாரின் மேற்கண்ட பட்டினப் பாலை செய்யுளடிகளில் பண்டைய காவிரிப்பூம்பட்டினத்துக் கடற்கரை வாழ் மீனவரின் குடியிருப்பு, வலைகள் உணரும் மணல் முற்றம், சுறாமீனின் கொம்பை நட்டு வழிபாடு இயற்றுதல், கள்ளுண்ட பரதவர்கள், மீன்பிடிப்பதற்குச் செல்லாமல் தங்கள் மனைவியரோடு விரும்பியதை உண்டு மகிழ்ச்சியோடிருத்தல், சங்கமத் துறையில் அவர்கள் நீராடுதல்... என்பன போன்ற காட்சிகள் இயல்பாக ஆனால், ஒரு சில உவமைகளோடு வருணிக்கப்படுகின்றன. இலக்கியப்பனுவலுக்கேயுரிய அணி, இலக்கணக்கூறுகளைப் பயன்படுத்திக் கொண்டிருந்தாலும், அவை சுமைகளாகி விடாமல் பண்டைய பூம்புகாரின் நிலவியற் பின்னணி, பருப்பொருட்கள், சமூகப் பண்பாட்டு வாழ்க்கை ஆகிய யாவும் ஆசிரியரால் உற்றுநோக்கப்பட்டுப் பட்டினப் பாலையில் நிரல்பட விவரிக்கப்படுகின்றன. இன்றைய மானிட வியலருடைய இனவரைவியலின் இயல்புகளில் சிலவற்றை இவ்வருணனை இலக்கியப் பனுவலில் ஒருவர் நிச்சயம் உணர முடியும்.

பட்டினப்பாலையில் சித்திரிக்கப்படும் பண்பாட்டு நிலவியல், சமூகப் பண்பாட்டு வாழ்க்கை என்னும் யதார்த்தங்கள், மேல் நோக்கிய பயணம் காவியத்தில் சித்திரிக்கப்படும் 'யதார்த்தங் களோடு' ஒப்பிடும்போது, 'பட்டினப்பாலையின் யதார்த்தங்கள்' பூடகமற்றவையாகத் தோன்றுவதை யாரும் மறுக்க முடியாது. நேரில் உற்றுநோக்க முடியாத கடந்த காலத்திய மக்கள் சமூகத்தைப் பற்றிய பண்பாட்டுச் சித்திரிப்புக்கு மிகையான வருணனையும் அதிகக் கற்பனையும் கலவாத பட்டினப்பாலை போன்ற யதார்த்த இலக்கியப் பனுவல்களை முதன்மை ஆதாரங்களாகப் பயன்படுத்துவதில் சிக்கல் இருக்காது என்றே தோன்றுகிறது. எந்த ஒரு மக்கள் இனமும் தன்னுடைய நிகழ் காலத்திய சமூக, அரசியல் கலாச்சாரச் சூழ்நிலைகளுக்கு ஏற்ப, தன்னுடைய பண்பாட்டு வேர்மூலங்களைத் தேடி இனங்காண முற்படுவதும், பாரம்பரியப் பெருமைகளைப் பறைசாற்றிக் கொள்ள விழைவதும் இயல்பானவையாகும். இந்தத் தேவையை அந்தந்தப் பண்பாட்டின் உறுப்பினர்களாகத் திகழும் அறிஞர்களால் மட்டுமே உணர்ந்துகொள்ள முடியும். ஆனால் அயல் பண்பாட்டின் உறுப்பினர்களான அறிஞர்கள் இதனைப் புரிந்து கொண்டாலும், உணர்வுரீதியிலான ஈடுபாடு காட்டாமல் அதனிலிருந்து விலகிநின்று பார்ப்பதால், அப்பண்பாட்டின்

கடந்த காலத்திய இலக்கிய மரபுகளை முதன்மைத் தரவுகளாக ஏற்க மறுக்கத்தான் செய்வர்.

இலக்கியப் பனுவல்: அசலும் நகலும்

ஆயினும், ஒரு குறிப்பிட்ட மக்கள் சமூகத்தின் பண் பாட்டைச் சித்திரிப்பதற்கு உதவும்முதன்மையான தரவாக இலக்கியத்தை ஏற்க முடியாது என்னும் விவாதத்தை ஒரு பக்கம் நாம் ஏற்றுக்கொள்ளத்தான் வேண்டியிருக்கிறது. எனினும், வேறு வகையான ஆவணங்கள் எவையும் கிடைக்கப் பெறாத ஒரு கடந்த காலத்திய சமூகத்தை, அதன் பண்பாட்டைப் புரிந்துகொள் வதற்கு - ஆராய்வதற்கு, அச்சமூகம் படைத்தளித்த கலை, இலக்கிய வடிவங்களையே முக்கிய ஆதாரங்களாகப் பயன்படுத்துவதை, ஒரு தவிர்க்க முடியாத விதி மீறலாக நாம் ஏற்க வேண்டியவர் களாக உள்ளோம். இந்த விதிமீறலில் உள்ள நியாயம் பற்றித்தான் இதற்கு முன் சங்க காலச் சமுதாயம் - அதன் இலக்கியம் ஆகியவற்றோடு இணைத்து விவாதித்தோம்.

ஆனால் இந்த விதிமீறலை இன்றைக்கும், சமகாலத்திய இலக்கியங்கள் குறித்த ஆய்விலும் பின்பற்றுவது தேவையற்றது. ஏனெனில், இன்றைய மக்கள் சமூகத்தின் குடும்பம், உறவுமுறை, சமயம், உலகக் கண்ணோட்டம், உணர்வுகள், விருப்பு - வெறுப்பு கள், அரசியல், நிர்வாகம், பொருளாதாரம் போன்றவை பற்றிய தரவுகள் பல்வேறு ஆதாரங்களிலிருந்து கிடைக்கின்றன. அவற்றை முறையாக உற்று நோக்கிச் சேகரித்து ஆவணப்படுத்து வதற்கு வாய்ப்புகள் உள்ளன. இவ்வாறு, உற்று நோக்கிச் சேகரிக்கப்படும் தரவுகளைக் கொண்டு பல்வேறு வகைப்பட்ட பனுவல்கள் படைக்கப்படுகின்றன. இலக்கியப் படைப்பாளி களால், கவிதை, சிறுகதை, நாவல், நாடகம் முதலிய இலக்கியப் பனுவல்களும் சமூக அறிவியலர்களால் இனவரைவியல், சுய வரலாறு, இதழியல் அறிக்கைகள், வரலாறு போன்ற சமூக அறிவியற் பனுவல்களும் தொடர்ந்து படைக்கப்பட்டு வருகின்றன. ஆனால், இவ்விரு வகைப்பட்ட பனுவல்களின் உருவாக்கத்தில் வெவ்வேறு விதமான உத்திமுறைகள் கையாளப் படுகின்றன என்பதை ஏற்கனவே பார்த்தோம். இந்த உத்தி முறைகளின் அடிப்படையில்தான் இப்பனுவல்களுக்கிடையே வித்தியாசம் கற்பிக்கப்படுகிறது. அதாவது, இலக்கியம் ஒரு கற்பனை உலகைப் படைத்துக் கொள்வதற்காகவே யதார்த்த உலகத்தைத் தனக்குச் சாதகமாகப் பயன்படுத்திக் கொள்கிறதே

அல்லாமல் யதார்த்த உலகத்திற்காக அல்ல. ஆனால், சமூக அறிவியல் பனுவல்கள் யதார்த்த உலகத்தை உள்ளது உள்ளவாறே விளக்கியுரைப்பதற்காகவே அவ்வுலகத்தைப் பயன்படுத்திக் கொள்கின்றன. இவ்விரு பனுவல்களுக்கு இடைப்பட்ட இவ்வித்தியாசத்தின் அடிப்படையில் தான், சமூக அறிவியற் பனுவல்கள், இலக்கியப் பனுவல்களைவிட நம்பகத் தன்மை உடையவை என்று மானிடவியலர் கூறுகின்றனர்.

இந்தக் கோணத்தில் பார்க்கும் போது, இலக்கியத் தரவுகளை மட்டுமே அடிப்படையாகக் கொண்டு தற்காலத்திய சமூகப் பண்பாட்டைக் குறித்து இதுவரையில் இலக்கிய அறிஞர்கள் மேற்கொண்ட ஆய்வுகள் பற்றி என்ன முடிவுக்கு நாம் வரவேண்டியிருக்கும் என்பது ஒரு கேள்வி. ஆனால், நீண்ட தயக்கம் ஏதுமில்லாமலேயே, இவ்வகையான ஆய்வுகள் தவறானவை என்று உறுதியாகச் சொல்லி விடலாம். ஏனென்றால், இவ்வகையான ஆய்வுகள் யதார்த்த உலகம் பற்றிய தரவுகளை முதன்மையான தரவுகளாகவும், இலக்கியப் பனுவல்களை இரண்டாம் நிலைத் தரவுகளாகவும் எடுத்துக் கொண்டு மேற்கொள்ளப்பட்டவை அன்று. மாறாக யதார்த்த உலகம் அல்லது சமூகம் பற்றிய முதன்மைத் தரவுகளாக இலக்கியப் பனுவல்களையே ஆய்வாளர்கள் பயன்படுத்தியுள்ளனர். இலக்கியப் பனுவல்கள் சித்திரிக்கும் யதார்த்த உலகம், உண்மையில் யதார்த்த உலகமே அல்ல; மாறாக அதற்கு இணையான கற்பனை உலகத்தையே ஆய்வாளர்கள் யதார்த்த உலகமாகப் பார்த்திருக் கிறார்கள். நகல், ஒருபோதும் உண்மை ஆகாது இல்லையா? எனவே, இனவரைவியல் தரவுகளை முதன்மையான தரவுகளாக எடுத்துக்கொள்ளாமல், இலக்கியத் தரவுகளை மட்டுமே முதன்மையாகக் கொண்டு இலக்கிய ஆய்வாளர்கள் செய்துள்ள ஆய்வுகள், முழுமையான பண்பாட்டு ஆய்வுகளாக அமைய முடியாது. குறைந்தபட்சம், இலக்கியத் தரவுகளுக்கு இணையாக இனவரைவியல் தரவுகளுக்கு முக்கியத்துவம் கொடுத்து ஆய்வு மேற்கொள்ளும் போதுதான், இலக்கிய ஆய்வாளர்களுடைய பண்பாட்டு ஆய்வுப் படைப்புகள் பொருளுடையவையாக அமையும்.

துணை நூல்கள்

Clifford, James, George E. Marcus (Eds.,) 1986: Writing Culture: The poetics and Politics of Ethnography, California: University of California Press.

Winner, Thomas, G. 1988 : 'Literature as a Source for Anthro pologincal research: the cse of Jaroslac Hasek's Good Soldier SvejK. 'in Fernando Poyatos (Ed.) Literary Anthropology. Amsterdam: John Benjamins Publishing Company.

உருத்திரங்கண்ணனார், கடியலூர், பட்டினப்பாலை, பொ. வே. சோமசுந்தரனார், உரையாசிரியர். பத்துப்பாட்டு - மூலமும் உரையும், சென்னை: சைவ சித்தாந்த நூற்பதிப்புக் கழகம்.

பிரேமிள், ஜிய கௌந்த் ரூப், *1980:* மேல் நோக்கிய பயணம், சென்னை: இன்னர் இமேஜ் கிராஃப்ட் ஷாப்.

3. தமிழில் இனவரைவியல் கவிதை

ஏதேனும், ஒரு வகை விசேடமான உணர்வு, ஓர் அம்சம், ஒரு கருத்து, ஒரு பண்பு-மேலதிகமாக ஏதேனும் ஓர் இலக்கிய வடிவத்தில் பிரதிபலிக்கு மானால், அந்த இலக்கிய வடிவம் (Genre), அதன் வகைமை சார்ந்த ஏனையவற்றின் தொகுப்பிலிருந்து, மேற்குறித்தவற்றுள் ஏதேனும் ஒரு விசேடப் பண்பு காரணமாகத் தனித்துப் பார்க்கப்படுவது இயல்பு. இவ்வித்தியாசப் பண்பினால் கவிதை, தனித் தனி அடைமொழிகளோடு வகைமைப்படுத்தப்பட்டிருப் பதைத் தமிழ் இலக்கியத்தின் ஒரு நீண்ட கால மரபாகப் பார்க்கிறோம். அம்மரபின் தொடர்ச்சி யாகவே இன்றைய தமிழ்க் கவிதையில் தோன்றி யுள்ள 'இனவரைவியல் கவிதை' (Ethnographic poem) என்னும் துணை வகைமையையும் (Subgenre) அணுக வேண்டும். ஆனால் இனவரைவியல் என்பதும் கவிதை என்பதும் தம்மளவில் இருவேறு எதிர் முரணான கலைவடிவங்களாகும். இவை இரண் டையும் இணைத்து 'இனவரைவியல் கவிதை' என்று ஒரு புதிய கலைச் சொல் தொடரை உருவாக்குவது வினோதமானதாக இருக்கிறதே என்று எண்ணத் தோன்றலாம்.

ஏனெனில், தனிமனித உணர்வுகள், விருப்பு - வெறுப்புகள், விமர்சனங்கள் என்று பல்வேறு வகைப்பட்ட சுயச்சார்புகளுக்கு முதலிடம் தந்து

எழுதப்படுவது கவிதை. ஆனால், மேற்கண்ட தற்சார்புகளி லிருந்து முற்றிலும் விலகிநின்று தான் உற்று நோக்கிய சமூகக் குழுவிடமிருந்து திரட்டிய பண்பாட்டுத் தரவுகளை மையமாகக் கொண்டு, ஓர் இனவரைவியலன் உருவாக்கும் அறிவுபூர்வமான ஆய்வுப் படைப்புதான் இனவரைவியல் (Ethnography). எனவே, எதிர் முரணான இவ்விரண்டையும் இணைத்து விவாதிப்பதும், குறிப்பிட்ட கவிதையை இனவரைவியல் கவிதை என்று அடை யாளப்படுத்தி, அதனில் பொதிந்திருக்கும் நியாயத்தை எடுத் துரைப்பதும் எடுத்த எடுப்பில் சற்றுச் சிக்கலானதாகத் தோன்ற லாம். ஏனெனில், கவிதை, எப்போதும் கவிதைதான்; அதுபோல் இனவரைவியல் எப்போதும் இனவரைவியலாகவே இருக்கும். பொதுவாக எதிர்முரணானவையாகத் தோன்றும் இரண்டு கூறுகள், தத்தமக்கே உரிய குணாம்சங்களிலிருந்து சிலவற்றை உதறிவிட்டு, அவை ஒன்றை ஒன்று நெருங்கும் போது ஒரு புதிய கலைவடிவம் தோன்றுவதற்கு ஏதுவாகிறது. இந்த விதிக்கு ஆட்பட்டுத் தோன்றியதே இனவரைவியல் இலக்கியம். ஆங் காங்கே பிற மொழிகளில் தோன்றியிருப்பன போல் தமிழிலும் இனவரைவியல் இலக்கிய வடிவங்கள் தோன்றியிருக்கின்றன. கவிதையிலும் நாவலிலும் இனவரைவியல் தன்மை உடைய படைப்புகள் காணப்படுகின்றன. நாவலை மட்டும் வெளிப் படையாகத் தெரிந்திருக்கிறது. கவிதையில், இனவரைவியலின் தன்மையை யாரும் இனங்கண்டதாகத் தெரியவில்லை. பட்டினப் பாலை முதற் கொண்டு இன்றைய ஒரு சில கவிதைப் படைப்புகள் வரையில் இனவரைவியலின் சுவடுகளை அழுத்தமாகக் காண முடியும்.

இந்தப் பின்னணி ஒரு புறம் இருக்க, இது பற்றிய புரிதல் இருந்தோ இல்லாமலோ, மேலே குறிப்பிடப்பட்ட 'இனவரை வியலும் கவிதையும் ஒன்றை ஒன்று நெருங்கும் விதிக்கு ஏற்ப, தமிழில் இயல்பாகவே - இன்னும் சற்றுக் கூடுதலாகச் சொல்லப் போனால், படைப்பாளியின் முன்னேற்பாடு ஏதுமில்லாமலேயே - இனவரைவியல் கவிதை வெளிப்பட்டிருக்கிறது.

அவ்வகையில், கவிஞர் பழமலையின் 'சனங்களின் கதை'யை இனவரைவியல் கவிதை என்று ஒரு தனி அடையாளம் கொடுத்து, ஏனைய கவிதைகளின் கூட்டத்திலிருந்து அதனை வேறுபடுத்திப் பார்ப்பதைத் தவிர்க்க முடியாது. வசன கவிதை, கட்டற்ற கவிதை, உரைவீச்சு உன்பன போன்ற பொதுவான பெயர்களுக்குள்

பழமலையின் கவிதைகளை அடக்க முடியாது. அல்லது அவருடைய கவிதைகளில் பொதிந்திருக்கும் வரலாற்றுத் த்ன்மை யுடைய நிகழ்வுகளை மீட்டுரைக்கும் பாங்கினை மட்டும் மனதிற் கொண்டு வெ.மு. பொதியவெற்பன் கூறுவது போல், 'நினைவு அமைதிக் கவிதைகள்' (ப.1) எனச் சொல்லவும் தேவை இல்லை. ஏனெனில், இவற்றை எல்லாம் மீறிக் குறிப்பிட்ட காலம், வட்டாரத்திற்குட்பட்ட மக்களுடைய வாழ்க்கையின் உள்-வெளி அல்லது அகம், புறம் என்னும் இரண்டு பக்கங்களுக்கும் உரிய ஏறக்குறைய அனைத்துச் செய்திகள் பற்றிய சாராம்சத்தையும் எடுத்துரைக்கும் பாங்கின் அடிப்படையில் பழமலையின் 'சனங்களின் கதை' நூலிலுள்ள கவிதைகளை இனவரைவியல் கவிதைகள் என்று சொல்வதே பொருத்தமானது.

இனவரைவியல் என்பது சமூகவியல் அல்லது மானிட வியலைச் சார்ந்த துறையினரால் ஆய்வு நோக்கில் எழுதப்படும் தனியொரு உரைநடை வடிவமாகும். இவ்வடிவத்தின் இயல்புக் கூறுகளில் கணிசமானவை மற்றொரு வகைப்பட்ட வடிவத் திற்குள் செயல்படும்போது, முந்தையதையும் பிந்தையதையும் இணைத்துக் கொண்டு மற்றொரு புதிய வடிவம் அல்லது வகைமை தோன்றுவதற்குக் காரணமாகிறது. இப்படிப் பல புதிய துணை வகைமைகள், ஒவ்வொரு வகையிலிருந்தும் கிளைத்திருக் கின்றன என்பதற்கு உதாரணங்கள் உள்ளன. குறிப்பிட்ட இனம், மொழி முதலிய பண்பாட்டுக் கூறுகளின் அடிப்படையில் தனித்து நிற்கும் ஒரு தேசிய இனத்தைச் சேர்ந்த மக்கள் வாழ்க்கையை மையமாகக் கொண்டு, அதனை யதார்த்தமாகச் சித்திரிக்கும் ஆவணப் படங்களை (Documentary) இனவரையில் திரைப்படங்கள் (Ethnographic films) என்கிறார்கள். இவ்வாறே ஏதேனும் ஒரு பண்பாட்டுக் குழுவை மையமாகக் கொண்டு எழுதப்படும் கதை 'இனவரைவியல் நாவல்' எனப்படுகிறது. இந்தத் தர்க்க முறையின் அடிப்படையில் தமிழ்க் கவிதை மரபிலும் இனவரைவியல் கவிதை என்னும் தனியானதொரு வகைமை கிளைத்திருப்பதைக் காண்கிறோம். இப்படிக் கவிதை களில் சிலவற்றை ஒரு காரணம் பற்றி ஒரு தனி அடைமொழி கொடுத்துப் பிரித்து வேறுபடுத்தும் மரபு நீண்ட காலமாகவே தமிழில் இருந்து வருகிறது. அகப்பாடல், புறப்பாடல், பக்திக் கவிதை எனத் தொடங்கி, தலித் கவிதை என்பது வரையில் தமிழ்க் கவிதைகள் தாம் உட்கொண்டிருக்கும் சாராம்சங்களின் காரண மாகத் துணை வகைமைகளாகப் பிரிக்கப்பட்டிருப்பதைப் பார்க்கிறோம்.

இந்த வகைமைப்படுத்தும் பின்னணியின் புரிதலோடும் பண்பாட்டுச் சித்திரிப்பான இனவரைவியல் வகைமை பற்றிய அறிமுக அறிவோடும் பழமலையின் 'சனங்களின் கதை' நூலி லுள்ள கவிதைகளைத் தொகுப்பாக வாசிக்கும்போது, ஒரு வாசகன் பெறும் அனுபவம், மற்ற கவிஞர்களுடைய கவிதை களைப் படிப்பதன் மூலம் பெறும் அனுபவத்திலிருந்து நிச்சயம் வேறுபடும். ஏனென்றால், அவருடைய கவிதைகள், தென்னார்க் காடு மாவட்டத்தைச் சேர்ந்த குழுமூர் என்னும் சிற்றூரின் பண்பாட்டு நிலவியல், அங்கு வாழும் மிகவும் பிற்படுத்தப்பட்ட சமூகத்தவரான படையாட்சி மக்கள்-குறிப்பாகத் தம் குடும்ப உறுப்பினர்கள், உறவினர்கள், நண்பர்கள் மற்றும் கிராமத்தின் பிற சமூகத்தைச் சேர்ந்தவர்கள், ஆகியோர் பற்றியும் அவர் களோடு தொடர்புடைய நிகழ்வுகள் பற்றியும் பேசுகின்றன. அவர்களுடைய வாழ்க்கை, சமய நம்பிக்கைகள், பொருளாதாரம், அன்றாட வாழ்க்கை நெருக்கடிகள், ஆசைகள், கனவுகள், பலங்கள், பலவீனங்கள், ஏற்றத்தாழ்வுகள் என்று இப்படிப் பல்வேறு வகைப்பட்ட பண்பாட்டுக் கூறுகளையும், இவற்றி னூடாகக் கவிஞர் பழமலை தமது பரிவுணர்வுகளையும் விமர்சனங்களையும் அழுத்தமான பதிவுகளையும் மதிப்பீடு களையும் முன் வைக்கிறார்.

இனவரைவியலனும் இலக்கியப் படைப்பாளியும்

இனவரைவியலனுக்கும் இலக்கியவாதிக்கும் இடையே வேறுபாடுகள் இருக்கின்றன. ஒற்றுமைக் கூறுகளும் கூட உண்டு. இருவருடைய களமாக அமையும் யதார்த்த உலகம் ஒன்றுதான். எதிர்கொண்ட உலகினைப் பற்றிய சித்திரிப்பாக அமையும் படைப்புக்காகப் பயன்படுத்திக் கொண்டிருக்கும் மொழியும், அணி இலக்கணக் கூறுகளும் கூட இருவருக்கும் பொது வானவைதாம். பார்த்த உலகத்தை அப்படியே விவரிப்பதும், அறிவார்ந்த கருத்துக்களின் பின்னணியில் வியாக்கியானம் செய்வதும் இனவரைவியலனுடைய வேலை. ஆனால், இலக்கிய வாதி சமூக அறிவியலின் விதிகளால் கட்டுப்படுத்தப்பட முடியாதவன். யதார்த்த உலகை உற்று நோக்கி, அதன் நிகழ்வு களைத் தன் கருத்திற்கு ஏற்ப, மற்றொரு சூழலுக்குள் பொருத்திக் கொள்வதன் மூலம், உற்று நோக்கிய உலகிற்கு இணையான மற்றொரு கற்பனை உலகைப் படைத்துக் கொள்பவன் படைப்பாளன். ஓர் உலகை அல்லது குறிப்பிட்ட மக்கள் குழு

இடம்பெறும் களத்தைத் தேர்ந்தெடுத்துக் கொண்டு சரியான களப்பணி நெறிமுறைகளோடு அக்களத்திலிருந்து தரவுகள் சேகரிக்கவேண்டியது இனவரைவியலனுக்குக் கட்டாயமாகும். ஆனால், இது படைப்பாளனுக்கு அவசியம் இருந்தாக வேண்டு மென்னும் கட்டாயமில்லை. ஆனால், வாழ்க்கை வரலாற்று இலக்கியம், பயண இலக்கியம் போன்றவை நேரடி உற்று நோக்கல் அனுபவத்தையும் களப்பணியையும் சார்ந்திருப்பவை. இலக்கிய வடிவங்களுள் சிறுகதை, நாவல் போன்ற படைப்பு களை வழங்கும் படைப்பாளிகளுக்கு இக்களப் பணியின் மூலம் தரவுகளைத் தேடிப் பிடிக்கும் அவசியம் இல்லைதான் என்றாலும், சில எழுத்தாளர்கள் முறைப்படுத்தப்படாத களப்பணியின் அடிப்படையில் தரவுகளைச் சேகரித்துக் கதைகள் எழுதுவதை அறிய முடிகிறது. இந்த அவசியம் கவிஞனுக்கு இல்லைதான். எனினும், கவிஞன் இக்களப்பணி அனுபவத்திற்குத் தன்னை ஆட்படுத்திக் கொள்ளும் போது, மக்களுடைய கூட்டு வாழ்க்கை யையும் அவர்களுடைய குரல்களையும் பிரதிபலிக்கும் வகையில் நல்ல கவிதைகளைப் படைக்க முடியும் என்பது நிரூபிக்கப் பட்டிருக்கிறது.

எனவே இனவரைவியலனுக்கும் இலக்கியவாதிக்கும் மக்கள் சமூகம் என்னும் களமும், களப்பணியும் இன்றியமையாதவை தாம். ஆனால், இருவருக்கும் அவர்கள் செய்யும் களப்பணி முறைகள் வேறு வேறானவை. இலக்கியவாதிக்கு முறைப்படுத்தப் பட்ட களப்பணி அனுபவம் என்பது தேவையற்றதாக இருக்க லாம். ஆனால், சமூக நிகழ்வுகள் பற்றி அறிந்து கொள்ளும் ஆர்வமும் விமர்சனப் பார்வையும் மக்களைப் பற்றிய கரிசனமும் இன்றியமையாதவை. இத்தகைய கரிசனங்களோடு இலக்கிய வாதிகள் நாவல்களையும் கவிதைகளையும் படைத்திருக் கிறார்கள். ஆனால், இந்தக் கரிசனம் அல்லது ஒருவகைச் சார்புநிலை, இனவரைவியல் படைப்பாளிகளின் இயல்பு களுக்குள் அடங்காத ஒன்று. இதுவும்கூட, படைப்பாளியை இனவரைவியலனிடமிருந்து பிரித்துக் காட்டும் பண்புக் கூறுகளில் ஒன்றுதான்.

இனவரைவியலனுக்கும் இலக்கியவாதிக்கும் இடையே அவரவர் படைப்புகள் பற்றிய நோக்கில், அடிப்படையான சில வேறுபாடுகள் இருக்கின்றன. அதாவது, "இனவரைவியலரின் இலக்கு, புகைப்படத் தன்மை உடைய யதார்த்த வடிவத்தைச்

சித்திரித்துக் காட்டுவதாகும். அதாவது, கருத்தையும் உண்மையையும் கலக்காமல் உள்ளதை உள்ளவாறே சித்திரித்தல் என்பது தான் இனவரைவியலரின் இலக்காகும். புனைகதை எழுதும் எழுத்தாளரைப் பொறுத்தவரையில் கருத்துதான் (சிந்தனை அல்லது கற்பனை) முதலும் முடிவுமாகும். எழுத்தாளரின் கருத்துக்கேற்ப, யதார்த்தம் பொருத்தப்படுகிறது. ஆனால் இனவரைவியலரைப் பொறுத்தவரையில் யதார்த்தம் தான் முதலும் முடிவுமாகும். இந்த யதார்த்தத்தோடு கருத்துதான் இயைத்துப் பொருத்தப்படுகிறது" (Vincent O. Erickson, 1988: 122-123).

இருவரும் அடிப்படையில் பண்பாட்டைச் சித்திரிப்பவர்கள் தாம் என்றாலும், சமூகத்தோடு படைப்பாளிக்கு இருக்கும் உணர்வு பூர்வமான நெருக்கம் இனவரைவியலனுக்கு இருப்பதில்லை; இருக்கக் கூடாது. படைப்பாளியின் ஈடுபாடு கூட, தொடர்புடைய சமூகக் குழுவோடு கொண்டிருக்கும் உறவின் அடிப்படையில் எடை போடப்படுகிறது. இப்பின்னணியில், அமெரிக்கக் கறுப்பர்களிடையே இனவரைவியல் நாவலாசிரியர்கள், இந்தியாவில் ஒடுக்கப்பட்ட மக்களிடையே தலித் இலக்கியப் படைப்பாளிகள் தோன்றியிருப்பதை நாம் நினைவு கூரலாம். இவ்வாறு இனவரைவியலர்களிடையே கூட ஒரு மாற்றம் நேர்ந்திருக்கிறது. 'சார்பு நிலை இருக்கக் கூடாது' என்னும் விதியை எல்லாம் மீறும் வகையில் அந்தந்தப் பண்பாட்டிலிருந்தே திணைசார் இனவரைவியலர்கள் தோன்றி விட்டனர். இத்தகைய திணைசார் இனவரைவியலர்களைப் போன்று தமிழ்ப் பண்பாட்டுச் சூழலில் மானிடவியலர்கள் இதுவரையிலும் தோன்றியிருப்பதாகத் தெரியவில்லை. ஆனால், திணைசார் இனவரைவியல் நாவலாசிரியர்களும், திணைசார் இனவரைவியல் கவிஞர்களும் தமிழகத்தில் தோன்றித் தத்தம் படைப்புக்களை அளித்துள்ளனர்.

திணைசார் இனவரைவியல் கவிஞன்

இனவரைவுக் கவிஞனுடைய வேலை, ஒரு குறிப்பிட்ட இனம் பற்றிய பண்பாட்டுச் சித்திரிப்பை வழங்குவதோடு முடிந்து விடுவதில்லை. அவ்வாறு வழங்குவதற்கு ஓர் உள்நோக்கம் இருக்க வேண்டும். குறிப்பிட்ட பண்பாட்டுக் குழுவின் ஓர் உள்ளாளாக (Insider) இருந்துகொண்டு, உணர்வுப் பிணைப்போடு அப்பண்பாட்டுக் குழுவின் அடையாளங்களை மீட்டெடுத்து,

அவற்றை வலியுறுத்துபவராகவும், அதன் நோய்களைச் சொல்லி அவற்றைக் களைவதற்கான உத்வேகத்தை மக்களிடம் தூண்டு பவராகவும், அவ்வினத்தின் அடிமைத்தனத்திற்கு எதிரான புரட்சிக்கு வித்திடுபவர்களில் ஒருவராகவும், இனவரைவியல் கவிஞன் திகழ வேண்டும். இந்த அம்சங்களில் எவையேனும் கவிஞர் பழமலைக்கும் பொருந்தாமல் போவதில்லை. இதனா லேயே அவர் திணைசார் இனவரைவியல் கவிஞனாகச் (Indigenous ethnographic poet) சுட்டிச் காட்டப்படுகிறார்.

குறிப்பிட்ட மக்கள் சமூகத்தின் பண்பாட்டையும் அவர் களுடைய பிரச்சினைகளையும் பற்றி, அம்மக்களுடன் நேரடித் தொடர்புற்ற படைப்பாளிகளால் மனிதாபிமான அடிப் படையில், படைப்புகளை வழங்க முடிந்திருக்கிறது. இது அன்றும் இன்றும் நடந்து கொண்டுதான் இருக்கிறது. ஆனால், தொடர்புடைய மக்கள் குழுவில் ஓர் உறுப்பினராகவும், அம்மக்கள் எதிர்கொள்ளும் பிரச்சினைகளை நேரடியாக - உணர்வு பூர்வமாக அனுபவிப்பவராகவும், அதன் பண்பாடு பற்றிய பிரக்ஞையுடையவராகவும் இலக்கியப் படைப்பாளி விளங்க வேண்டும் என்பது இன்றைய சமூக, அரசியல், பண்பாட்டு நிர்ப்பந்தமாகும். சமூக அந்தஸ்து மற்றும் பொருளாதார ரீதியாகப் பின்னுக்குத் தள்ளப்பட்டிருக்கும் மக்கள், தங்களுடைய இழந்த வாழ்க்கையை மீட்டெடுக்கும் பொருட்டு, ஆளும் அதிகார அமைப்பின் கையிலிருக்கும் அதிகாரத்தைத் தங்கள் கைக்கு மாற்றியாக வேண்டும் என்னும் தீர்மானமான புரிதலுக்கு ஆட்பட்டுள்ளனர். தங்களை ஒடுக்குவோரை எதிர்க்கவும் அதிகாரத்தைக் கைப்பற்றுவதற்குப் போராடவும், அந்தந்த இனங்களைச் சேர்ந்த, அந்தந்த மக்கள் கூட்டங்களைச் சேர்ந்த சாமான்ய மக்களுக்கும், தலைவர் களுக்கும், கலை - இலக்கியவாதிகளுக்கும் இருக்கக் கூடிய உணர்ச்சி பூர்வமான ஈடுபாடும் வெறியும், மேற்குறித்த பிரிவினரைச் சேராத கலை இலக்கியவாதிகள் போன்றவர்களுக்கு முன்னவர்க்கு இணையான அளவு இருந்தாக வேண்டும் என்னும் அவசியம் இல்லை. எனவே, தங்களுடைய போராட்டத்தில் பிறரை நம்பும் தேவையும் அவர்களுக்கு இல்லை. இதனால் தான் தலித் மக்களின் பிரச்சினையைத் தலித்துகளால் மட்டுமே நுணுக்கமாகப் புரிந்துகொள்ள முடியும் என்று கூறப்படுகிறது. பெண்களின் பிரச்சினையும் இப்படிப்பட்டது தான். அமெரிக்கக் கறுப்பர்களின் சமூகப் பண்பாட்டுப் பிரச்சினையும் கூட

இத்தன்மையை ஒட்டியதுதான். சிங்கள இன ஆதிக்கத்தை எதிர்த்துப் போராடும் இலங்கைத் தமிழர்கள் தவிர, வேறு யாராலும் அவர்கள் அளவுக்குப் பிரச்சினையைப் புரிந்து கொள்ள முடியாது. இந்தத் தர்க்க நெறியின் அடிப்படையில் தான் தலித் இலக்கியம், பெண்ணிய இலக்கியம், கறுப்பர்களின் இலக்கியம், இனவிடுதலைக்கான போராட்ட இலக்கியம் போன்றவை அந்தந்த மக்கள் குழுவைச் சேர்ந்த நேரடி அனுபவங் களில் பங்கேற்கும் படைப்பாளிகளால் படைக்கப்படுவதே இயல்பானதென்று கருதப்படுகிறது.

'சனங்களின் கதை' நூலின் கவிதைகள் மூலமாகக் குழூஉர் மக்களைப் பற்றிய இனவரைவியலைத் தீட்டிக் காட்டும் கவிஞர் பழமலை, அம்மக்களின்பால் காட்டும் தீவிரமான ஈடுபாட்டைத் தமது நூலின் முன்னுரையில் பின்வருமாறு பதிவு செய்கிறார்:

"வாழ்க்கை சோகமயமானது இல்லை. ஆனால், இவர் களுக்கு அது அப்படி ஆக்கப்பட்டிருக்கிறது. தங்கள் சோகங் களின் பரிமாணங்களை அறியாதவர்கள், இந்த மக்கள். இவர்களுடைய சோகம் சூரியனைச் சாறு பிழிவது. இது பொறுத்துக் கொள்ள முடியாதது. இவற்றை ஒப்பிட்டு உணரும் ஒருவன் குருதி அமிலமே ஆகிவிடுகிறது.

இந்தச் சனங்களுக்கு வாழக் கிடைத்திருக்கும் வாழ்க்கை, 'சமகால அனுபவ இழப்புகளால்' சிறுமைப்பட்டது. இவர் களுடைய சமூக அனுபவங்கள் என்பவை காயம்பட்டுக் காயம் பட்டு ஆறாதவை; ரத்தம் கசிபவை.

இக்கவிதைகள் இவற்றுக்கான பரிகாரங்களைப் பரிந்து உரைக்கவில்லை என்றாலும் நோயைத் தீர்மானிக்க உதவுகின்றன.

இந்த அவலங்களைப் பதிவு செய்வது என்பதும், அனுபவப் படுத்துவது என்பதும் இவற்றை வெற்றி கொள்ள வேண்டி அறைகூவல் விடுப்பதே ஆகும். இவை புதிய கவலைகளையும் கனவுகளையும் கோருகின்றன.

இந்தக் கவிதைகள், என்னை எனக்கும் என் மக்களை அவர்களுக்கும் உணர்த்துபவை. நம் இழிவுகளுக்கான காரணங் களைக் கண்டுபிடிக்கவும் போராடவும் உந்துபவை". (பழமலை, *1988: 8*).

இனவரைவியலைப் படைக்கும் மானிடவியலர்களுக் கிடையே இன்று அந்தந்த வட்டார மக்களின் பண்பாட்டைக்

குறித்து, அந்தந்தப் பண்பாட்டைச் சேர்ந்த உறுப்பினர்களாலேயே எழுதப்பட வேண்டும் என்னும் ஒரு புதிய சூழ்நிலை தோன்றி யுள்ளது. இத்தகைய இனவரைவியலரைத் திணைசார் இனவரை வியலர் (Indigenous Ethnographer) என்று குறிப்பிடுகின்றனர். தங்களால் தங்களுக்காகக் குரல் கொடுக்க முடியாதவர்கள் என்று முத்திரை குத்தப்பட்டவர்களான 'ஆதிவாசிகள்', "கல்வி அறிவற்றவர்கள்", "வரலாறு இல்லாதவர்கள்" ஆகியோருக்காகத் தன்னிச்சையான அதிகாரத்தோடு இனிமேல் வெள்ளைக்கார மானிடவியலாளர்களால் பேச முடியாத ஒரு சூழ்நிலையைத் திணைசார் இனவரைவியலர்கள் ஏற்படுத்தியுள்ளனர். தங்களால் தங்களுக்காகக் குரல் கொடுக்க முடியாதவர்கள் என்று கருதப் பட்ட (ஆதிவாசிகள், கல்வி அறிவற்றவர்கள், வரலாறு இல்லாத வர்கள்) ஒடுக்கப்பட்ட மக்களிடமிருந்தே திணைசார் இனவரை வியலர்கள் தோன்றிக் குரல் கொடுக்கத் துவங்கி விட்டனர். இவர்கள் தத்தம் பண்பாடுகளைப் பற்றிய புதிய கருத்துக் கோணங்களையும் ஆழமான புரிதல்களையும் முன்வைக் கிறார்கள். இனவரைவியலை இப்படித் தான் எழுத வேண்டும் என்று வரையறைகளையும் வழிகாட்டுதல்களையும் முன் வைக்கும் பிந்தைய மற்றும் புதிய காலனியத்தின் விதிகளை....... (Post and neo colonial rules) எல்லாம் திணைசார் இனவரை வியலர்கள் புறந்தள்ளி விட்டார்கள். (James Clifford and George E. Marcus 1986:9-10).

சர்வதேச அளவில் இனவரைவியல் என்னும் கலை வடிவத்தைப் படைப்பதில் தோன்றியுள்ள ஒரு புதிய அணுகு முறைக்குப் பின்னால் ஓர் அழுத்தமான அரசியல் காரணி எவ்வாறு செயல்படுகிறதோ, அதைப் போலவே தமிழ்க் கவிதை மரபில் கிளைத்திருக்கும் இனவரைவியல் கவிதைக்குப் பின்னாலும் ஒரு வலுவான அரசியல் அடித்தளம் செயல்படு கிறது. இதனைப் பழமலையின் கவிதைகளிலும் அவை பற்றிய அவருடைய முன்னுரையிலும் காண முடியும்.

யதார்த்தமும் கவிதையும்

யதார்த்தம் என்பதை மையமாகக் கொண்டு, இனவரை வியலனும் இலக்கியப் படைப்பாளியும் எவ்வாறு வேறுபடு கிறார்கள் என்பதைப் பற்றி ஏற்கனவே பார்த்தோம். அதன் தொடர்ச்சியாக யதார்த்தமும் கவிதையும் என்பது பற்றி மேற்கொண்டு சிலவற்றை விவாதிக்கலாம். இனவரைவியலுக்கு

முதலும் முடிவுமாக அமைவது யதார்த்த உலகம்தான். ஒருவர் தான் திட்டமிட்டு உற்றுநோக்கிய இயல்பான உலகம் அல்லது சமூகத்தைப் பற்றித் தன்னால் இயன்ற அளவுக்கு, ஒரு குறிப்பிட்ட நெறிமுறையிலிருந்தவாறு உற்றுநோக்கியவற்றுக்கு ஒரு கருத் துருவம் கொடுப்பதன் வாயிலாக நமக்குக் கிடைக்கும் எழுத்துப் படைப்புதான் இனவரைவியல். உள்ளதை உள்ளவாறே சொல்லுதல் என்னும் நெறிமுறையின் மூலம் கிடைக்கும் சமூக அறிவியல் பனுவல் இது.

ஆனால், கவிதை என்பது யதார்த்தத்தை மேலோட்டமாகப் பிரதிபலிக்கும் வடிவமாக அமைவதில்லை. யதார்த்தத்தை அது சொல்லலாம்தான். ஆனால், அதன் பிரதானமான வேலை, யதார்த்தத்தை மேலோட்டமாகச் சொல்வதோடு நின்றுவிடுவ தில்லை. அப்படி அமைந்தால், அது அறிவியல் மொழியாலான ஏதேனும் ஒரு கட்டுரை வடிவத்தின் வேலையாக நின்று போயிருக்கும். எனவே கவிதை பிரதிபலிக்கும் யதார்த்தம், ஏதேனும் ஒரு உள்நோக்கத்தைக் கொண்டதாக இருக்க வேண்டும். கவிதையின் மொழியானது, அது விவரிக்கும் யதார்த்தத்திலிருந்து, நாம் கூறும் உள்நோக்கம் என்னும் மற்றொரு இணை உலகை, பொருளை, உணர்வை, சிந்தனையை நோக்கித் திருப்பக் கூடியது. அப்படி அவனைத் திருப்புவதற்குக் கவிதைக்கென்று நிறைய துணைச் சாதனங்கள் இருக்கின்றன. உத்தி சார்ந்தனவும் மொழி சார்ந்தனவுமான அவை மரபானவை யும் புதியவையுமாகும். உள்ளுறை, உவமம், இறைச்சி, உருவகம், தற்குறிப்பேற்றம், குறியீடு, படிமம் என்பன போன்ற உத்திக் கூறுகளும், ஒலியை அடிப்படையாகக் கொண்ட எதுகை, மோனை, இயைபு உள்ளிட்ட ஏனைய யாப்புக் கூறுகளும் உலகப் பொருளை எடுத்துரைக்க உதவும், கவிதையின் தொடர்புச் சாதனக் கூறுகளாகும். இக்கூறுகளை உள்ளடக்கிய கவிதையின் செய்தி தெரிவிக்கும் தன்மையானது ‘ஒன்றிலிருந்து இரண்டிற்கு’ என்னும் நேரடித்தன்மை அற்றதாகும். அதாவது, பூடகமானது, மறைமுகமானது, திரிபுத்தன்மை உடையது, குறியீட்டுப் பாங்கி லானது. ஒன்றைச் சொல்லி மற்றொன்றைச் சொல்லாமற் சொல்வது. வாசகனுடைய மனப்பங்கேற்புக்கும், புதிது புனை தலுக்கும் வாய்ப்பளிப்பது. இவை கவிதையின் குறைந்தபட்ச இயல்புகளாகும்.

ஆனால், வரலாறு, சமூகவியல், மானிடவியல், சுயவரலாறு மற்றும் அறிவியல் பனுவல்கள் யாவும் மேற்கண்ட கவிதை

அல்லது இலக்கியத்தின் இயல்புக் கூறுகளுக்கு முற்றிலும் அப்பாற்பட்டவை. அவை உலகப் பொருட்களை உள்ளவை உள்ளவாறே வெளிப்படுத்தும் இயல்பைப் பிரதானமாகக் கொண்டவை. கருத்தை உள்வாங்கும் வாசகன் மனத்தில் சலனத்தையோ குழப்பத்தையோ கற்பிதத்தையோ ஏற்படுத்தாத வாறு நேரடியாகத் தகவல் தொடர்பு செய்யும் பணியை அறிவியல் பனுவல்கள் ஆற்றுகின்றன. மேற்குறித்த இயல்பை உடையது தான் இனவரைவியலும். அதனால்தான், இனவரைவியலரின் இலக்கு, புகைப்படத்தன்மை உடைய யதார்த்த வடிவத்தைச் சித்திரித்துக் காட்டுவதாகும்' என்று கூறுகின்றனர். ஆனால் உள்ளதை உள்ளவாறே சித்திரிக்கும் இனவரைவியல் என்னும் கலைவடிவத்தின் இந்தப் பண்பு, பொதுவாகக் கவிதைக்கு அப்பாற்பாட்டதே. என்றாலும், புகைப்படத்தன்மை உடைய யதார்த்த சித்திரிப்பு கவிதைக்கு முற்றிலும் அந்நியமானதுதானா என்னும் கேள்வியையும் நாம் எழுப்பியாக வேண்டும்.

சங்கக் கவிதைகளின் காலந்தொட்டு யதார்த்தத்தைப் பேசுவது கவிதையின் ஒரு மரபாகவும் இருந்திருக்கிறது. சிற்றிலக்கியங்களிலும் தமிழ்ப் பண்பாட்டே. நேரடித் தொடர்பற்ற காப்பியங்களிலும் (சிலப்பதிகாரம், மணிமேகலை, பெரியபுராணம் போன்றவை அல்லாத பிற காப்பியங்கள்) இம்மரபு வலுவாகத் தொடர்ந்து இடம்பெற்றிருக்கிறதா என்பது அய்யமே. ஆனால், இந்நூற்றாண்டினைச் சேர்ந்த இலக்கிய வடிவங்களில் யதார்த்தச் சித்திரிப்பு மேலதிகமாகவே இருந்திருக் கிறது. ஆனால், இலக்கியப் பனுவல்களின் யதார்த்தத்திற்கும் அறிவியல் பனுவல்களின் யதார்த்தத்திற்கும் இடையே வேறுபாடு உண்டு. முந்தையது உயிரூட்டப்பட்ட யதார்த்தம்; பிந்தையது சலனமற்ற யதார்த்தம். மனித உணர்வுகளாலும், படைப்பாளியின் தெரிந்தெடுக்கும் நேர்த்தியாலும் உயிரூட்டப்படுவதுதான் இலக்கிய யதார்த்தம். அதாவது, இனவரைவியலுக்குரிய புகைப்படத்தன்மையுடைய யதார்த்தம் திட்பநுட்பத்துடன் கவிதையில் பதிவு செய்யப்படுகிறது. யதார்த்தத்தைச் சித்திரிப்ப தோடு நில்லாமல், அதன் நீட்சியாக நேரடியாகவோ, மறைமுக மாகவோ ஓர் அழுத்தமான கருத்தும் சொல்லப்படுகிறது அல்லது வாசகனிடம் தோற்றுவிக்கப்படுகிறது. கவிஞன் எவ்வாறு தன்னுடைய சமூகப் பண்பாட்டில் ஓர் உள்ளாளாக - பங்கேற் பாளராக இருந்து எவ்வளவு ஈடுபாட்டோடு சமூக நிகழ்வுகளை

விவரிக்கிறாரோ அதற்கு இணையான ஈடுபாட்டோடு வாசகனும் அப்பண்பாட்டு அனுபவம் என்னும் யதார்த்தத்தில் பங்கேற்க முன்வரும் போதுதான், இனவரைவியல் கவிதையை, கவிதையாக அனுபவிக்க முடியும். அப்போதுதான் கவிதை சொல்ல வரும் செய்தியின் தன்மையை உள்வாங்க இயலும். அவ்வாறு வாசகன் உள்வாங்கும் செய்தியின் தன்மைக்கேற்ப, அவன் ஒரு பண்பாட்டு அதிர்ச்சியைக் கூட எதிர்கொள்ளலாம். வியப்படையலாம். கொதிப்படையலாம். கரைந்து நெகிழ்ந்து போகலாம், சிரிக்க லாம், புதிதாகப் பண்பாட்டுத் தகவலைத் தெரிந்து கொண்ட அனுபவம் போன்ற பல்வேறு உணர்வுகளையும் பெறலாம். ஆனால் ஏனைய கவிதைகளிலிருந்து பெறுவது போன்ற மேலோட்டமான ரசனைப் பயன்பாட்டை இனவரைவியல் கவிதைகளிலிருந்து பெற முடியாது என்பது மட்டும் நிச்சயம். அவ்வாறே பல அர்த்த பரிமாணங்கள் அடுக்கியுரைக்கும் வியாக்கியான வித்தைக்கும் இதில் வேலை கிடையாது.

யதார்த்தம், கவிஞர் பழமலையிடம் எவ்வாறு கவிதையாக வடிவம் பெறுகிறது என்பதை அவருடைய ஒரு கவிதையைக் கொண்டு பார்க்கலாம்.

வேப்பமரம் பற்றிய "கசந்த மரம்" என்னும் தலைப்பிட்ட கவிதை, மனிதர்களுக்கும் மரங்கள் என்ற இயற்கைக்கும் இடைப்பட்ட பொருள் வயமான மற்றும் சடங்கியலான உறவைப் பற்றிப் பேசுகிறது. வேப்பமரத்திடம் பழமலை, அவருடைய அப்பா, அம்மா ஆகியோர் காட்டும் அணுகு முறைகள் இருவேறானவை என்றாலும் இயல்பானவை; எங்கும் வியாபித்தவை.

"அப்பா
கருங்கல் வாங்கியும் செங்கல் வாங்கியும்
கட்டி முடிக்காத வீட்டு வாயிலுக்கு
அருகால், சன்னல், அது இதற்கு எல்லாம்
வேம்பை அறுத்துக் கொள்ளலாம் என்பார்
எனக்குப் பதறும்
நடவு நாள்களில்
கிளைகளை இழந்து மொட்டையாய் நிற்கையில்
எங்கள் வீட்டுக்
கொடுவாள் மேலே கோபமாய் இருக்கும்
அம்மாவும்

"இந்த நெழலுமா
இல்லாமப் போவுணும்" என்பாள்.
கரும்பு வைத்தால்
பயிருக்குக் காவல் அம்மா இருப்பாள்
மாடு மேய்ந்துவிட்டால்
அப்பா திட்டுவார்
"வேப்பமரம் இவளப் புடிச்சிக்கிட்டு இருக்குதா"
அம்மா தலையில்
காக்கைகள், பழந்தின்று தோலைத் துப்பும்
அம்மா
காட்டிலும் கிடந்து தான் சீரழிவதை
வேம்பிடம் அழுது மூக்கைச் சிந்துவாள்
இருட்டில் வருகையில்
நான் பயப்படுவேன்.
"மாரியாயிடா வேப்பமரம்" என்பாள்.
அம்மாவுக்கு
தெருவிலும் மாரி அடுத்த வீடுதான்
முகம் பார்த்துப் பார்த்து
மனம் விட்டுப் பேசுவாள்
எனக்கு ஒரு
நெடுநாளை அய்யம்:
கீழைக்காட்டு வேம்பு கசந்தது
அம்மா சோகம் கேட்டுக் கேட்டுத்தான்!

(சனங்களின் கதை, பக். 16-17)

இந்தக் கவிதை விவரிக்கும் நிகழ்வுகள் யாவும் இயல்பானவை. இவற்றில் கவிதை எங்கிருக்கிறது என்று கேட்கலாம். பொருளையும் உணர்வையும் மையமாகக் கொண்டு இயங்கும் மனித உறவுகள், கருத்து வேறுபாடுகள், 'இந்த நெழலுமா இல்லாமப் போவுணும்' என்ற அம்மாவின் குரலில் தொனிக்கும் நிராதரவு, 'மாரியாயிடா வேப்ப மரம்' என்பதில் வெளிப்படும் ஊறிப் போன சமய நம்பிக்கை, வேப்பமரத்தடியில் கொட்டித் தீர்க்கும் அவள் புலம்பல், 'கீழைக் காட்டு வேம்பு கசந்தது, அம்மா சோகம் கேட்டுக் கேட்டுத்தான்' என்னும் கவிஞரின் தற்குறிப்பேற்றம் ஆகியவை கவிதைக்கு உயிரூட்டும் மூலப்பொருட்கள். அத்துடன் தந்தை வழிச் சமூகத்தில் தாய்க்குக் கொடுக்கப்படும் இடம், அவளிடம் மகன் காட்டும் உணர்ச்சிகரமான நெருக்கம், தந்தையின் அதிகாரத்துவ நடத்தைகள், வேளாண்மைச்

சமூகத்தைச் சேர்ந்த ஒரு குடும்பத்தினரின் சமய நம்பிக்கைகள், வேலைப்பிரிவினை, இயற்கையிடம் காட்டப்படும் அணுகுமுறை போன்றவை இக்கவிதை மூலம், ஒரு சமூகப் பண்பாட்டைப் பற்றி அறிய விரும்பும் நமக்குக் கிடைக்கும் இனவரைவியல் தகவல்களாகும்.

இப்படித்தான் பழமலையின் சனங்களின் கதையிலுள்ள ஒவ்வொரு தலைப்பிட்ட பகுதியும் சமூக யதார்த்தமாகவும் அதற்குள் ஊடுருவியிருக்கும் உணர்வுகளின் அடிப்படையில் அவ்வெதார்த்தமே கவிதையாகப் பரிமாணமடைந்து, இனவரை வியல் தரவாகவும் விரிகிறது.

இனவரைவியல் கவிதையின் இயல்புகள்

சமூகப் பண்பாட்டு யதார்த்தங்கள் விவரிக்கும் பழமலையின் இனவரைவியல் கவிதைகளைத் தொகுப்பாக வாசித்தபோதும் கவிஞருடைய கவிதை பற்றிய கருத்தாக்கங்களைத் தெரிந்து கொண்ட போதும், இனவரைவியல் கவிதைக்கென்று சில விசேடமான இயல்புகள் இருக்கின்றன என்பதை அறிந்து கொள்ள முடிந்தது. அவ்வியல்புகளைப் பின்வருமாறு பட்டிய லிடலாம்:

1. மக்களிடமிருந்து பெறும் போலிமையற்ற அனுபவமே கவிதை.
2. ஒரு குறிப்பிட்ட வட்டாரத்தில் வாழும் மக்கள் சமூகத்தின் பண்பாட்டைப் பற்றிய விளக்கமாக அமைதல்.
3. அந்தந்த மக்கள் குழுவை அல்லது சமூகத்தைச் சேர்ந்த படைப்பாளிகளாலேயே படைக்கப்படும் படைப்பாக இருத்தல்.
4. தனிமனிதர்களைச் சமூகமயமாக்கும் முயற்சிகளைப் பிரதி பலிப்பது.
5. அவலமான வாழ்க்கையை வாழும் மக்களுடைய தேவைகள் பற்றிய பிரக்ஞையை அவர்களுக்குப் புகட்டக்கூடியதாக இருத்தல். பிரச்சினைகளுக்கான பரிகாரங்களைப் பரிந் துரைக்கக் கூடியவையாக இல்லாவிட்டாலும் சமூகத்தைப் பிடித்திருக்கும் நோயைத் தீர்மானிக்க உதவும் சாதனமாக அமைதல்.

6. கவிஞனை அவனுக்கும் மக்களை அவர்களுக்கும் உணர்த் துவது. மக்களுடைய இழிவுகளுக்கான காரணங்களைக் கண்டறிந்து, அவற்றைக் களைந்திட அவர்களைப் போரா டத் தூண்டுவது.

7. கதை சொல்லியின் கதை நிகழ்த்தும் தன்மையை உட் கொண்டிருத்தல்.

8. சுயவரலாற்றுத் தன்மையைக் கொண்டிருத்தல். படைப் பாளியை ஒரு பங்கேற்பாளனாகக் கொண்டு, அவனுடைய கடந்தகாலம், நிகழ்காலம் ஆகியவற்றைப் பிரதிபலிப் பதோடு மூதாதையர் மற்றும் குடும்பவரலாறு பேசுதல்.

9. பொருளாதாரம் மற்றும் சமூக அந்தஸ்தில் பின்னடைந் துள்ள மக்களுடைய சிறந்த இயல்புகளை வெளிப்படுத்தல், பெருமைகளைத் தூக்கிப்பிடித்தல்.

10. இதுவரையில் நிறுவப்பட்டிருக்கும் கவிதைக்கான மரபு களை மறுக்கும் வகையில் மக்களுடைய பேச்சு வழக்கு, மரபுத் தொடர்புகள் மற்றும் உரைநடையைக் கவிதையின் மொழியாகப் பெற்றிருத்தல்.

இனவரைவியல் கவிதை என்னும் முழுமைபெற்ற ஒரு துணை வடிவம் (Sub Genre), பழமலையின் 'சனங்களின் கதை' நூலிலிருந்தே தொடங்குகிறது. அதனால்தான் இனவரைவியல் கவிதைக்கான இயல்புகள், அவருடைய நூலிலிருந்தே தருவிக்கப் பட்டன. இந்த வடிவத்தைப் பற்றிச் சுருக்கமாகச் சொல்ல வேண்டும் என்றால், இப்படிச் சொல்லலாம்: பழைய புதிய கவிதைக்களுக்குரியவையான ஒலிக்கூறுகள், உத்திக்கூறுகள் என்னும் தளைகளில் சிக்கிக் கொள்ளாதவாறு சமூக யதார்த்தங் களைப் பற்றி எவ்விதமான ஆரவாரமோ அலங்காரமோ இல்லாமல் கவிதை எவ்வாறு பேசுகிறது என்பதில் தான் இனவரைவியல் கவிதையின் பலம் பொதிந்திருக்கிறது.

துணை நூல்கள்

பழமலை, 1988: சனங்களின் கதை, கும்பகோணம்: சிலிக்குயில்.

Clifford, James, George Marcus,(eds.) 1986: Writing Culture: The poetics and the politics of ethnography, Berkely University of California Press.

4. கருக்கு: தலித்துகளின் சுய இனவரைவியல்

தலித் மக்களின் விடுதலை இயக்கத்தின் ஒரு பகுதியாக மராட்டி மொழியில், அம்மொழி இலக்கிய மரபுகளை உடைத்தெறிந்துவிட்டுத் தலித் இலக்கியம் தோன்றியது. அதனிலிருந்து 1970 களில் கிளைத்த ஒரு துணை வடிவமான தன் வரலாற்று இலக்கியம், மராட்டி இலக்கியத்திற்கு வளமூட்டிய ஒன்றாகக் கருதப்படுகிறது (அர்ஜுன் டாங்ளே,.1992: 56) அத்தகைய இலக்கிய வடிவம் தமிழில் தோன்று வதற்குச் சற்றுக் காலதாமதம் ஆயிற்று.

சுமார் பன்னிரண்டு ஆண்டுகளுக்கு முன்னால் வெளிவந்து, தமிழ் இலக்கிய உலகில் ஒரு பரபரப் பான விவாதத்தை எழுப்பிய நூல், பாமாவின் 'கருக்கு'. தலித் சமூகத்தில் ஒரு சராசரியான குடும்பத் தில் பிறந்து வளர்ந்து, கல்லூரிக் கல்வி வரையில் படித்து, ஆசிரியர்ப் பயிற்சிக் கல்வியையும் பெற்று உயர்நிலைப் பள்ளியில் ஆசிரியராகப் பணியாற்றத் தொடங்கிய நிலையில், தமது சமூக மக்களின் அவல நிலையைக் கண்டு, அதனைக் களைவதற்குத் தம்மால் இயன்றதைச் செய்ய வேண்டும் என்னும் இலட்சிய உணர்வால் மனம் உந்தப்பட்டு, கன்னிகாஸ் திரிகளின் சபை ஒன்றில் அருட்சகோதரியாகத் துறவறம் தழுவியவர். பின்னர், தம்முடைய இலட்

சியங்களைச் செயல்படுத்த முடியாத நிலையில் சாதி ஆதிக்கம் வேரோடிய கன்னியர் மடத்தோடு போராடித் தோற்று, கன்னியாஸ்திரி வாழ்க்கை ஒரு கானல் என்று உணர்ந்து, மீண்டும்இயல்பு வாழ்க்கைக்குத் திரும்பி, மற்றொரு பேராட்டக் களத்திற்குப் புகும் பாமா, தம்முடைய வாழ்க்கையை அதன் பின் புலமான சாதிய ஒழுங்கமைப்பு, தலித் மக்களின் சமூகப் பண்பாட்டுச் சூழல் என்னும் தளத்தில் பொருத்தித், தன்னனுபவக் கதையாக, தன் வரலாறாகப் படைத்திருக்கும் நூல்தான் கருக்கு.

'இது ஒரு நாவல் அல்ல, கதையும் அல்ல', பின் என்ன? இந்த நூலிற்கு முன்னுரை எழுதியுள்ள அருள்திரு. மாற்கு, 'சரித்திரம், சுயசரிதை, நாவல் என்ற மூன்று வெவ்வேறு பரிமாணங்களை உள்ளடக்கிய ஒரு புதுவிதமான இலக்கியப்படைப்பு' என்று நூலின் முன்னுரையில் கூறுகிறார் (1994: VIII).

ஆனால், இது ஒரு வரலாறுதான் - அதாவது, தன்வர லாற்றுப் படைப்பு. சுயவரலாறு என்னும் பெயரில் இதுவரையில் தமிழில் வெளிவந்திருக்கும் ஏனைய நூல்களைக் கவனத்திற் கொண்டு வந்து, அவற்றோடு இந்நூலை ஒப்பிட்டுப் பார்க்க முயன்றால், அவற்றோடு இது இணை ஒத்துப்போகாது. ஏனெனில், பாமாவின் கருக்கு என்பது, ஒரு சமூகம் மற்றும் அதன் பண்பாட்டையும் சாதிய ஒடுக்கு முறைக்கு உட்படுத்தப்படும் நிலையில், அதனை எதிர்த்து நிற்பதுமான அதன் சமகாலத்திய வரலாற்றையும் தனக்குள் ஒருங்கிணைத்துக் கொண்டிருக்கும் நூல். இந்தக் கூறுகளின் பின்னணியில் இந்நூலை அணுகும் ஒருவர், ஆசிரியரின் 'தன்வரலாறு' என்று சொல்வதோடு நின்றுவிட இயலாது.

சுய இனவரைவியல்

உலகில் பல்வேறு இனக்குழு மக்களை ஆராய்ந்து மானிட வியலர்கள், அவர்களுடைய வழக்காறுகளுக்கும் அச்சமூகங் களுக்கும் இடைப்பட்ட தொடர்பு குறித்து ஒரு முக்கிய கருத்தை முன் வைத்தனர். அதாவது, இனக்குழுக்களுடைய வாய்மொழி வழக்காறுகள், பழக்கவழக்கங்கள் உள்ளிட்ட ஏனைய நடத்தை முறைகள் ஆகிய அனைத்தையும் ஒட்டுமொத்தமாக ஆராய்ந்த போது அவற்றினூடாக அவ்வினக்குழு மக்களுடைய சுயஇன வரைவியல் ஒருங்கிணைக்கப்பட்டிருந்ததைக் கண்டார்கள். இத்தகைய ஒரு கருத்தாக்கம் பாமாவின் கருக்கில் எவ்வாறு

பொதிந்திருக்கிறது என்பதை இனம் காணுவது கூட ஒரு நல்ல முயற்சியாக அமையும். அதனால் தான், இதனை மற்றவற்றோடு இணைக்கும் வகையில், சுயவரலாறு என்று சொல்லி நிறுத்திக் கொள்ள இயலாது என்கிறோம். அது மேம்போக்கானது. ஏனெனில், தன்னை மையப்படுத்திய ஒரு படைப்பாக மட்டுமே அதனைக் கருதிவிட முடியாது. தான் சார்ந்த ஒரு சமூகத்தின் கூட்டுப் பரிமாணமும் அதனில் வியாபித்திருக்கிறது.

இங்கு, சுயஇனவரைவியல் என்பது எதனைக் குறிக்கிறது என்பதைத் தெரிந்து கொள்வது அவசியம். அது இரண்டு வகையான பொருளைக் கொண்டிருக்கிறது. முதலாவது, ஒருவர் தன்னுடைய சமூகத்தைச் சேர்ந்த மக்களைப் பற்றி மேற்கொள் ளும் பண்பாட்டு ஆய்வையே தன்னினவரைவியல் அல்லது சுயஇனவரைவியல் எனக் கூறலாம் என்று வான் மானன் போன்றோர் குறிப்பிடுகின்றனர். அண்மைக் காலங்களில் சுய இனவரைவியல் என்பது, மேலும் ஒரு பொருட்பரிமாணத்தை அடைந்துள்ளது. அதாவது, இனவரைவியலன் தன்னையே ஊடுருவி நோக்கும் அகவயத் தேடலையும் இணைத்துக் கொண் டிருப்பது தான் அது. தன்னை நேரடியாகத் தொடர்புப்படுத்தும் வண்ணம் சுய அனுபவங்கள் சம்பவிக்கக் கூடிய ஒரு பரந்த சூழலில், இனவரைவியலுக்குரிய புறவயமான நோக்கினைத் தக்க வைத்தவாறே, தனக்குள்ளாக அவ்வினவரைவியல் நோக்கினை ஊடுருவச் செய்வதுதான் சுயஇனவரைவியல் என்று எல்லிஸ் விளக்குகிறார் (Denzin,1997 : 227).

மேற்கண்ட கருத்தின் சாராம்சத்தில் நாம் பார்க்கும் முக்கிய மான விஷயம் சுயஇனவரைவியலில் தன்னுடைய சமூகம் பற்றிய யதார்த்தத்தை ஒருவர் எவ்வளவு உணர்வு பூர்வமாக விவரிக்கிறார் என்பது தான். இப்பின்னணியிலிருந்து அணுகும் போது, தன்னைப் பற்றியும் தன்னுடைய அனுபவங்களின் ஊடாகத் தமது சமூகம் பற்றியும் உணர்வுத் தளத்திலிருந்து எடுத்துரைக்கப்பட்ட படைப்பாகக் கருக்கினைக் கருதலாம்.

கருக்கின் வாய்மொழித் தன்மை

அனைத்து வகையான நிறுவனங்களின் தொடர்புகளையும் முறை சாராத வாய்மொழிப் பரிவர்த்தனை மூலம் மக்கள் தங்கள் அன்றாட ஊடாட்டங்களை அமைத்துக் கொண்டிருக்கும் தகவல் தொடர்புச் சூழல், மரபான சமூகங்களில் காணப்படும்

ஓர் இன்றியமையாத நிகழ்வினமாகும். இத்தகைய சூழலையே கருக்கு முன்வைக்கும் உலகில் பார்க்கிறோம். குறிப்பிட்ட ஊர் மற்றும் நகரம் என்னும் வெளியில் குறிப்பிட்ட கால எல்லையில் முன்னும் பின்னுமாகச் சென்று, தான் கேட்டறிந்த, பார்த்த மனித நடத்தைகள், சமூக நிகழ்வுகள் ஆகிய அனைத்தையும் தமக்கு இயைந்த ஒரு வரிசைக் கிரமத்தில், ஞாபகத் தொடர்ச்சியில் வாய்மொழியாகவே எடுத்துரைக்கும் தொனியில் அல்லது கதை சொல்லும் பாணியில் எழுதப்பட்டிருப்பது கருக்கு.

மொழியைப் பேச்சுவழக்காகப் பயன்படுத்திக் கொண்டிருப்பது, அல்லது வட்டார வழக்குச் சொற்களைக் கையாண்டிருப்பது என்பதைத் தாண்டியதோர் எல்லையில் கருக்கின் வாய்மொழித் தன்மை இயங்குகிறது. அதாவது, கதை விவரிப்பில் வெளிப்படும் பேச்சுவழக்குகளும், உரையாடல் வழக்காறுகளும், தத்தம் நிகழ்த்துதல் சூழல்களிலேயே தம்மைப் பிரதிநிதித்துவம் செய்து கொள்கின்றன. நமது மக்களுடைய பேச்சும் பேச்சு வழக்காறுகளும் வரிவடிவப்படுத்த முடியாத குரலொலிகளையும் (paralinguistic features) ஒருங்கிணைத்துக் கொண்டு, உணர்வையும் அர்த்தத்தையும் வெளிப்படுத்துபவை. இத்தகைய பேச்சுக்களின் மொழிசாராத கூறுகளை வரிவடிவப்படுத்துவது இயலாது என்றாலும், எழுத்தாளரின் இயலாவகமான பேச்சுவழக்குப் பிரயோகம், கூடுதலாக அதனுடன் இணைந்திருக்கும் நூலாசிரியரின் / கதைசொல்லியின் நுட்பமான வியாக்கியானம், ஆகியவற்றிலிருந்து வாசகர்கள் அவற்றின் தொனியை அல்லது தொனிப் பொருளைப் பாவித்துக் கொள்ள முடியும். இதற்குக் குறிப்பிட்ட வட்டார வழக்கின் பரிச்சயம் வாசகர்க்கு இன்றியமையாதது. இந்தத் தொனிக்கூறுகளை ஒருங்கிணைத்துக் கொண்டே பேச்சுமொழி, பேச்சுவழக்காறுகள் ஆகியவற்றின் ஊடாக நூலாசிரியரின் கதை விவரிப்புமுறை அமைகிறது. இங்குப் பேச்சு வழக்காறுகள் என்பன பழமொழி, புதிர், நகைச்சுவை போன்றவற்றை மட்டும் உள்ளடக்காமல், கேலி, கிண்டல், பரிகாசம், புறணி, பட்டப்பெயரிட்டு அழைத்தல், வசவு முதலியவற்றையும் குறிக்கின்றன. இவற்றைப் பழமொழி, புதிர் போன்ற அழகியல் வழக்காறுகளைப் போல் தனித்து அடையாளப்படுத்த முடியாது. ஆயினும், பேச்சின் இருவகைக் கூறுகளான மொழி மற்றும் மொழி சாராத கூறுகளை ஒருங்கிணைத்துக் கொண்டு, தத்தம் சூழல்களின் வாயிலாகத் தம்மை வெளிப்படுத்திக் கொள்பவை. பேச்சு சார்ந்த வழக்காறுகள் மட்டுமல்லாமல், வேறு சில

விவரணை வழக்காறுகள் - அதாவது, புராணம், பழமரபுக் கதைகள், கதைகள் முதலியவை கருக்கில் ஊடுபாவாக இழை யோடுகின்றன. இந்தக் கதைவிவரிப்பு முறை கூறியது கூறல், திரும்பவரல், மற்றொன்று விரித்தல் என்பன போன்ற கூறு களையும் ஒருங்கிணைத்துக் கொண்டிருக்கிறது. இவை யாவும் கதை சொல்லும் கலைக்கு உரிய பண்புக் கூறுகளாகும். இவற்றை உட்கொண்டிருப்பதன் காரணமாகவே கதைசொல்லும் கலையை பேச்சுக்கலை (spoken art) வாய்மொழிக்கலை, (verbal art) என்று தனித்துவமாக அடையாளப்படுத்துகின்றனர் (Richard Bauman, 1978:) மேற்கண்ட இவ்வாய்மொழிக் கலையின் இயல்புகளையே பாமாவின் கருக்கில் காண்கிறோம்.

தாம் நேரிடையாக உற்று நோக்கியதும் கேள்விப்பட்டது மான ஓர் உலகின் பலவகையான கூறுகளைப் பற்றித் தம்முடைய படைப்பில் நூலாசிரியர் பதிவு செய்துள்ளார். தலித்துகளின் சுயஇனவரைவியல் என்று மதிப்பிடப்படும் வகையில் அமைந்த இந்நூலின் சாராம்சங்களின் அடிப்படையில், இது முப்பரி மாணத் தன்மை உடையது. 1. நூலாசிரியரின் தலித் சமூக வாழ்வியல் இந்நூலில் பேசப்படுகிறது; கிராம சமூக அமைப்பில் நிலவும் தீண்டாமை, சுரண்டல் போன்றவற்றிற்கு எதிராகத் தலைமுறைகளாக நடத்தப்பட்டு வரும் போராட்ட வரலாறும் ஒருங்கிணைந்திருப்பது. 2. கிறிஸ்தவ சமயத்தில் காணப்படும் தீண்டாமை 3. இந்தப் பின்புலத்தில் ஒரு சாமானியக் குடும்பத்தில் பிறந்த ஒரு பெண், சிறுமியாக, மாணவியாக, ஆசிரியராக, அருட்சகோதரியாகத் தான் எதிர்கொண்ட யதார்த்த வாழ்க் கையைப் பற்றி சுயப்பிரக்ஞையோடும் மதிப்பீட்டுப் பார்வை யோடும் நினைவுகூர்ந்து பேசுவது.

ஒருவர் தனிமனிதராகச் சமூக அமைப்போடு எவ்வகைத் தொடர்பும் இன்றித் தனித்துத் தீவாக இருக்க முடியாது. சமூக ஒழுங்கமைப்பின் ஒவ்வொரு நிறுவனத்தின் விதிகளால் வழிகாட்டு நெறிகளால் அவர் இயக்குவிக்கப்படுகிறார்; அவற்றால் கட்டுப்படுத்தப்படுகிறார். மேற்கண்ட விதிகள், மரபுகள், சமூகக்கட்டுப்பாடுகள், பழக்கவழக்கங்கள் போன்றவை, பாரம்பரியத்தைப் பாதுகாக்கும் பணியைச் செய்வன. ஏற்றத் தாழ்வு, தீண்டாமை, சுரண்டல் போன்ற ஒடுக்குமுறை வடிவங்கள், அப்பாரம்பரியத்தோடு ஒருங்கிணைந்திருக்கும்போது, அவற் றோடு இணங்கிப் போக முடியாத நிலையில், பாரம்பரியச்

சமூகத்தைத் தனிமனிதரோ, குழுவினரோ எதிர்த்துப் போராட வேண்டிய அவசியம் தன்னியல்பாக ஏற்படுகிறது. இத்தகைய முரணிய சூழலையே கருக்கு விவரிக்கும் உலகில் காண்கிறோம்.

நிலவியல் பின்னணி மற்றும் மக்கள்

தம்முடைய ஊரின் நிலவியற் பின்னணியையும் அங்கு வாழும் பலவகைப்பட்ட மக்களையும், வாய்மொழிக்கதைகளின் துணையோடும், பேச்சு வழக்கில் பயின்ற கூற்றுக்களோடும் யதார்த்தமாகச் சித்திரிக்கிறார். இந்த இடத்தில் மற்றொன்றைக் குறிப்பிட வேண்டும். அது, இந்நூலில் கையாளப்பட்டிருக்கும் கதை விவரிப்பு முறை. அது வாய்மொழிப் பண்பைத் தழுவியது. இந்த வாய்மொழிப் பண்புதான், இந்தப் படைப்பில் நிறைந் திருக்கும் சமூக கூட்டுத் திரளையும் (collectivity) அதன் கூட்டுக்குரலையும் பிரதிபலிக்கிறது.

சமூக ஒழுங்கமைப்பும் சாதியும்

சமூகம் என்பது பல சமூக நிறுவனங்களையும், அவற்றிற்கு இடையேயான உறவுகளையும் கொண்டு, இயங்கக் கூடியது. உலகின் ஏனைய சமூக ஒழுங்கமைப்புகளுக்குள் இல்லாத வினோதமான நிறுவனமான சாதி என்பது இந்தியச் சமூக ஒழுங்கமைப்பில் மிகவும் சிக்கலான வலைப்பின்னலாக இருப் பது. ஒருவருடைய இருப்பிடம், கல்வி, தொழில், பொருள், பதவி, அந்தஸ்து, சமூக வயமாதல், ஏற்றத்தாழ்வு, அதிகாரம் என்று பலவற்றிலும் மிகப்பெரும் சக்தியாக இருந்து செயலாற்றக் கூடியதாகச் சாதி என்னும் நிகழ்வினம் விளங்குகிறது. சித்தர்கள் காலந்தொட்டுச் சாதியத்தை மறுத்து, அதனை எதிர்த்து தனிமனிதர்களும், இயக்கங்களும் கட்சிகளும் இன்று வரையில் போராடி வரும் நிலையில் தமிழகக் கிராம அமைப்பில் என்று மட்டுமல்லாமல் நகரத்திலும் எத்துணை அளவிற்குப் பிரம் மாண்டமாகச் சாதி என்னும் ஆலமரம் ஆழ வேரோடி விழுது பரப்பிக் கிடக்கிறது என்பதற்கு வ. புதுப்பட்டி என்னும் பூகோளப்பரப்பில் சமூகவெளிப்பயன்பாடு குறித்து பாமா விவரித்துள்ளதே போதுமான சான்றாகும்.

பல்வேறு சாதிகள், ஊர் அல்லது கிராமம் என்னும் ஒரு பொதுவான நிலப்பரப்பில் தத்தமக்கான வாழிடப் பகுதியின் எல்லைகளை வரையறுத்துக் கொண்டு வாழும் வெவ்வேறு குடியிருப்புகளுடைய இடஅமைவுகள் பற்றிக் 'கருக்கில்'

விவரிக்கப்படுகிறது. வெளியூர்க்காரர் ஒருவரைத் தம்மோடு அழைத்து வந்து, அவருக்கு ஆசிரியர் ஒவ்வொரு சாதிக் குடியிருப்பையும் சுட்டிக்காட்டி அறிமுகப்படுத்தும் பாங்கில் அவ்விவரிப்பு முறை அமைந்துள்ளது. 'பனை ஏறி நாடார்களின் ஓடப்பட்டிக் குடியிருப்பு. வலது பக்கத்தில் துப்புரவு செய்யும் தொழிலாளிகளான குறவர்கள் மற்றும் அருந்ததியர் குடியிருப்பு. அதனை அடுத்து, மட்பாண்ட வினைஞர்களின் குடியிருப்பு. அதனை அடுத்து பள்ளர்களின் குடியிருப்பு. அதனை அடுத்து ஊருக்குக் கிழக்கில் கல்லறைத் தோட்டத்திற்கு அருகில் அமைந் துள்ளது பறையர் குடியிருப்பு என்று பல்வேறு சாதியினரின் குடியிருப்புப் பின்னணியை ஆசிரியர் விவரிக்கிறார்.

பல்வேறு சாதிகளுக்கு இடையிலான இந்த வெளிப்பகிர் வினை பாமா இரண்டு பகுதிகளாகப் பாகுபடுத்திப் பார்க்கிறார். தேவர், செட்டியார், ஆசாரி, நாடார், நாயக்கர், உடையார் என்பன போன்ற பிற்படுத்தப்பட்ட வகுப்பினர் ஒரு பக்கமும், பறையர், பள்ளர், அருந்ததியர் ஆகிய தாழ்த்தப்பட்ட வகுப்பினர் மற்றொரு பக்கமும் குடியிருப்பதன் மூலம் மேல் கீழ் என்ற ஏற்றத்தாழ்வு முறை எப்படி ஒரு பௌதிகத் தன்மையோடு செயல் படுகிறது என்பதைக் காட்டுகிறார். ஊரின் மேல்பகுதி அஞ்சல் அலுவலகம், ஊராட்சி மன்ற அலுவலகம், பால் பண்ணை, கடைகள், கோயில், பள்ளிக்கூடம் முதலிய அனைத்தையும் தன்னுள் அடக்கிக் கொண்டு அதிகாரம் மிக்கதாகச் செயல்படுகிறது. ஆனால், ஊரின் கீழ்ப்பகுதியோ இத்தகைய வசதிகள் எவையும் அற்றது. எப்போதும் எதற்கும் மேல் பகுதியையே எதிர்நோக்கி யிருக்க வேண்டிய நிலை. சமூகச் சமநிலை இன்மை எவ்வளவு தீவிரமாகவும் உறுதியாகவும் நிலவுகிறது என்பதனைச் சாதி களுடைய வெளிப்பகிர்வு மூலம் மிக இயல்பாக ஆசிரியர் வெளிப்படுத்துகிறார்.

ஒரு சமூக ஒழுங்கமைப்பினை, அதன் சமகாலத்திய இயங்குமுறையை, சமூக அறிவியலுக்கான நெறிமுறையில் ஆசிரியர் விளக்கவில்லை என்றாலும், ஒரு கலைப்படைப் பிற்கான மொழியில், சமூக உட்குழு உறுப்பினராக இருந்து தமது பார்வையில் எடுத்துரைக்கிறார். அவர் ஒரு படைப்பாளியாக விளங்கினாலும், அவருள் ஒரு சமூக விஞ்ஞானிக்குரிய அக்கறை களும் நிறைந்திருக்கின்றன. ஏன் இந்தச் சமூகம் இப்படி இருக்கிறது? மனிதர்களுக்குள் ஏன் இந்த ஏற்றத்தாழ்வு? கடவுள்

- சமயம் என்பன பற்றிய கருத்துருவமும் நடைமுறையும் ஏன் வேறுபடுகின்றன? ஆண் - பெண் பால் வேறுபாட்டு அடிப் படையில் பெண் ஏன் ஒடுக்குமுறைக்கு ஆளாகிறாள்? ஒருவர் மற்றொருவரால் ஏன் சுரண்டப்பட வேண்டும்? இத்தகைய கவலைகளுக்கான பின்புலங்களை நேர்முகமாகப் பார்த்து அனுபவித்ததால், அவற்றைக் குறித்துக் கேள்விகள் எழுப்பி விடைகாண முற்படுகிறார்.

சாதிகளும் சமூக முரண்பாடும்

சாதியின் குணாம்சங்கள் பற்றிப் பலரால் பல்வேறு சந்தர்ப்பங்களில் விவாதிக்கப்பட்டுள்ளன. ஒவ்வொரு சாதியைப் பற்றிய அகக்கண்ணோட்டங்களும் புறக் கண்ணோட்டங்களும் அவரவர் வாய்மொழி வடிவங்களில் வெளிப்படுகின்றன. வழக்கில் பயிலும் சாதி பற்றிய பழமொழிகள், நகைச்சுவைகள், கிண்டல்கள், பழித்துரைப்புகள், கதைகள் ஆகியவை சாதி வெறியையும் சாதிதுவேஷத்தையும் அறிவிப்பதன் வாயிலாக நெடுநாளைய, மறைமுகமான முரண் தொடர்ச்சியை இனம் காட்டுகின்றன.

சாதி, ஒரு தீவிரமான சமூகப் பண்பாட்டுக் காரணியாக விளங்குவதன் வாயிலாக மக்களைச் சிறுதிரளாகவோ பெருந் திரளாகவோ பிளவுபடுத்தி வைக்கிறது. தனி அடையாளத்தை உருவாக்குகிறது; பிளவைத் தொடர்ந்து பாதுகாக்கிறது. இதன் அடிப்படையில், வட்டாரம் அல்லது அகண்டதோர் நிலப் பரப்பில் பொருளாதாரம், கல்வி, பண்பாடு, அரசியல் அதிகாரம் போன்ற இன்றியமையாத நிறுவனங்களில் மேலாதிக்கத்தை உருவாக்கி, அதனை உறுதிப்படுத்தும் பணியைக் காலங் காலமாகத் தீவிரமாகச் செய்து வந்திருக்கிறது. தற்காலத்தில் 'முற்பட்ட', 'பிற்பட்ட' 'மிகவும் பிற்பட்ட' என்பன போன்ற முன்னொட்டுத் தரநிலைச் சொற்களில் அடங்கும் சாதிகள், சமூகத்தின் இன்றியமையாத நிறுவனங்களில் முறையே தத்தம் ஆதிக்கத்தை ஏற்கனவே உறுதிப்படுத்திவிட்டன; சில உறுதிப் படுத்தி வருகின்றன; ஏனையவை ஆதிக்கத்தை நிலைநிறுத்தும் போட்டியில் இறங்கியுள்ளன. இத்தகைய ஆதிக்கப்படிமுறை களுக்கு இடையே தொடர்ந்து நசுக்கப்பட்டிருக்கும் அடித்தள மக்களான தலித் சமூகங்களின் பிரதிநிதிகள் தங்கள் சமூக இருப்பு, அடையாளம், சாதிய ஒடுக்குமுறையை எதிர்த்தல், அதிகாரப் பங்கேற்பு போன்றவற்றிற்காகத் தொடர்ந்து போராடி

வருகின்றனர். இப்போராட்டம் நேற்று, இன்று என்றில்லாமல் காலங்காலமாகப் பல்வேறு வடிவங்களில் நடந்து கொண்டிருக்கிறது.

பொதுவாகச் சமூகம் என்பது நிலைத்த தன்மையுடையது அல்ல; அது மாற்றத்திற்கு உட்பட்டது. மாற்றம் என்னும் படிமுறையானது, தொடர்ந்து சமூக வாழ்க்கையை மாற்றிக் கொண்டே இருக்கிறது. ஒழுங்கின்மையும் உறுதியற்ற தன்மையும் சமூகத்தில் இயல்பாகக் காணப்படுபவை. மக்களுடைய விருப்பங்களோ ஒரே மாதிரியாக இல்லாமல், ஆளாளுக்கு வேறுபடுகின்றன. விருப்பங்கள், தெரிவுகள் என்பனவற்றின் வாயிலாக அவர்கள் தங்களுக்குள் பிளவுபட்டு எதிரெதிராக நிற்கிறார்கள். எனவே, சமூக ஒற்றுமை, இணக்கம் என்பதெல்லாம் ஒரு மாயையாகத் தோன்றுகின்றன. அப்படி மக்கள் ஒற்றுமைப்பட்டிருப்பதாகத் தோன்றினாலும், அது தற்காலிகமானதே; ஓர் இடைக்கால ஏற்பாடே.

மக்கள், பொருளாதார அடிப்படையிலான வர்க்கமுரண்பாடுகளின் அடிப்படையில்தான் பிளவுபட்டுப் போரிட்டுக் கொள்கிறார்கள் என்றில்லாமல், வேறுபல நோக்கங்களின் அடிப்படையிலும் முரண்பட்டு நிற்கின்றனர். மொழி - மொழி, இனம் - இனம், சமயம் - சமயம், மாநிலம் - மாநிலம், கட்சி - கட்சி, சாதி - சாதி, ஊர் - ஊர், கிராமம் - நகரம், இளைஞர் - பெரியோர், ஆண் - பெண் என்பன போன்ற பல்வேறு இணையன்களுக்குள் முரணிய நிலை தொடர்ந்து காணப்படுகிறது.

இன்றைய காலகட்டத்தில், மக்களுக்குத் தேவையான இன்றியமையாத ஆதாரப் பொருட்களில் தோன்றியுள்ள பற்றாக்குறை என்பது ஒரு நெருக்கடியை ஏற்படுத்தியுள்ளது. நிலம், தண்ணீர், உணவு உள்ளிட்ட செல்வமும், கௌரவமான வாழ்க்கை என்ற அந்தஸ்தும், எல்லாவற்றையும் அடைவதற்கான அதிகாரமும் எல்லோருக்கும் எப்போதும் தாராளமாகக் கிடைப்பதில்லை. ஒரு சில தனிமனிதர்களுக்கோ குழுக்களுக்கோ தான் மேற்குறிப்பிட்டவை தாராளமாகக் கிடைக்கின்றன. ஒரு சிலர் பொருள், அந்தஸ்து, அதிகாரம் ஆகியவற்றைப் பெறும் போது, மற்றவர்கள் அவற்றைப் பெறமுடியாமல் இழப்புக்கும் ஏமாற்றத்திற்கும் ஆளாகிறார்கள். இந்த இடத்தில் எழக்கூடிய கேள்வி இதுதான். "எந்தத் தரப்பினர் வெற்றி பெறுவது, எந்தப் பிரிவினர் தோல்வி அடைவது". அவரவர் விருப்பத்திற்கும்

நோக்கத்திற்கும் எதிராக, அவர்களுடைய ஒட்டுமொத்த நடத்தை களைக் கட்டுப்படுத்தி ஆளக்கூடிய 'அதிகாரம்' என்பது தான் மேற்கண்ட கேள்விக்குப் பதில் அளிக்க வல்லது. அதிகாரம் என்பது தான், யார் எதனை, எப்போது, எப்படிப் பெறுவது என்ற விநியோகம் பற்றிய கேள்விக்கான விடையைத் தீர்மானிக்கிறது. மேலும், நடத்தைகள் பற்றிய விழுமியங்களை வரையறுத்து மற்றவர்களை ஆளக்கூடிய விதிகளாக மாற்றக் கூடிய வகையில், எந்தக் குழு தன்னுடைய விருப்பங்களை நடைமுறைப்படுத்த வல்லது என்பதையும் அதிகாரமே தீர்மானிக் கிறது. அதாவது, 'ஒருவர் சட்டத்தை மீறி நடந்துகொள்கிறார் என்று யார் வரையறுப்பது? சட்டமீறல் பற்றித் தீர்மானிக்கக் கூடிய அளவு கோல் பற்றி யார் வரையறைகளை உருவாக்குவார்?' என்பதுதான் மேற்கண்டதன் சாராம்சமாகும்.

இந்தக் கோணத்தில் அணுகும் முரணியக் கோட்பாட் டாளர்கள், (conflict theorists) எவ்வாறு சில குழுக்கள் மட்டும் அதிகாரத்தைக் கையில் எடுத்துக் கொண்டு, மற்றக் குழுக்களை மேலாதிக்கம் செய்து, தத்தம் விருப்பங்களை மட்டும் மனித நடத்தைகள் மேல் கொண்டு செலுத்துகின்றன?' என்று கேள்வி எழுப்புகின்றனர். இவ்வாறு, மேலாதிக்கம் செய்யும் போது, 'சமூகம் ஒழுங்கமைப்பட்டிருக்கும் வழிமுறை வாயிலாக யாரெல் லாம் பயனடைகிறார்கள், யார் யார் இழப்புகளை எதிர்கொள் கிறார்கள்' என்ற உண்மையை அறிந்து கொள்ளவும் அவர்கள் ஆர்வம் காட்டுகின்றனர்.

இது, முரணியக் கோட்பாட்டின் (Conflict theory) சாராம்ச மாகும்.

இந்தப் பின்னணியில் பாமாவின் 'கருக்கு' நூலை வாசிக்கும் போது அந்நூல் பேசும் யதார்த்த உலகைப் பற்றி மிகவும் தெளி வாகப் புரிந்து கொள்ள இயலும். வரலாறு என்பது இருவேறு வர்க்கங்களுக்கு இடையிலான தொடர்போராட்டமாகும் என்பது மார்க்சியம் தரும் விளக்கம். 'அடுதலும் தொலைதலும் புதுவதன்றே' என்பது புறநானூற்றுக் கவிஞனின் வாக்கு. அதிகாரத்தில் இருப்பவர்கள் - அதிகாரமற்றவர்கள் என்ற இருவேறு வர்க்கத்தினரின் தொடர் போராட்டத்தில், மோதல் களில் கலை, இலக்கியப்டைப்புகள் என்ன பங்கினை ஆற்று கின்றன. சார்பாகவோ எதிராகவோ இருக்கின்றன. ஏதேனும் ஒரு நிலைப்பாட்டில் நின்று, ஒரு சாராருக்குக் குரல் கொடுப்பனவாக,

போராட்டத்தைக் கூர்மைப்படுத்துவனவாக, முரண்பாடுகளை ஆவணப்படுத்துவனவாக நெறிமுறைகளை வகுத்துக் கொடுப்பனவாக அவை செயல்படுகின்றன. இந்த இடத்தில் தலித்திய கலை வடிவங்கள், இலக்கியப் படைப்புகள் ஆகியவற்றைப் பொருத்திப் பார்க்கும்போது அவற்றின் செயல்பாடுகள் தெளிவாகப் புலப்படுவன. அவ்வகையில் பாமாவின் 'கருக்கு' காலந்தோறும் நடந்துவரும் ஒடுக்குமுறைக்கு எதிரான போராட்டத்தைத் தம் சிறுபிராயம் முதல் பார்த்த அனுபவத்தின் பதிவாகவும், அதனைக் கூர்மைப்படுத்தும் கருவியாகவும், சாதிய முரண்களின் தோற்றம் வளர்ச்சி பற்றிய ஆவணமாகவும் உள்ளது எனலாம். குறிப்பாக வ. புதுப்பட்டி என்னும் அவர் பிறந்த ஊரை மையப்படுத்தி நடந்த சாதி மோதல்களின் வரலாறு, கேள்வி ஞானம் மற்றும் நேரடியாகப் பார்த்த அனுபவம் மூலம் பதிவு செய்யப்பட்டுள்ளது.

சாதி மோதல்களின் வரலாறு

சாதிகளுக்கு இடைப்பட்ட மோதல்கள் என்பன, பொதுவாக இருவேறு நிலைகளில் நடந்துள்ளன. முதலாவதாக, தலித்துகள் - தலித் அல்லாத சாதிகளுக்கு இடைப்பட்ட மோதல். இம்மோதல் 'உயர்ந்தோர் - தாழ்ந்தோர்' என்னும் சாதிப்படிநிலை மற்றும் தீண்டாமை ஆகியவை பற்றிய இந்து மதக் கருத்துருவங்களின் அடிப்படையில் நடைபெறும் ஒடுக்குமுறை. சுரண்டல்களை மையப்படுத்திய நிகழ்வாகும். இரண்டாவது, பட்டியல் சாதிகள் என்னும் வகைமையில் அடங்கும் பள்ளர், பறையர் அருந்ததியர் உள்ளிட்ட சாதிகளுக்கு இடையில் நிகழும் மோதல்கள். இவை உட்சாதி மோதல் என்று அடையாளப்படுத்தப்படுகின்றன. இவ்வகைச் சாதிமோதல்கள் தனிப்பட்ட சில்லறைத் தகராறுகள் காரணமாக நடைபெறுபவை. இந்த உட்சாதிகளுக்குள்ளேயே உயர்வு - தாழ்வு பாராட்டும் மனப்பாங்கும் ஊடுருவியுள்ளது என்பதும் குறிப்பிடத்தக்கது.

வெவ்வேறு வட்டாரங்களில் ஒவ்வொருவருடைய குடும்ப, சாதி, சமய, பொருளாதாரப் பின்னணிக்கேற்ப இளமைப் பருவத்தில் நம்மை ஈர்த்து, நம் மனதில் தாக்கங்களை ஏற்படுத்தி, அழகான சுவடுகளைப் பதித்த சம்பவங்கள் எத்துணையோ நடந்திருக்கும். ரணங்களை ஏற்படுத்தி அதனடிப்படையில் மனதில் மாறாத வடுக்களை ஏற்படுத்திய சம்பவங்களும் நடந்திருக்கும். இத்தகைய சம்பவங்களும் அவை ஏற்படுத்திய

காயங்களும் பாமாவின் எழுத்துக்களில் பிரதிபலிக்கின்றன. அவ்வகையில், அவர் பள்ளிக்கூட மாணவியாக இருந்தபோது, தலித் கிறிஸ்தவர்களுடைய கல்லறைத் தோட்டத்தைச் சாலியர்கள், அந்நிலப்பகுதி தங்களுக்குப் பாரம்பரியமாகச் சொந்தமானது என்று உரிமை கொண்டாடிய நிலையில் இரண்டு சாதிகளுக்கும் இடையே மூண்ட மோதல், அவரை மிகவும் பாதித்தது. சாதிமோதல் நடந்ததற்கான காரணத்தையும் அதில் தலித் ஒருவர் சாலியரால் குத்தப்பட்டுத் தரையில் ரத்த வெள்ளத்தில் சாய்ந்ததையும், அதனை அடுத்து அங்கு ஏற்பட்ட கலவரமான சூழலையும் பழிவாங்கும் உணர்வில் கொந்தளித்து நின்ற ஊர்மாந்தர்களின் ஆவேசமான உரையாடல்களையும் சவால்களையும் பதினோரு வயதில் தான் அந்தச் சூழலில் இருந்து பெற்ற அச்சவுணர்வுகளையும் ஞாபகத்திலிருந்து மீட்டெடுத்து இயல்பான மக்கள் மொழியிலேயே விவரிப்பதன் வாயிலாக ஓர் யதார்த்தமான நிகழ்வையே கருக்கில் உயிரூட்டுகிறார். (பக். 24-27).

தலித் உட்சாதி மோதல்கள்

பொதுவாகச் சாதித் தகராறுகளின் ஊற்று மூலங்களைப் பற்றி ஆராய்வதைவிட, அவை ஏற்படுத்திய விளைவுகளைப் பற்றியே விவாதங்கள் நடைபெறுவது வழக்கம். ஆனால், அற்ப மான காரணங்கள் சாதிமோதல்களுக்கு எவ்வாறு வித்தூன்றி யிருக்கின்றன என்பது கருக்கில் ஆராயப்பட்டுள்ளன. தலித் உட்சாதிகளுக்குள் நடைபெற்ற மோதல்கள் பல; மிகவும் சாதாரணமான பிரச்சினைகளை அடிப்படையாகக் கொண்டு மூண்டவை. தமது ஊரில் நடைபெற்ற இத்தகைய சாதித் தகராறுகள் சிலவற்றைத் தமது படைப்பில் விவரிக்கிறார். மிகவும் அற்பமான காரணங்கள் என்னும் ஊற்று மூலங்கள் தாம் உட்சாதித் தகராறுகளுக்கு வித்தூன்றியவை.

> 1. மொதத்தடவ பள்ளனுக்கும் பறயனுக்கும் ஒரு வாழப்பழத்துனால் சண்ட வந்துருக்கு. ஒண்டி வீரன்னு ஒரு பள்ளத்தெரு ஆளு மாட்டு வண்டில வாழத்தாரு ஏத்திட்டு வந்துருக்காரு. தவசி பேத்தி யாவோட பேரன் பவுலப்பெய போயி, அதுல ரெண்டு பழத்தப் பிச்சுத் தின்னுப்போட்டான். மொத வாப்பேச்சுலேயே கெட்டை வார்த்தை பேசி சண்டை போட்டுக்கிட்டு இருந்தவனுக, பெறகு அடிபுடி சண்டையில எறங்கிட்டானுக. அங்குட்டு

நாலு பள்ளனுக சேந்து பவுலப்பெயல செம அடி அடிச்சுப் போட்டானுக.... இரவு ஊருக்குள்ள வந்து வஞ்சுக்கிட்டு சங்கதிய சொல்லிக்கிட்டு இருக்கையி லேயே கம்புகத்திகளோட பறக்குடிக்குள் பள்ளனுக புகுந்துட்டானுக... (ப. 37).

இந்த சண்டைக்குப் பெறகு ரெண்டு சாதிப் பெயல் களும் வன்மம் வச்சுக்கிட்டே இருந்தானுக. நாலஞ்சு மாசத்துக்குப் பெறகு ரேசங்கடையில வச்சு இன் னொரு சண்ட வந்துருக்கு. அந்தப் பெஞ்சமினு மகா புள்ள பொண்டுகப் பெய போயி ரேசங்கடையில மல்லுக்கட்டி பள்ளனுக்கும் பறையனுக்கும் திரும் பியுங் கலகம் வந்துருச்சு. இந்த வாட்டி ரெண்டு பெயல்களுமே ஆங்காரம் புடுச்சுப்போயி வெட்டிக் கவா குத்திக்கவான்னு சண்டை போட்டுருக்கானுக... பள்ளப்பெயல்க கம்மாக்கரையுல நின்னுக்கிட்டு கல்லுட்டயே எறுஞ்சுருக்கானுக. பறக்குடி ஆம் பளைகளும் கல்லக்கொண்டு எறிய சண்டை பெலத்து வந்துருச்சு. பறக்குடில இருந்த செல தைரியம் புடுச்ச பொம்பளைகளுங் கையுல இட்லிச் சட்டி மூடிய வர்ர கல்லத் தடுக்கப் புடுச்சிக்கிட்டுக் கல்லெடுத்து எறுஞ்சுருக்காளுக. (ப. 38).

சண்ட கொஞ்சம் தனிஞ்சாப்ல இருக்கையுல காட்டுக்குப்போன பறப்பெய ஒருத்தன, பள்ளனுக சேந்து தாறுமாறா வெட்டி அங்னயே பொதச் சிட்டானுக. பறப்பெயலுக போயி பெரேதத்தைத் தோண்டி எடுத்துட்டு வந்து கல்லறைக்குள்ள வச்சிட்டு, சமயம் பாத்துக்குட்டு இருந்து கெழக்க எங்கேயோ ஆடுமேய்க்கப்போன அப்ராணி பள்ளப் பெய ஒருத்தனப்புடுச்சு கொன்னுப் போட்டானுக. பெறகு போலீசு வந்து ரெண்டு சாதிக்காரப் பெயலு களையும் புடுச்சு டேசன்னுக்குக் கொண்டு போய் நொறுக்கித் தள்ளி செயில்ல போட்டு சாத்திட் டானுக.' (பக். 38-39).

'கேசு நடந்துக்குட்டு இருக்குது. வாய்தாக்கு மேல வாய்தா. கேசு இருக்குறதுனால சூத்தப் பொத்திக் கிட்டு ரெண்டு பெயல்களும் அலையுறானுக. என்ன ஆகுமோ கடவுளுக்குத்தான் வெளுச்சம். (ப. 39).

சாதிய, நிலப்பிரபுத்துவ அமைப்பை எதிர்த்துப் போராடி அதிகாரத்தைக் கைப்பற்ற வேண்டுமானால், தலித் என்ற வகைமைப்பாட்டிற்குள் அடங்கும் ஒடுக்கப்பட்ட சமூகங்கள் அனைத்தும் ஒன்றுபட வேண்டும் என்பது தலித் அரசியலில் முன்வைக்கப்படும் முக்கிய அறைகூவல். ‘தலித் பாந்த்தரின்’ அரசியல் அறிக்கையில் காணப்படும் சாராம்சங்கள் வருமாறு:

‘தற்போதைய காங்கிரஸ் ஆட்சி என்பது அடிப்படையில் ஆயிரக்கணக்கான ஆண்டுகளாக தலித்துக்கள் அதிகாரம், பொருள், அந்தஸ்து ஆகியவற்றை அடைய முடியாமல் பாதுகாத்து வந்த பழைய இந்து நிலப்பிரபுத்துவத்தின் தொடர்ச்சியே ஆகும். ஒட்டுமொத்த அரசு நிர்வாகமும் நிலப்பிரபுத்துவ நலன்களைப் பேணுவதாகவே உள்ளது. ஆயிரக்கணக்கான ஆண்டுகளாக, சமயத்தின் பெயரால் அனைத்துச் சொத்துக்களையும் அதிகாரத்தையும் தனது கட்டுப்பாட்டிற்குள் வைத்திருந்த நிலப்பிரபுத்துவம், இன்று ஏராளமான வேளாண்மை நிலங்களையும் தொழிலையும், பொருளாதார வளங்களையும், ஏனைய அதிகார அமைப்புகள் அனைத்தையும் தன்வயப்படுத்தியுள்ளன....’

‘பிராமணர்களுடைய கொல்லைப்புறங்களில் இருந்து எங்களுக்கு எந்த ஒரு சின்னஞ்சிறிய இடமும் வேண்டாம். ஒட்டுமொத்த நிலத்தின் உரிமையும் எங்களுக்கே வேண்டும். யாருடைய தயவும் எங்களுக்கு வேண்டாம். ஆனால், ஓர் ஒழுங்கமைப்பு தான் வேண்டும். மனமாற்றமோ சலுகையில் கிடைக்கும் கல்வி போன்றவையோ நாங்க சுரண்டப்படுவதைத் தடுத்து நிறுத்தாது, புரட்சிகரமான மக்கள் கூட்டத்தைத் திரட்டும் போது, மக்களை எழுச்சி கொள்ளச் செய்யும்போது, பிரம்மாண்டமான மக்கள் திரளின் போராட்டத்தின் மூலம் மிகப்பெரும் புரட்சி அலை தோன்றும்’ (Gail Omvedt, 1995: 72-73).

அடைய வேண்டிய ஓர் உலகை வென்றெடுக்க வேண்டுமானால், தலித் மக்கள் அனைவரும் ஒன்றுபட வேண்டும் என்று தலித் பாந்தர்ஸ் உள்ளிட்ட அமைப்புகள் தொடர்ந்து வலியுறுத்தின. இந்நிலையில் யார்யாரெல்லாம் தலித் மக்களாகக் கருதப்படுவர் என்று ஒரு பட்டியலை அவ்வமைப்பு முன்வைத்தது. அதில், ‘அட்டவணைச் சாதிகளின் மக்கள், ஆதிவாசிகள், நவீன பௌத்த மதத்தினர், பாட்டாளிகள், நிலமற்ற

ஏழை விவசாயிகள், பெண்கள், மேலும் அரசியல், பொருளா தாரம் மற்றும் மதத்தின் பெயரால் யார்யாரெல்லாம் சுரண்டப் படுகிறார்களோ அவர்கள் அனைவருமே தலித்துகள் ஆவர்' என்று அறிவித்தது. (1995: 72).

மகாராஷ்டிரா மாநிலத்தில் முன்வைக்கப்பட்ட இந்த வரையறை தமிழகத்தின் தலித் இயக்க செயல்திட்டத்தில் எந்த அளவிற்குப் பொருந்தியது அல்லது, ஏற்றுக் கொள்ளப்பட்டது என்பதை இனம் காண முடியவில்லை. எனினும் தலித்துகள் என்போர் குறித்து, 'ஆதிக்கச் சாதியினரால் ஏதோ ஒரு வகையில் தீண்டாமை ஒதுக்கல்களுக்கு உள்ளாகும் சாதிகளைச் சேர்ந்தவர் களை நாம் தலித்துகள் என்று வரையறுக்கலாம்' என்று பொதுவான வரையறை முன் வைக்கப்பட்டது (தலித் அரசியல்: அறிக்கையும் விவாதமும், 1995: 18)தலித்துகள், ஏனைய சாதியினர்க்குச் சமமாக சராசரி மனிதராக வாழக்கூடிய உரிமை என்பது தீண்டாமை மூலம் பறிக்கப்படுவதால், அவர்களுடைய முதல் இலக்கு தீண்டாமை ஒழிப்பாக மட்டுமே இருக்க முடியும் என்று வலியுறுத்தப்பட்டது. இதனை நடைமுறைப்படுத்த வேண்டுமானால், அதன் முதற்கட்டமாகத் தலித் மக்களிடையே வேரோடியுள்ள பார்ப்பணியப் பண்பாகிய உட்சாதி ஒதுக்கல் களைத் (எ-டு: பறையர் X பள்ளர் X அருந்ததியர்) தகர்த்தெறிந்து அவர்கள் ஓரணியில் திரள்வது முக்கியமானது என்று வலியுறுத் தப்பட்டது (1995: 29). இவ்வாறு, உட்சாதிகள் ஒருங்கிணைந்து போராட வேண்டுவதன் தேவையை வலியுறுத்தும் போக்கும் பல்வேறு தலித் இலக்கியப் படைப்புகளின் ஒருமித்த குரலாகவும் இருந்திருக்கிறது.

பாமாவின் 'கருக்கில்' பறையர், பள்ளர், அருந்ததியர் ஆகியோரின் சமூக ஒற்றுமை ஓர் இன்றியமையாத தேவை என்பது அடிக்கடி வலியுறுத்தப்படுகிறது. இந்த ஒற்றுமை தலித் உட்சாதித் தகராறுகளால் குலைக்கப்படும் போதெல்லாம் அவர் மிகவும் கவலை கொள்கிறார். தனக்குத்தானே பேசிக்கொள்ளும் தொனியில் அக்கவலை, பின்வருமாறு வெளிப்படுகிறது:

'............இப்படி சண்டைக்காடு போடுறானுக - பெறகு ஒன்னுக்குள்ள ஒன்னு கூடிக்கிறானுக. இருந்திருந்தாப்ல திடீர்னு மல்லுக்கெட்டும் வெட்டுங்குத்துமா அலையுறானுக. நாத்த மெடுத்த பெய சாதி இவனுகளுக்குள்ளேயே இப்படி நொடிக்கு நூறு தரம் மல்லுக்கெட்டு வருது. மேச்சாதிக்காரனுக, பார்த்து

சிரிச்சானுக; வெக்கங் கெட்ட பெயலுக. பல சாதிக்காரனுக இருக்கிற ஊருக்குள்ள ஒரு ஒத்துமையா இருக்கனுமேன்னு இல்லாம, என்னக் குத்தவா ஒன்னைக் குத்தவான்னு அலஞ்சா எல்லாப் பெயலுகளும் ஏறி மேயத்தாஞ் செய்வானுக. *(ப. 39).*

பாமாவைப் போன்று பலர், தாழ்த்தப்பட்ட வகுப்புகளுக்குள் நல்லிணக்க உறவின் தேவையை வற்புறுத்தினாலும், இவ்வகுப்புகளுக்குள்ளேயே ஒன்றை மற்றொன்று ஒப்பிட்டு நோக்கித் தான் முன்னதைவிட உயர்ந்தது என்று அந்தஸ்து பாராட்டும் நிலையும் வலுவாக உள்ளது. தமக்குள் திருமண உறவை ஏற்படுத்திக் கொள்வது கற்பனை செய்து கூடப் பார்க்க முடியாததாக இருப்பதும், மாட்டுக் கறியை உண்ணும் வழக்கம் கொண்ட சமூகத்தை, அவ்வழக்கம் இல்லாத அல்லது அதனைக் கைவிட்ட மற்றொரு சமூகம், சமூகப்படிநிலையில் குறைந்ததாக நோக்குவதும், இங்கு யதார்த்தமாக உள்ளது. (Robert Deliege, 1997: 112). தீண்டாமை என்பது ஒழிக்கப்பட வேண்டிய சமூக நோய் என்று உறுதியாக எதிர்த்தாலும், தீண்டத்தகாதவர்கள் என்று சாதிய சமூக ஒழுங்கமைப்பில் புறந்தள்ளப்பட்டவர் களுக்கு இடையே, தங்கள் சமூகத்தைவிட மற்றொரு தலித் சமூகம் தாழ்ந்தது என்று குறைத்து மதிப்பிடும் நிலையில் தீண்டாமையை ஏற்றுக் கொண்டிருக்கும் யதார்த்தத்தையும் மறுப்பதற்கில்லை. ஆனால், இந்த யதார்த்தத்தைப் புரிந்து கொண்டிருந்தாலும் தாழ்த்தப்பட்ட சமூகங்களுக்குள் ஒற்றுமை இன்றியமையாதது என்பதைத்தான் பாமா தமது நூலில் அவ்வப்போது வலியுறுத்துகிறார்.

கிறிஸ்துவத்தில் தீண்டாமை

சாதி, சாதிய ஏற்றத்தாழ்வு, தீண்டாமை போன்றவை இந்துப் பண்பாட்டிற்கே உரிய மோசமான வடிவங்கள் என்று சொல்லப் படுபவை. ஆனால், இந்தியச் சூழலில் கிறிஸ்துவ மார்க்கத்திற்கு மாறியவர்கள் பெரும்பாலும் இந்துக்குணாம்சங்களோடுதான் தத்தம் மத அடையாளத்தை மாற்றிக்கொண்டிருக்கிறார்கள் என்பது கசப்பான யதார்த்தமாகும். பிற்படுத்தப்பட்ட, உயர் சாதிக் கிறிஸ்தவர்களுடைய வாழ்க்கையில் தலைமுறை தலைமுறைகளாகத் தொடரும் சாதியமும் தலித்துகளின்பால் காட்டப்படும் தீண்டாமையும் பல ஆய்வுகள் மூலம் வெளிப் படுத்தப்பட்டுள்ளன.

திருச்சபைகளின் நிர்வாகத்திற்குட்பட்ட கல்வி நிறுவனங்கள், பங்கு நிர்வாகம், ஆலய வழிபாடு, பங்குச் சொத்துக்களைப் பயன்படுத்துதல், திருவிழாக் கொண்டாட்டம், தேவ அழைத்தல், கல்லறை, பல்நோக்கு சமூக சேவா சங்கம், மாதர் சங்கம், குருக்களின் அணுகுமுறைகள் உள்ளிட்ட பல்வேறு கிறிஸ்தவ நடைமுறைகளில் சாதிக் கிறிஸ்தவர்களால் தலித்துகளுக்கு எதிராக எவ்வாறெல்லாம் தீண்டாமைக் கொடுமைகள் இழைக்கப்பட்டன என்பதை வரலாறு காட்டுகிறது. (காண்க: மாற்கு, 1994: கிறிஸ்த்தவத்தில் தீண்டாமை).

குறிப்பிட்ட கன்னியர் மடத்தை நிறுவிய அன்னை ஒருவருடைய அர்ப்பணிப்புத் தன்மையுடைய வாழ்க்கையால் தூண்டப்பட்டு, தன்னுடைய வாழ்க்கையை ஓர் அர்த்தமுள்ள விதத்தில் வாழவேண்டும் என்னும் இலட்சிய உந்துதலோடு கன்னியர் சபையில் அருட்சகோதரியாகத் தன்னை அர்ப்பணித்துக் கொள்கிறார் பாமா. ஆனால், கொஞ்சம் கொஞ்சமாக அங்கு நிலவிய உண்மையான நிலவரம் ஆசிரியருக்குத் தெரிய வருகிறது. திருச்சபையின் இலட்சியத் தன்மையும், அதற்கு முற்றிலும் நேரெதிரான யதார்த்தமும், கடவுள், தொண்டு, உண்மை, அர்ப்பணிப்பு என்பன பற்றிய ஆசிரியரின் கருத்துருவங் களைக் கலைத்துப் போட்டு விடுகின்றன. மடத்தில் அருட் சகோதரிகள் நடத்துவது ஒரு ராஜபோக வாழ்க்கையாக பாமாவுக்குத் தோன்றுகிறது. முற்றிலும் அது ஒரு போலித் தனமான வாழ்க்கை என்று அறிந்து, தன்னைத் தெளிவுபடுத்திக் கொள்கிறார் (ப. 96).

திருச்சபைகள், தலித்துகளை முன்வைத்துப் பொருளைச் சேகரித்து, மேல்சாதிகளைச் சேர்ந்த கிறிஸ்தவர்களை மட்டுமே முன்னேற்றி விடுவதாகத் தமது நேரடியான உற்றுநோக்கல் அனுபவங்கள் வாயிலாக அறிந்து குற்றம் சாட்டுகிறார். தலித் சமூகங்களைச் சேர்ந்தவர்கள் துறவிகளாகப் போனாலும், திருச்சபைகளில் அவர்கள் ஓரங்கட்டப்படும் நிலையை பாமா சுட்டிக்காட்டுகிறார். 9 ப. 65).

எப்போதும் மறைபொருளாக இருந்துவரும் திருச்சபை அல்லது கன்னியர் சபைகளின் நடவடிக்கைகள் யாவும் பொது மக்களுக்குத் தெரிவிக்கப்படுவதில்லை. அத்தகைய சபை ஒன்றில் உறுப்பினராக இருந்து, அதன் சாதக பாதகமான பக்கங்களைப் பற்றிய தன்னனுபவ ரீதியிலான உற்று நோக்கல்களை அடிப்படை

யாகக் கொண்ட சித்திரிப்பபு என்பது, பாமா எழுதிய கருக்கின் மூலம்தான் முதன் முதலாக வெளிப்பட்டிருக்கிறது. கன்னியர் மடம் பற்றிய அவருடைய தீர்ப்புகள் ஏறக்குறைய பின்வருமாறு அமைகின்றன. ஒடுக்கப்பட்ட மக்களுக்கான விடுதலைக்கு வழி காட்டும் அமைப்பாக நிறுவனச் சமயம் சார்ந்த மடத்தின் நடவடிக்கை அமையவில்லை. அது புகட்டும் கல்வி, செல்வந்தர் வீட்டு இளந்தலைமுறைக்கானது. அதில் பணியாற்றுவோர் உயர் சாதியினர்; இந்து சமயத்தின் இயல்புகளுள் ஒன்றான சாதியத்தின் வீச்சு, அருட்சகோதரிகளின் கண்ணோட்டங்களிலும், மடத்தின் அமைப்பிலும் அப்படியே பிரதிபலிக்கிறது. குறிப்பாகத் தலித்துகள் பற்றிய தீண்டாமைக் கொள்கை நடைமுறையில் தீவிரமாக உள்ளது.

ஓர் இலட்சிய நோக்கில் கன்னியர் மடத்தில் சேர்ந்த பிறகு, அங்கே நிலவியது ஒரு போலித்தனமான வாழ்க்கை என்று அறிந்து, அதனைவிட்டு வெளியேறிய பாமா திருச்சபை உலகம் எப்படிப்பட்டது என்பதைப் பின்வருமாறு பதிவு செய்கிறார்:

“இன்னைக்கு இங்க இருக்குற திருச்சபையைப் பாத்தா, இது சாமியாருங்க, சிஸ்டருங்க இவுங்களோட சொந்த பந்தங்களோட திருச்சபையாத்தான் இருக்குது. சாமியாரு, சிஸ்டருங்க யாருன்னு பாத்தா, பூரா மேல்சாதிக்காரவுகளாத்தான் இருக்காக. அவுக தான் அதிகாரத்துல இருக்குறாக. கிறிஸ்தவ சனங்களப் பாத்தா பூரா ஏழை எளியதுகளா தலித்துகளா இருக்காக, அதிகாரத்த வச்சுக்கிட்டு இப்படி இல்லாத ஏழ எளியதுகள அடக்கி, அவுககிட்ட குருட்டுத்தனமான பக்தி விசுவாசம் இதை எல்லாம் திணிச்சு, கடவுள் பேர வச்சு இவுகளா அடிமைகளாக்கிட்டு சொகுசா இருக்குறாங்க” (ப. 88).

பாமாவின் ‘கருக்கு’ படைப்பினைப் படித்ததற்குப் பிறகு இரண்டு கூற்றுகள் நினைவிற்கு வந்தன: 1. ‘ஒருவர் எப்போ தெல்லாம் தன்னைப் பற்றியும், அத்துடன் சக மனிதர்கள் பற்றியும், தான் அறிந்த மக்கள், சுற்றுப்புற நிகழ்வுகள் என்பன பற்றியும் எழுத முற்படுகிறாரோ, அப்போது அவர் இனவரை வியலுக்கான அடித்தளம் போடத் தொடங்கி விடுகிறார்’ இந்தக் கூற்றின் தொடர்ச்சியாக ரோஜர் டி. ஆபிரஹாம் கூறுவதைப் பார்க்கலாம். “இனவரைவியலை யார் வேண்டுமானாலும் எழுதலாம்... நம்மில் அனைவருமே இனவரைவியலை எழுது கிறோம். அதாவது, ஒரு குறிப்பிட்ட சமயத்தில் நடந்தவற்றைப்

பற்றிப் பின்னர் நினைத்துப் பார்த்து விவரிப்பதற்கும் நடந்து கொண்டிருப்பவை பற்றிய தீர்ப்புகளை எடுத்துரைப்பதற்கும் போதுமான சுய உணர்வோடு, நாம் எப்போதெல்லாம் நடத்தைகளையோ நிகழ்த்துதல்களையோ உற்று நோக்குகிறோமோ, அப்போதெல்லாம் நாம் இனவரைவியலைப் படைக்கத்தான் செய்கிறோம்" *(1986 : 346).*

துணைநூல்கள்

அர்ஜுன் டாங்ளே, 1992: தலித் இலக்கியம், சென்னை: தாமரைச் செல்வி பதிப்பகம்

பாமா, 1994: கருக்கு, மதுரை: சமுதாயச் சிந்தனை, செயல், ஆய்வு மையம்.

மார்க்ஸ், குறிஞ்சி, ஏகலைவன், அதியமான், ஞானி, கருணா மனோகரன், 1995: தலித் அரசியல் அறிக்கையும் விவாதமும் கோவை: விடியல் வெளியீடு

மாற்கு, 1994: கிறிஸ்த்தவத்தில் தீண்டாமை, மதுரை: சமுதாய சிந்தனை, செயல், ஆய்வு மையம்.

Abrahms, Roger D. 1986: interpreting Folklore Ethnographically and sociologically in Richard M. Dorson (ed). Handbook of Amercian Flolklore, Bloomington: Indiana University Press.

Deliege, Robert, 1997: The world of the untouchables: Paraiyars of Tamil Nadu, New Delhi : Oxford University Press.

Denzin, Norman, K. 1997: Interpretive Ethnography: Ethnographic Practices for the 21st century, California: Sage publications.

Omvedt, Gail 1996: Dailt visions, New Delhi: Orient Longman limited.

II

மீனவர் வழக்காறுகள்:
சமயம், சடங்கு, சடங்கியல் நிகழ்த்துதல்

5. வழக்காறு பற்றிய வழக்காறும் காரண விளக்க வழக்காறும்

குறிப்பிட்ட ஒரு மக்கள் சமூகத்தில் வழங்கும் பல்வேறு வழக்காறுகளில் சில வழக்காறுகளுக்கு இடையே ஒரு வகை இடையுறவு மறைமுகமாகவோ வெளிப்படையாகவோ நிலவி வருவதை அவ்வழக் காறுகளைப் பற்றி ஆழமாக அறிய முற்படுவோரால் இனங்காணவியலும் மக்களிடம் வழங்கும் ஒரு குறிப்பிட்ட வழக்காற்று வடிவத்தின் தோற்றமூலம், அவ்வழக்காற்றினைத் தொடர்ந்து எடுத்துரைப் பதற்கோ, நிகழ்த்துவதற்கோ செயல்படுத்துவதற்கோ உரித்தான காரணம் ஆகியவற்றைப் பற்றி விளக்கு வதற்கும், அவ்வழக்காற்றின் தொடர் நீட்டிப்பினை வலுப்படுத்துவதற்கும் வேறொரு வழக்காறு துணை புரிகிறது. வெளிப்படையாகவும் மறைமுகமாகவும் நின்று மேற்சுட்டியவாறு துணைபுரியக்கூடிய அவ்வழக்காற்றினை 'மக்கள் வழக்காறு பற்றிய மக்கள் வழக்காறு'[1] அல்லது 'கருவி வழக்காறு'[2] (Meta folklore) என்பர். இப்பணியைச் செய்யக்கூடிய மற்றொரு வகை வழக்காறும் உண்டு. அது, காரண விளக்க வழக்காறு (Aetiological folklore) என்று கூறப்படும். [3]

வழக்காறு பற்றிய வழக்காறு:
அம்பாப் பாடல் பற்றிய அம்பாப்படல்

ஒரு வழக்காற்று வடிவத்தின் ஆதாரமாக அமையும் மற்றொரு வழக்காற்றினைக் கண்டறிவதும் அத்துடன் அவ்விரண்டிற்கும் இடைப்பட்ட இடையுறவைப்புரிந்து கொள்வதும் ஆகிய இம்முதல் நடவடிக்கை, மக்கள் வழக்காறு ஒரு குறிப்பிட்ட சமூகத்தில் ஆற்றக்கூடிய செயல்பாட்டினைத் தெரிந்து கொள்ள உதவுவதோடு, அச்சமூகத்தின் பண்பாட்டை அல்லது பண்பாட்டுக் கூறுகளைப் பற்றி அச்சமூக மக்களின் கண்ணோட்டத்தின் வழியே புரிந்து கொள்ளவும் வழிவகுக்கிறது.

உதாரணத்திற்கு, மீனவர்கள் கடலில் மீன்பிடிக்கச் செல்லும் போது, அம்பாப் பாடல்கள் பாடுவதைக் குறிப்பிடலாம். கட்டுமரம், படகு போன்ற மரக்கலன்களைப் பயன்படுத்தி மரபான முறையில் மீன்பிடிப்பில் ஈடுபடும் மீனவர்கள், தாங்கள் கூட்டாகச் சேர்ந்து துடுப்பு வலிக்கும் போதும், வலைகளை நீரில் தள்ளும் போதும், மீன் பிடித்த பின்னர் அவற்றை மேலே இழுக்கும் போதும் பாடும் ஒருவகை உழைப்புப் பாடல்தான் அம்பா. கூட்டாக உழைக்கும் உழைப்பாளிகள், தம் உடல்திறனை வெளிப்படுத்துவதற்குச் சாதனமாக அமைந்த படகு, துடுப்பு, வலை ஆகிய கருவிகள், அக்கருவிகள் மூலம் தம்முடைய உழைப்புத் திறனைப் பிரயோகிப்பதற்குத் தளமாக அமைந்த கடல், மீன், காற்று முதலிய கூறுகளை இணைத்துக் கொண்டிருக்கும் இயற்கை ஆகிய முக்கூட்டின் வெளிப்பாடாக அமையும் படைப்புதான் அம்பாப் பாடல். மேற்குறிப்பிட்ட வெளிப்படையான மூன்று கூறுகளும் அம்பாவின் படைப்புக் காரணிகளாகத் திகழ்வதை நாம் புரிந்து கொள்கிறோம். ஆனால், இவற்றைத் தாண்டி மற்றொரு படைப்பு மூலக்காரணி இருப்பதை மீனவர்கள் கூற்று உறுதிப்படுத்துகிறது. அதாவது, அம்பா எதற்காகப் பாடப்படுகிறது? படகு அல்லது கட்டுமரத்தை விரைந்து செலுத்தி அதிகமாக மீன்களைப் பிடிக்க வேண்டுமானால், அம்பாப் பாடல் பாடப்பட வேண்டும் என்னும் கருத்து மீனவர்களிடமிருந்து பின்வரும் பாடல் வாயிலாகக் கிடைக்கிறது.

"அம்பா சொல்லித் தெம்பா வலி
ஆண்டவன் கொடுப்பான் கூலி
கைப்பதைச்சால் மடிப்பதைக்கும்
மடிப்பதைச்சால் கலகலவென்று மீன் பதைக்கும்"

(ஆ. தனஞ்செயன், 1996: 23).

இது, அம்பாப் பாடலைப் பற்றிய அம்பாப் பாடலாகும். அதாவது, “அம்பாப் பாடலைப் பாடியவாறு கடலில் கட்டு மரத்தினைத் துடுப்பு வலித்துச் செலுத்தினால், ஆண்டவன் உரிய கூலியைக் கொடுப்பான். கைகளால் விரைந்து துடுப்பை வலித்து உரிய இடத்திற்குச் சென்று வலையை விரித்தால் வலையின் மடிப்பகுதி மீன்களால் நிறைத்திருக்கும்” என்பதே அம்பாப் பாடலைப் பற்றிய அம்பாப் பாடலின் கருத்து. இது, தங்களுடைய வழக்காறு குறித்து மீனவர்களின் கண்ணோட் டத்தில் அமைந்த வியாக்கியானம். அதாவது, “மீன் பிடிக்கச் செல்லும்போது, மீனவர்கள் ஏன் அம்பாப் பாட்டுப்பாடு கிறார்கள்?” என்று அம்மக்கள் சமூகத்திற்கு வெளியே இருக்கும் ஒருவருக்குக் கேள்வி எழுமானால், அதற்குரிய பதிலைக் கொடுக்கக் கூடிய ஆதாரமாக மேற்குறித்த அம்பாப் பாடல் திகழ்கிறது. எனவே, உழைப்புப் பாடல் போன்ற வேறு எந்தக் கலை வடிவமானாலும் சரி, அவ்வடிவத்திற்கு மீனவர்களுக்கும் இடைப்பட்ட நெருக்கமான உறவை அறிந்துகொள்வதற்கு மேற்குறித்தது போன்ற வழக்காறு பற்றிய வழக்காறு நமக்கு உதவுகிறது.

இங்கு ஒரு கேள்வி எழலாம். அதாவது மேற்குறித்த உறவையோ அர்த்தத்தையோ குறிப்பிட்ட வழக்காறு எடுத்துரைக் கப்படும் சூழலிலிருந்தே ஒருவர் கிரகித்துக்கொள்ள இயலுமே என்பதுதான் அக்கேள்வி. ஆனால், எப்போதுமே ஒருவர் சூழலிலிருந்து உறவையோ அர்த்தத்தையோ அனுமானம் செய்து கொள்ள முடியாத நிலைமையும் ஏற்படலாம். அப்போது, மக்கள் வழக்காற்றியலர்கள் வழக்காறுகளின் அர்த்தத்தை அவற்றை வழங்கும் மக்களிடமிருந்தே பெறுவதற்கு முயல்வது அவசியமான தாகும். (Alan Dundes, 1975: 51). அவ்வகையில், அம்பா பற்றிய அம்பா, மீனவர்களிடம் அகவயமாக அப்பாடல் ஆற்றும் செயற்பாட்டையும் புறவயமாக உழைப்புச் செயலில் அது ஆற்றும் செயலையும் அவர்களுடைய கண்ணோட்டத்தில் இருந்து புரிந்து கொள்ள உதவுகிறது.

ஒரு குறிப்பிட்ட சமூகத்தில் மேற்குறிப்பிட்ட ‘அம்பாப் பாடல் பற்றிய அம்பாப் பாடல்’ போன்று வழக்காறுகள் பற்றிய வழக்காறுகள் ஏராளமாக இருக்கலாம். அவை வெளிப்படையாக அல்லாமல் மறைமுகமாக வழங்கலாம். அவை மற்றைய வழக் காறுகளின் தோற்றம், அதன் நிலைபேறு போன்றவை பற்றி

விளக்கம் தந்து கொண்டிருக்கும் அல்லது விமர்சனம் செய்யலாம். இந்த ஒரு குறிப்பிட்ட வழக்காற்று வடிவம்தான் என்றில்லாமல், வாய்மொழி, பருப்பொருள், செயல்முறை, நிகழ்த்துதல் ஆகிய நான்கு பெரும் பிரிவுகளைச் சேர்ந்த வழக்காறுகள் குறித்தும் வழக்காறு பற்றிய வழக்காறுகள் இருந்துகொண்டுதான் இருக்கும். குறிப்பிட்ட மக்கள் சமூகத்தின் 'வழக்காற்று வடிவங்கள் பற்றிய அம்மக்களுடைய கண்ணோட்டத்தில் அமைந்த வழக்காற்றியல்' (Claus & Korom, 1991: 13) என்று வருணிக்கப்படும் இவ்வழக்காறு பற்றிய வழக்காற்றினை எளிதில் புறக்கணித்து விட முடியாது.

வழக்கமும் காரண விளக்கக் கதையும்

மக்களுடைய நடத்தை முறைகளுள் அடங்குவனவற்றுள் வழக்கம் (Custom) குறிப்பிடத்தக்கது. ஆனால், இதனை வரை யறுத்து விளக்குவதிலும் தனியாகச் சுட்டி அடையாளம் காட்டு வதிலும் சிக்கலை எதிர்கொள்வது ஒரு பக்கமிருந்தாலும் மரபான செயல்முறையை அதாவது, ஒருவகை தனிமனித நடத்தை அல்லது சமூக வாழ்க்கையின் வாடிக்கையைச் சுட்டிக்காட்டு வதே மரபு வழக்கமாகும். வாய்வார்த்தையாகவோ, போலச் செய்தல் மூலமாகவோ பரவும் தன்மையது அது. சமூக நிர்ப் பந்தம் பொதுப் பயன்பாட்டு நிலை, முன்னோர் மரபுப் பண்பு, அதிகாரம் ஆகியவற்றுள் ஏதேனும் ஒன்றிரண்டு காரணிகளால் ஆழமாக வேரூன்றச் செய்யப்படுகிறது. (Brunvand., 1978: 248).

தமிழர்களிடம் மட்டும் என்றில்லாமல் பொதுவாக அனைத்து வகை மக்களிடத்தும் வழக்கம் என்பது வாழ்க்கையின் பல்வேறு துறைகளில் பரவலாகப் பயன்படுத்தப்படுவது. குடும்பம், வாழ்க்கை வட்டச் சடங்குகள், உறவுமுறை, பொருளாதார நடவடிக்கைகள், சமயம் என்பன உள்ளிட்ட பல்வேறு தளங் களில் வழக்கம் கடைப்பிடிக்கப்படுகிறது. வழக்கம் பற்றி மக்கள் வழக்காற்றியலர் ஆராய முற்படும்போது, பொதுவாக அவர்களை அது இனவரைவியலின் பால் இட்டுச் செல்லக் கூடியதாகும்.

இவ்வகை வழக்கங்களின் தோற்றத்தையோ முக்கியத் துவத்தையோ விளக்குவதற்கு வேறு வகை வழக்காறுகளும் மக்களிடம் வழங்குகின்றன. அத்தகைய வழக்காறுகளையே காரண விளக்க வழக்காறுகள் என்று தனியே அடையாளப் படுத்துகின்றனர். மீனவர்களிடம் அத்தகைய காரண விளக்க

வழக்காறுகள், ஒரு சில வழக்கங்களின் பின்னணியில் பொதிந்தும், வெளிப்படையாகவும் வழங்குகின்றன. 'சாமி மீன்' போடும் வழக்கமும், அவ்வழக்கத்தின் தோற்றமூலத்தை விவரிக்கும் பழ மரபுக்கதையும் அத்தகைய இணை உதாரணங்களில் ஒன்றாகும்.

கடலில் சென்று மீன்பிடித்துத் திரும்பும் மீனவர்கள், கரையை அடைந்ததும் கட்டுமரத்திலிருக்கும் வலை அல்லது மீன்பெட்டியிலிருந்து முதன் முதலாக ஒரு மீனை எடுத்துத் தரையில் போடுவார்கள். இம்முதல் மீனுக்கு 'சாமி மீன்' என்று பெயர். கடற்கரையில் ஏற்கனவே காத்துக் கொண்டிருக்கும் மீனவர்களுள் ஒருவர் - தொடர்புடைய மீனவர்க்கு உறவின ராகவோ தெரிந்தவராகவோ இருப்பார் - அருகில் வந்து அம்மீனை எடுத்துக் கொள்வார். போட்டியாளர்கள் இருந்தால் முந்தியடித்து எடுத்துக் கொள்வதுமுண்டு. அவ்வாறு, அவர் அம்மீனை எடுக்கும் போது கட்டுமரக்காரர்கள், அம்மீனை எடுக்கக்கூடாது என்று ஒருபோதும் தடுப்பதோ, தாங்களே எடுத்துக் கொள்ள வேண்டும் என்று முனைவதோ கிடையாது. இத்தகைய ஒரு வழக்கத்தை மீனவர்கள் வழிவழியாகக் கடைப்பிடித்து வருகின்றனர்.

மீனவர்களின் வழக்காறுகள் குறித்து ஆய்வில் ஈடுபடும் ஒரு களப்பணியாளருக்கு, 'இந்த வழக்கம் ஒரு மேலீடான வழக்கமா? ஆழமானதா? அம்மக்கள் சமூகத்தில் அதன் இடம் எத்தகையது?' என்பன போன்ற கேள்விகள் இயல்பாக எழ வேண்டும். அத்துடன் இந்தக் கேள்விகளுக்கு விடை தேடுவதற்கு முன், இவ்வழக்கத்துடன் வேறு வழக்காறுகள் எவையும் இணைந் துள்ளனவா என்னும் கேள்வியை எழுப்பிக் கொள்ள வேண்டும்.

இத்தகைய கேள்வியோடு இவ்வழக்கத்தை அணுகும்போது, அது ஒருவகை நம்பிக்கையைத் தனது அடித்தளத்தில் இணைத் துக் கொண்டிருப்பதை அறிந்துகொள்ள முடியும். இது வெளிப்படையாகத் தெரிவதில்லை. அத்துடன், இந்நம்பிக்கை என்பது தனியே நில்லாமல், தனக்குப் பின்னால், ஒரு பழமரபுக் கதையையும்[4] பொதித்து வைத்திருப்பதைத் தகவலாளிகளோடு நடத்திய உரையாடல் வெளிப்படுத்தியுள்ளது. இந்தக் கதையே நம்பிக்கையையும் வெளிப்படையாகத் துலங்கும் வழக்கத்தையும் ஒருங்கே தாங்கிப் பிடித்துக் கொண்டிருக்கிறது. அவ்வகையில் இக்கதையும் கூட, ஒரு வழக்காறு பற்றிய வழக்காறாகவும், அதே வேளையில் அவ்வழக்கம் தோற்றம் பெற்ற பின்னணியைப் பற்றி

எடுத்துரைக்கும் காரண விளக்கக் கதையாகவும் திகழ்கிறது. இக்கதை மேற்கண்ட வழக்கத்தைக் கடைப்பிடிக்கும் மக்களில் சிலருக்கோ பலருக்கோ தெரிந்ததாக இருக்கலாம், ஆனால், அவ்வழக்கமோ எல்லோராலும் பின்பற்றப்படுவதைப் பார்க்கிறோம். ஆயினும் அவ்வழக்கத்தைத் தாங்கிப் பிடிக்கக்கூடிய அல்லது அதற்கு மூல காரணம் கற்பிக்கக்கூடிய வழக்காற்று வடிவத்தைப் பொதுவாக அச்சமூகத்தைச் சேர்ந்த அனைவருமே அறிந்திருப்பதில்லை. இது ஒருசில உதாரணங்களின் வாயிலாகப் புலப்படும் உண்மை. ஆனால், பலரும் அறிந்திராத வழக்காறு என்பதாலேயே இவ்வகை வழக்காற்றின் இடத்தைக் குறைந்து மதிப்பிட்டுவிட முடியாது. ஏனெனில், இத்தகைய காரண விளக்க வழக்காறுகள், குறிப்பிட்ட சமூகத்தின் மக்கள் கடைப்பிடிக்கும் சமய ஒழுங்கமைப்போடு செயல்முறை நடத்தைகளை இணைக்கும் கண்ணியாகச் செயல்படலாம். உதராணமாகக் காட்டப்பட்ட 'சாமி மீன்' போடுதல் என்னும் வழக்கம் கூட, மீனவர்கள் கடைப்பிடிக்கும் ஒருவகைச் சமய ஒழுங்கமைப்போடு தொடர்புடையது.

மீனவர்களில் பலர் குட்டியாண்டவரைக் குலதெய்வமாக வழிபடுகின்றனர். குலதெய்வமாகக் கொண்டிராத மீனவர்களும் கூட, தங்களுடைய மீன்பிடிப்புத் தொழிலுக்கும் தங்களுக்கும் பாதுகாப்பாக இருந்து ஆதரித்து வரும் தனிப்பெரும் கடவுளாகக் குட்டியார்ண்டவரைக் கொண்டாடுகின்றனர். மீனவர்களிடம் வழங்கும் பாடல்கள், கதைகள், நம்பிக்கைகள், சடங்குகள், 'குட்டியாண்டவரின் இடத்தை மதிப்பிடுவதற்குப் போதுமான சான்றுகள் (ஆ. தனஞ்செயன், 2000: 22 -23). குட்டியாண்டவர் போன்ற கடவுள்கள் முக்கிய அங்கம் வகிக்கும் மீனவரின் சமய ஒழுங்கமைப்போடு பிணைப்புற்றதாகச் 'சாமி மீன்' வழக்கம் உள்ளது. காரண விளக்கக் கதையில் சாமியாராக வேடம் தாங்கி வந்த குட்டியாண்டவர், 'வலையில் பட்ட மீன்கள், அனைத்தும் உயிர்பெற்றுக் கடலில் குதித்துச் செல்லும் வகையில் நிகழ்த்திக் காட்டிய அதிசய நிகழ்ச்சி காரணமாக, மீனவ முன்னோரிடம் தோன்றிய அச்சமும் கடவுளையே ஏமாற்றியதால் ஏற்பட்ட குற்றவுணர்வும் அவர்களிடையே 'சாமி மீன் வழக்கம்' தோன்றக் காரணமாயிற்று. இன்று வரையில் மீனவர்களிடம் அவ்வழக்கம் தொடர்ந்து இடம் பெற்றிருப்பதற்கும் அதுவே காரணம் என்று அவர்தம் கண்ணோட்டத்திலேயே அமைந்த விளக்கமாகவே இவ்வழக்கம் பற்றிய கதையையும் எடுத்துக் கொள்ள வேண்டும்.

இரு வேறு வழக்காற்று வடிவங்களை எடுத்துக்காட்டாகக் கொண்டு, இதுவரையில் விவாதித்த கருத்துக்களின் சாராம் சத்தைப் பின்வருமாறு தொகுத்து நோக்கலாம்:

1. 'வழக்காறு பற்றிய வழக்காறு', 'காரண விளக்க வழக்காறு' என்பன குறிப்பிட்ட மக்களிடம் பரவலாகவோ பல சந்தர்ப்பங்களில் வெளிப்படையாகவோ வழங்காவிட்டாலும், குறிப்பிட்ட வழக்காற்று வடிவத்தின் பங்கினை அழுத்தம் கொடுத்துப் பேசும் தருணம் வரும்போது, உட்குழுவினரோ, வெளிக்குழுவினரோ அறியுமாறு அம்மக்களிடமிருந்து வெளிப்படையாக எடுத்துரைக்கப்படுகின்றன. அவை, தொடர்புடைய வழக்காற்று வடிவங்களைப் பற்றிய அம்மக்களுடைய கண்ணோட்டங்களாக அமைகின்றன.

2. ஒரு குறிப்பிட்ட வழக்காற்று வடிவத்தின் அர்த்தத்தை, அதன் செயற்பாட்டை, அவ்வழக்காறு வழங்கும் சூழலி லிருந்தே பெற முடியாத சந்தர்ப்பங்களும் ஏற்படும். அத்தகைய சந்தர்ப்பங்களில், இத்தகைய வழக்காறு பற்றிய வழக்காறு அல்லது காரண விளக்க வழக்காறு ஆய்வாளரால் கவனமாகச் சேகரிக்கப்படுமானால், அது, அக்குறிப் பிட்ட வழக்காற்று வடிவத்தின் அர்த்தம், செயல்பாடு அல்லது நோக்கம் போன்றவற்றை விளங்கிக் கொள்ள உதவும்.

3. காரண விளக்கக் கதையினைப் பொருத்த வரையில், சாமி மீன் போடுதல் என்ற வழக்கம் தோற்றம் பெற்றதற்கான பின்னணியை விளக்குகிறது. அத்துடன், அவ்வழக்கத்தின் மேலோட்டமான நிலையைத் தாண்டி அதனைச் சமய நம்பிக்கையுடன் இணைத்து, மீனவர் சமூகத்தில் ஒரு மரபு வழக்கமாக அதுபெற்றிருக்கும் முக்கியத்துவத்தையும் உணர்த்துகிறது.

குறிப்புகள்:

1. 'வழக்காறு பற்றிய வழக்காறு' - அதாவது Meta - folklore என்பது மக்கள் வழக்காறு பற்றிய வழக்காற்றியல் கூற்றுக் களைக் குறிப்பது. பழமொழி பற்றிய பழமொழி, நகைச் சுவை பற்றிய நகைச்சுவை, பாடல் பற்றிய பாடல் என்பன போன்றவை 'மக்கள் வழக்காறு பற்றிய வழக்காறு'க்கு உதாரணங்கள். வழக்காறு பற்றிய வழக்காறு என்பது ஒரே

வழக்காற்று வடிவத்திற்கு உட்பட்டதாகத்தான் இருக்க வேண்டும் என்பதில்லை என்கிறார் ஆலன் டண்டிஸ் (Alan Dundes, 1975: 52). 'வழக்காறு பற்றிய வழக்காறு என்பது மக்கள் கண்ணோட்டத்தில் அமைந்த வழக்காற்றியல்' என்றும் கூறுவர் (Peter J. Claus & Frank J. Korom. 1991: 13).

2. "நாட்டார் வழக்காறுகள் பற்றிய நாட்டார் வழக்காறுகளைக் கருவி வழக்காறு என்று குறிப்பிடுவர் (Meta folkore). கதைகள் பற்றிய கதைகளையும், கதைகள் பற்றிய பழமொழிகளையும் வழக்காறுகள் பற்றிய வாய்மொழித் திறனாய்வுகளையும் கருவி வாக்காற்று வடிவங்களுள் (Meta folklore forms) அடக்குவர்" *(தே. லூர்து 2005: 154).*

3. "........எப்போதெல்லாம் புராணங்கள், நிலவியற் பின்னணி, அதன் சிறப்புக் கூறுகள், விலங்குகளின் சிறப்புப் பண்புகள் , சடங்குகள், விலக்கல் விதிகள் மற்றும் பழக்கவழக்கங்கள் ஆகியவற்றின் தோற்றம் பற்றிப் பேசுவதற்கு முற்படுகின்றனவோ அப்போது அவை விளக்கக் கதைகள் அல்லது காரணவிளக்கக் கதைகள் (explanatory or etiological narratives) என்றழைக்கப்படுகின்றன" (J.H. Brunvand 1986 : 136).

4. 'தாடியழகனும் சாமியாரும்' என்னும் பின்வரும் கதை, 'சாமி மீன்' வழக்கத்தின் தோற்ற மூலத்தையும் அவ்வழக்கம் பின்பற்றப்படுவதன் உள்நோக்கத்தையும் வெளிப்படுத்துகிறது:

தாடியழகனும் சாமியாரும்

ஒருநாள் காலையில் தாடியழகன் மனைவி, வாசல் பெருக்கிக் குப்பையைக் கொண்டு குப்பை மேட்டிற் கொட்டும்போது, கிழக்கே திரும்பிப் பார்த்தாள். அவள் கண்ணுக்கு எட்டிய தூரம் வரையில் கடலில் கருவெளவால் 'மாப்பு' வந்ததைப் பார்த்தாள். உடனே தன் கணவன் தாடியழகனிடம் ஓடிவந்து "வெளவால் மாப்பு எக்கச்சக்கமாக வருகிறது. உன் தம்பி தலைப்பாக் கட்டியையும் கூட்டிக் கொண்டு வெளவால் வலையைத் தள்ளிக் கொண்டு போ!" என்று அவசரப்படுத்தினாள்.

உடனே, தாடியழகனும் தலைப்பாக்கட்டியும் அலைவாக் கரைக்குச் சென்று கட்டுமரங்களைக் கட்டி, வலையை அதில் வைத்து மரத்தை நீரில் தள்ளினார்கள். தலைப்பாக்கட்டி மரம்

மட்டும் கடலில் போய்விட்டது. தாடியழகன் மரம் முன்னவும் அசையவில்லை; பின்னையும் அசையவில்லை. அப்பொழுது தாடியழகன் (தாடியழகன், தலைப்பாகையும் கட்டழகன் சோமனழகன், துப்பட்டித் தொங்கழகன் - இவர்கள் சகோதரர்கள்) "ஆண்டவரே! எல்லா மரமும் போய்விட்டது. என் மரம் முன்னவும் அசையலை, பின்னவும் அசையலை, இது உன் சோதனையா?" என்று கடவுளைப் பிரார்த்தனை செய்தான். உடனே கடவுள் சாமியார் வடிவில் கடலோரமாக அங்கு வந்தார். "பிச்சாவரத்தில் உள்ள என் ஆலயம் கூரையாக இருக்கிறது. உன் மரம் கடலில் சென்று அதிகமாக மீன் பிடித்து வந்தால் என் ஆலயத்திற்குத் திருப்பணி செய்வாயா?" என்று கேட்டார். உடனே தாடியழகன், "அப்படியே செய்கிறேன்" என்று அடிபணிந்து ஆமோதித்தான். உடனே சாமியார் கட்டுமரத்தைக் கையால் தள்ளினார். கட்டுமரம் கடலை நோக்கி ஓடிச் சென்றது.

கடலில் குறிப்பிட்ட இடத்திற்குச் சென்று தாடியழகன் வலையைப் போட்டான். வலை நிறைய கருவெளவால் கிடைத்தது. தாடியழகன் மரம் மட்டும் கரைக்குத் திரும்பி வந்தது. மீண்டும் சாமியார் அவ்விடத்திற்கு வந்தார். தாடியழகன் வலையில் பட்ட மீன்களை விற்பனை செய்து கொண்டிருந்தான். அவனிடம் 'எனக்கொரு மீன் கொடு' என்று சாமியார் கேட்டார். அதற்குத் தாடியழகன் "ஒரு மீன் கூட கொடுக்க முடியாது!" என்று மறுத்துவிட்டான். அவர் கீழே கிடந்த மீன் ஒன்றை முந்தியடித்து எடுத்துக் கொண்டார். அதையும் பிடுங்கி எறிந்து விட்டான் தாடியழகன். மீண்டும் ஒரு மீனை விழுந்தடித்து எடுத்துக் கொண்டு அப்பால் ஓடிவிட்டார். ஓடிக் கொஞ்ச தூரம் சென்றதும் கையில் இருந்த மீனைத் தூக்கிக் கடல் நீரில் எறிந்தார். உடனே, கரையில் கிடந்த மீன்கள் அனைத்தும் உயிர் பெற்றுத் துள்ளிக் குதித்துத் தண்ணீரில் போய் விழுந்தன. தாடியழகன் இதனைப் பார்த்து மலைத்துப் போய் நின்றுவிட்டான். தன்னுடைய தவறை உணர்ந்தான்.

இப்போதும் கூட மீனவர்கள் கரைக்குத் திரும்பியதும் முதலில் ஒரு மீனை எடுத்துத் தரையில் போடுவார்கள். அதற்கு சாமி மீன் என்று பெயர். அதனை யாராவது வந்து எடுத்தால், திரும்பிப் பறிக்க முயலமாட்டார்கள்.

துணை நூல்கள்

Brunvand, Jan Harold, 1978: The Study of American Folklore - An Introduction, New York: W.W. Norton &Company, Inc.

Claus, Peter J. FrankJ., Korom, 1991: Folkloristics and Indian Folklore, Udupi: RRC.

Dundes, Alan 1975: 'Meta Folkore and Oral Literary Criticism' in Analytic Essays in Folklore, The Hague: Monton &Co.,

தனஞ்செயன், ஆ.1996: 'குலக்குறியியலும் மீனவர் வழக்காறு களும்', பாளையங்கோட்டை; அபிதா பப்ளிகேஷன்ஸ்.

தனஞ்செயன், ஆ. 2000: 'ஏழு கன்னிமார் கதையும் வழி பாடும்', இந்திரன் (தொஆ) வேரும் விழுதும் - மக்கள் பண் பாட்டைப் பேசும் கட்டுரைகள், சென்னை: அலைகள் வெளியீடு.

லூர்து, தே. 2000: நாட்டார் வழக்காற்றியல்: சில அடிப் படைகள், பாளையங்கோட்டை: நாட்டார் வழக்காற்றியல் ஆய்வு மையம்.

6. சங்ககாலம் முதல் இன்றுவரை மீனவரின் சுறாமுள் வழிபாடு

சங்க இலக்கியங்கள், அவற்றின் இலக்கிய நோக்கிற்கேற்ப, பண்டைக்கால மக்களின் வாழ்வியல் கூறுகளை ஆங்காங்கே எடுத்தியம்புகின்றன. ஆனால், இக்கூறுகள் அவற்றின் இயல்பில் முழுமையானவை அல்ல; பிசிர்களாகவே நம்முன் தோன்றுகின்றன. இந்தப் பிசிர்களைக் கொண்டு மக்கள் வாழ்க்கையின் எந்தவொரு கட்டத்தினுடைய முழுப்பரிமாணத்தையும் சரியான அர்த்தத்தில் இனம் காண முடியாது. எனவே, இவற்றை நாட்டார் வழக்காற்றியல் மானிடவியல் போன்ற ஏனைய சமூக அறிவியல் துறைகளின் உதவியோடு மீட்டுருவாக்கம் செய்வதன் மூலமே பண்டைத் தமிழரின் பண்பாட்டு வாழ்க்கையை, ஏறக்குறைய சரியான கண்ணோட்டத்தில், அறிந்து கொள்ள இயலும். அவ்வகையில் பண்டைச் சோழ நாட்டின் துறைமுக நகரமாக விளங்கிய காவிரிப்பூம்பட்டினம் என்னும் பூம்புகாரில் வாழ்ந்த பலதரப்பட்ட மக்களுடைய வாழ்வியலைக் குறித்துப் பட்டினப்பாலை காட்டும் கணநேரக் காட்சிகள் குறிப்பிடத்தக்கவை.

முந்நூற்றொரு அடிகளை உடைய பட்டினப் பாலை, சோழ நாட்டு மன்னனாகிய கரிகாற்பெரு வளத்தானைப் பாட்டுடைத் தலைவனாகக் கொண்டு

கடியலூர் உருத்திரங்கண்ணனார் என்னும் புலவரால் இயற்றப் பட்ட நூலாகும்.

பூம்புகாரின் நிலவியற் பின்னணிகளையும் அங்கு வாழும் மக்களுடைய வாழ்வியலையும் பகரும் பட்டினப்பாலை, கடற் கரையில் வாழும் மீனவர்களுடைய வாழ்வியற் கூறுகள் சிலவற்றைப் பற்றியும் பறவைப் பார்வையில் உற்று நோக்கி விவரிக்கிறது. அந்தச் சில கூறுகளுள், அம்மக்களுடைய சமயம் (Folk Religion) தொடர்பான ஒரு வழிபாட்டுக் கூறு (சடங்கு), நாட்டார் வழக்காறுகள் பற்றிய ஆராய்வோர் கவனத்தை ஈர்க்கும் ஓர் அம்சமாகும். அதுவே, ஏறக்குறைய இரண்டாயிரம் ஆண்டு களுக்கு முந்தைய மீனவர்களின் 'சுறாமுள் வழிபாடு' ஆகும்.

இந்தச் 'சுறாமுள் வழிபாடு' குறித்து பின்னர் வந்த உரையாசிரியர்கள், நூலாசிரியர்கள் ஆகியோர் விளக்க முனைந் துள்ளனர். பிற்காலத்திய வேறு சில நூல்களும் இவ்வழிபாட்டை ஒரு பாடலிலோ, ஒரு வரியிலோ குறிப்பிடுகின்றன. தற்காலத் திலும்கூட, நாகப்பட்டினம் மாவட்டக் கடலோர மீனவர்களிடம் ஆங்காங்கே சுறாமுள் வழிபாடு தொடர்பான குறைந்தபட்ச எச்சங்கள் காணப்படுகின்றன. மேலும், சிந்து நதி பாயும் மக்ரான் கடற்கரையிலும், அந்தமான் தீவுகளிலும் சுறாமுள் வழிபாடு காணப்படுகிறது. இந்தத் தரவுகளை அடிப்படையாகக் கொண்டு ஆராய்ந்து உண்மையில் சுறாமுள் வழிபாட்டின் தன்மை, அதன் பயன்பாடு அல்லது நோக்கம் என்ன என்பதை மானிடவியல் கண்ணோட்டத்தோடு அணுகி வெளிப்படுத்துவதே கட்டுரையின் நோக்கமாகும்.

இந்தக் கட்டுரை, பின்வரும் ஐந்து சிக்கல்களை எடுத்துக் கொண்டு அவற்றிற்கு விடை காண முற்படுகிறது. மண்ணில் சுறாமுள்ளைச் செங்குத்தாக நட்டு வைத்து அதனில் அணங்கை ஏற்றி வழிபடுதல் என்னும் சடங்கு,

1. அணங்கு (இயற்கையில் உறையும் ஆவி) வழிபாடா அல்லது வருணன் வழிபாடா?

2. கடலரசன் வழிபாடா?

3. மீன் வளத்தைப் பெருக்க செய்யப்பட்ட வளமை வழிபாடா (Fertility Cult)?

4. குலக்குறி விலங்கின் இனப்பெருக்கத்திற்காகச் செய்யப்பட்ட மந்திரச் சடங்கா (Magical totemic intichiuma ceremony)?

5. அல்லது இவற்றில் ஒரு சில கூறுகள் தவிர, ஏனைய கூறுகள் இணைத்துக் காணப்படும் அனிமேட்டிசம் (Animatism) எனப்படும் உயிரியம் சார்ந்த சமயச் சடங்கா?

இக்கேள்விகள் தகுந்த ஆதாரங்களுடன் எதிர்கொள்ளப்பட்டு, முறையாக அவற்றிற்கு விளக்கங்கள் கொடுக்கப்படுகின்றன.

பட்டினப்பாலை காட்டும் சுறாமுள் வழிபாடு

பௌத்தம், சமணம் ஆகிய புறச் சமயங்களின் செல்வாக்கு, 'பெருந்தெய்வ வழிபாடு', நாட்டார் தெய்வ வழிபாடு, பழங்குடி வழிபாட்டு மரபுகள் ஆகியவற்றைக் குறித்து ஒருங்கே ஆங்காங்கு விவரித்துச் செல்லும் பட்டினப்பாலை, மீனவர்கள், வாட்சுறா என்னும் ஒருவகை மீனின் முள்ளை நட்டு வழிப்பட்ட சடங்கைப் பற்றிப் பின்வருமாறு கூறுகிறது:

"தோற்பரிசையை நிரல்பட வைத்து வேலை ஊன்றிச் செய்த மறவர்க்கு நடுகின்ற கல்லிற்கிட்ட அரண் போன்று, நீண்ட தூண்டிற்கோல்களைச் சார்த்திய குறுகிய கூரைகளை உடைய குடியிருப்பின் நடுவில், நிலவினைச் சேர்ந்த இருள் போல், வலை கிடந்து உலரும் மணலை உடைய முற்றத்தைக் கொண்ட மனையில், தாழையின் அடியிலே நின்ற வெண்டாளியின் குளிர்ந்த மலரால் புனைந்த மாலைகளை அணிந்தவர்களாகச் சினையுடைய சுறாமீனின் கொம்பை நட்டு, அதனிடமாகத் தம் மனையின்கண் சேர்த்தப்பட்ட வலிய தெய்வமாகிய வருணனுக்கு வழிபாடு செய்து, அத்தெய்வத்திற்கிட்ட தாழை மலரைச் சூடியும் பனையின் கள்ளைப் பருகியும் பரந்த கரிய குளிர்ந்த கடலிடத்தே வேட்டம் போதலைத் தவிர்த்து உவாநாளிலே தாம் விரும்பும் உணவை உண்டும் தம் மனம் போனவாறு விளையாடியும் மீனவர்கள் களித்தனர்......"[1]

சுறாமுள் வழிபாடு வருணன் வழிபாடா?

தொல்காப்பியம் அகத்திணையியலின் 5 ஆம் நூற்பாவுக்கு விளக்கம் அளிக்கும் நச்சினார்க்கினியர், தமது விளக்கத்திற்கு ஆதாரமாகப் பட்டினப்பாலையில் இடம்பெறும் "சினைச்சுறவின்

கோடு நட்டு மனைச் சேர்த்திய வல்லணங்கினால்' (86-87) என்னும், ஈரடிகளை எடுத்துக்காட்டிப் பின்வருமாறு இயம்புகிறார்:

> "இனி நெய்தனிலத்தில் நுளையர்க்கு வளைவளந்தப் பின் அம்மகளிர் கிளையுடன் குழீஇச் சுறவுக்கோடு நட்டுப் பரவுக் கடன் கொடுத்தலின் ஆண்டு வருணன் வெளிப்படுமென்றார்; அவை, சினைச் ..... வல்லணங்கினால்... எனவும் வரும்".²

சங்க காலத்தவரான கடியலூர் உருத்திரங்கண்ணனாரின் 'வல்' என்னும் அடையோடு கூடிய 'அணங்கு' என்னும் பதத்திற்குக் கி.பி. 14 ஆம் நூற்றாண்டைச் சேர்ந்தவரான நச்சினார்க்கினியர் பொருளுரைக்கும் போது, 'வருணன்' என்று குறிப்பிடுகின்றார். நச்சினார்க்கினியரைப் பின்பற்றிப் பின்னர் வந்த உரையாசிரியர்களும், நூலாசிரியர்களும் மேற்கண்ட பட்டினப்பாலையின் அடிக்கு 'சுறவுக்கோட்டை இடமாகக் கொண்டு தோன்றிய வலிய தெய்வமாகிய வருணன்' என்றே பொருள் கண்டனர்.

தனிநாயகஅடிகளும் 'சுறாமுள் - அணங்கு' இணைப்பைக் கருத்திற்கொண்டவராகச் சுறாவை வருணனின் வாகனம் என்றே கூறுகிறார் (மேற்கோள்: கா. சுப்பிரமணியன், 1987: 18).

'அணங்கு' என்பதற்கு 'வருணன்' எனப் பொருள் கொள்வது பொருத்தமானதுதானா என்பதே நம்முன் எழும் கேள்வி. இக்கேள்விக்கு விடை காண இரண்டு வழிகளில் முயல வேண்டும். ஒன்று, சங்க காலத்தில், 'அணங்கு' என்பது என்னென்ன பொருளில் பயன்படுத்தப்பட்டது என்பதைப் பற்றி அறிந்துகொள்ளல். இரண்டு, அக்காலத்திய மீனவரின் நடைமுறை வாழ்க்கையில் அவர்கள் தொடர்பு கொண்ட அல்லது வழிபட்ட 'சக்தி' என்னவாக இருந்திருக்கும் என்பதை இனம் காணுதல். இவ்விரண்டின் அடிப்படையில் 'அணங்கு' க்கு உண்மையான பொருளைக் கண்டறிதல் தேவை.

சங்க இலக்கியங்கள், பல்வேறு இடங்களில், 'அணங்கு' பற்றிக் குறிப்பிடுகின்றன. இடத்திற்குத் தகுந்தவாறு அச்சொல்லுக்கு அமைந்த பொருட்கள் ஏறக்குறைய பத்து. அவை: 1. வருத்தம், 2. தெய்வம், 3. துன்பம், 4. அச்சம், 5. பேய், 6. அழகு, 7. தெய்வத்தன்மை, 8. வெறியாடல், 9. நோய், 10. வடிவு.³

ஏறக்குறைய இவை போன்ற பொருட்களையும் இதர பொருள் சிலவற்றையும் பின்னர் வந்த வடமலை நிகண்டும்[4]. அகராதி நிகண்டும்[5] உரைக்கின்றன. எனவே, சங்க இலக்கியங்களிலோ, நிகண்டுகளிலோ அணங்கு என்பதற்கு 'வருணன்' என்னும் பொருள் காணப்படாமை வெளிப்படையாகும்.

இந்நிலையில், மீனவரின் 'அணங்கு வழிபாட்டை', 'வருணன் வழிபாடு' எனக் கூறுவது எள்ளளவும் பொருத்தமற்றது என்பது தெளிவாகும்.

ஏனெனில், 'வருணன்', பெருஞ்சமய மரபினைச் சார்ந்த கடவுளாக அல்லது வைதீகக் கடவுளாக இருக்க முடியுமே தவிர, மீனவர்களுடைய மக்கள் சமய மரபுக்கு (Folk Religion) உட்பட்ட கடவுளாக இருக்க வாய்ப்பே இல்லை. 'வருணன் நெய்தல் நில மக்களின் தெய்வம்' என்ற தொல்காப்பியரின் இலக்கண வழக்கை அப்படியே ஏற்றுக்கொண்டதன் விளைவே இத்தவறு. இக்கருத் திற்கு வலிமை சேர்ப்பதாக சு. வித்தியானந்தனின் பின்வரும் கூற்று அமைகிறது:

"தொல்காப்பியத்தின்படி வருணன் கடல் சார்ந்த நெய்தல் நிலப்பகுதியின் கடவுளாவான். சங்க நூல்களில் அவனைப் பற்றிய செய்திகள் இல்லை. பட்டினப்பாலை, மலர் மலைந்து பிழிமாந்திச் சினைச் சுறவின் கோட்டை நட்டு வணங்கும் புன்தலை இரும்பரத வரைப் பற்றிக் கூறும். இங்குக் கூறப்படும் 'சினைச்சுறவின் கோடு' திராவிடரின் கடல்தெய்வம்; வருணன் அல்ல" (சு. வித்தியானந் தன், 1985: 148).

சுறவுக்கோட்டு வழிபாடு, 'வருண வழிபாடு' இல்லை என்று கூறும் சு. வித்தியானந்தன், அதே நேரத்தில் வேறொரு பிரச் சனையையும் இங்கு எழுப்புகிறார். அதாவது 'சினைச் சுறவின் கோடு திராவிடரின் கடல் தெய்வமாகும்' என்னும் முடிவு, யதார்த்தத்தைக் கவனத்தில் எடுத்துக்கொள்ளாது முன் வைக்கப் படும் அவருடைய விருப்பமாக நின்று விடுகிறது. ஏனென்றால் சுறவுக்கோட்டை நட்டு வழிபடக்கூடிய பரதவர்களுக்கும் 'அணங்கு' என்னும் கடல் தெய்வத்திற்கும் இடையேயுள்ள பயன்பாட்டுறவு எத்தகையது என்பதைக் கவனத்திற் கொண் டால், வட்டாரம், தொழில், சாதி ஆகிய கூறுகளின் அடிப் படையில் அக்கடல் தெய்வம் மீனவர்களுடைய நாட்டுப்புறச் சமய மரபுக்கு மட்டுமே உரியது; கடல் தொழிலில் ஈடுபடாத

பரந்துபட்ட திராவிடர்கள் அனைவர்க்கும் உரியதன்று என்னும் உண்மையை விளங்கிக் கொள்ள இயலும்.

இன்னும் ஒன்று; சு. வித்தியானந்தன் சுறாக்கோட்டில் குடிகொள்ளும் அணங்கினைக் 'கடல் தெய்வம்' என்று குறிப்பிடு கிறார். அதற்குக் 'கடலில் உறையும் ஆவி' எனப் பொருள் கொள் வோமேயானால் மேலும் பொருத்தமாக அமையும். இதற்கும் காரணம் உண்டு; அது இக்கட்டுரையின் பின்வரும் பகுதிகளில் புலனாகும்.

ஆபத்துக்கள் நிறைந்த கடல் தொழில், மனித உயிர்க்கு இடையூறு விளைவிக்கும் புயல், இடி, பெருமழை முதலிய இயற்கைச் சக்திகள், அச்சந்தரக்கூடிய திமிங்கிலம், சுறாக்கள் இவை பற்றிய அன்றைய பரதவரின் மனச் சலனங்கள், அச்சங்கள் ஆகியவற்றையும் அவர்களுடைய அணங்கு வழிபாட்டையும் ஒரு சேரக் கவனத்திற்கொண்டு, இவற்றிற்கு இடையேயுள்ள தொடர்பை ஆராய்தல் வேண்டும்.

சினைச்சுறவின் கோட்டில் அணங்கு குடிகொள்ளும் என்பது பண்டைக் காலத்திய மீனவர்களுடைய நம்பிக்கையாக இருந் திருக்க வேண்டும். வீட்டிலும், நீர் நிலைகளிலும், மலைச்சாரல் மற்றும் காடுகளிலும் உறையக்கூடியது என்று கருதப்பட்ட இனம் காண முடியாத புறச் சக்தியான அணங்கு, வலிய ஆற்றல் உடையது; அது தீமை விளைவிக்கக் கூடியது. இவ்வலிய ஆற்றல் கொண்ட அணங்கினை, இன்னொரு வலிய ஆற்றலுடைய நீர் வாழ் விலங்கான வாட்சுறாவுடன் இணைத்து நோக்கியது அன்றைய தர்க்க அறிவுக்கு இயைந்த பண்டைக்கால மீனவரின் சிந்தனையாகும். அதாவது, கட்புலனுக்கு அகப்படாத, கடலில் உறையும் வன்மையான ஆற்றலைக் கொண்ட புறச்சக்தியான அணங்கு, கட்புலனுக்கு உட்பட்ட 'கடலில் செருக்கித்திரிகிற (மதுரைக் காஞ்சி, 112-113) வாட்சுறாமீனின் முள்ளில் (கோடு) தான் குடியேறும் என்று கருதியது அக்காலத்திய மீனவனின் தர்க்க அறிவாகும். இன்றைய மீனவர்கள்கூட 'வேடன்' என்னும் டால்ஃபினைத் தாங்கள் வணங்கும் குட்டியாண்டவரின் மறுவடிவமாக நோக்குவது நினைவு கூரத்தக்கதாகும். எனவே, மேற்கண்ட சிந்தனையின் செயல் வடிவமே 'சினைச்சுறாவின் கோடு நட்டு மனைச் சேர்த்திய வல்லணங்கு வழிபாடு'. பொதுவாக நோக்குமிடத்து, இது அடிப்படையில் மீனவரின் பாதுகாப்பையும் வலை வளத்தையும் (மீன்வளமைப் பெருக்கம்)

கருத்திற் கொண்ட வளமை வழிபாடாகும். அதாவது, மலேசிய மீனவர்களுடைய 'கடல்தேவி' வழிபாடு போன்றதே தமிழக மீனவரின் அணங்கு வழிபாடும். மலேசிய மீனவர்கள் ஆண்டு தோறும் கொண்டாடும் 'மெமுஜா பந்தாய்' என்னும் கடல்தேவி வழிபாட்டுச் சடங்கு, எருமை மாட்டுப் பலியோடு நடத்தப் படுகிறது. (சி. கமலநாதன், 1963: 440) இது, கடல் தேவியைச் சாந்தி செய்வித்து, கடலுக்குச் செல்லும் மீனவர்கள், புயல் முதலிய 'காற்றுச் சேஷ்டை'களின் ஆபத்துக்களில் சிக்கி விடாமல் திரும்ப வேண்டும். மீன் வளம் பெருக வேண்டும் என்னும் நோக்கங்களுக் காகச் செய்யப்படுவதாகும்.[6]

எனவே, கடலில் உறையும் சக்தியைப் பெண் தெய்வமாகவும் (கடல்தேவி), அணங்காகவும் (Sea-Goddess) பாவித்து வணங்கும் மரபானது, உலக மீனவர்களுடைய பண்பாடுகளில் தனித்தன்மை மிக்க கூறாக இருந்து வருகிறது என்பது கவனத்திற்குரியது.

ஆகவே, நெய்தல் நில மக்களின் பொதுவான வழிபடுந் தெய்வமாக வருணன் சொல்லப்பட்டாலும், பட்டினப்பாலை காட்டும் மீனவரின் 'அணங்கு வழிபாடு', நச்சினார்க்கினியர் கூறுவது போல் 'வருண வழிபாடு' அன்று; 'வருணன் நெய்தல் நிலத்து மக்களின் தெய்வம்' என்னும் தொல்காப்பியரின் இலக்கண வழக்கை அப்படியே நம்பியதன் காரணமாகவே, நச்சினார்க்கினியர் அணங்கு வழிபாட்டில் வருண வழிபாட்டை வலிந்து திணித்துவிட்டிருக்கிறார்.

பிற்காலத் தமிழ் இலக்கியங்களில் சுறாமுள் வழிபாடு

சங்க கால இலக்கியமான பட்டினப்பாலை தவிர, கி.பி.10 ஆம் நூற்றாண்டிலும் அதற்குப் பிற்பட்ட நூற்றாண்டுகளிலும் தோன்றிய சில இலக்கியங்களிலும் சுறாமுள் வழிபாடு பற்றிய குறிப்புகள் காணப்படுகின்றன.

பெரிய புராணத்தில் தொண்டை நாட்டின் வளம் பற்றிப் பேசும் பாடலொன்று, அந்நாட்டின் குறிஞ்சி, முல்லை, மருதம், நெய்தல் ஆகிய நால்வகை நிலங்களின் செழுமையை வருணிக் கிறது. அதில், 'கடற்கரையின் வனமடர்ந்த பகுதியில் நடப் பட்டிருந்த சுறாமுள் மருப்பில், அணங்கு குடிகொண்டிருந்தது' என்பதும் கூறப்படுகிறது. இதனைக்

"குறவர் பன்மணி யரித்திதை விதைப்பன குறிஞ்சி
கறவை யானிரை மானுடன் பயில்வன கானம்
பறவை தாமரை யிருந்திற வருந்துவ பழனம்
சுறவ முண்பருப் பணாங்கயர் வனகழிச் சூழல்"

என்னும் பாடலிற் காணலாம்.

இதே போல், தணிகைப் புராணமும் நிறைய மீன்கள் வலையினுள் அகப்படுதல் வேண்டும் என்னும் தங்கள் விருப்பத்தை நிறைவேற்றிக் கொள்ளும் விழைவோடு மீனவர்கள் கோட்சுறா மருப்பை நட்டு வழிபட்டமையைப் பின்வருமாறு இயம்புகிறது:

"விருப்பின் மீன்கவர் வினைஞர் கோட்சுறா
மருப்பி னாடலும் வருதன் மாண்புணர்ந்
தொருப்பட் டீர்ம்புன லும்பற் போற்றித்தங்
கருத்து வாய்ப்பது கருங்க டற்புறம்"[8]

ஆனைக்காப்புராணம் என்னும் நூலும் இச்சுறாமுள் வழிபாடு குறித்து இயம்புகிறது.

புறவுக் கோட்டஞ் செயும் வனப்பிற்
பூவை மொழியார் விழிதான்வாழ்
இறவுக் கோட்டுக் கடல்பணிக்கும்
எழிலா லவர்நாட் டினரிறைஞ்சும்
சுறவுக் கோட்டுள் கடலரசன்
தோன்றி வரங்கள் இனிதருளும்
நறவுக் கோட்டு மலர்ப்புன்னை
ஞாழற் பொதும்பர் எவ்விடனும்"[9]

ஆனைக்காப்புராணம் குறிப்பிடும் சுறாக்கோடு வழிபாட்டில் இரண்டு அம்சங்கள் குறிப்பிடத்தக்கன. சுறா முள்ளில் வந்தேறும் இனம் புரியாத ஆற்றலை 'அணங்கு' என்று ஏனைய நூல்கள் கூறும்போது, ஆனைக்காப்புராணம் மட்டும் அவ்வினம் புரியாத ஆற்றலைக் 'கடலரசன்' எனக் குறிப்பிடுகிறது. இதன் மூலம் பால்பாகுபாடு பாராட்டாத இனம் புரியாத ஆற்றலை 'ஆண்பால்' கடவுளாகக் காட்டுகிறது. அதாவது, சுறாமுள் என்னும் ஒரு போலி உருவில் கடலரசன் வரவழைக்கப்பட்டு வணங்கப்பட்ட மரபு இது. இது அணங்கு வழிபாட்டின் இரண்டாம் கட்ட வளர்ச்சியாகும். இம்மரபு ஒரு புராணக் கதையைக் கொண்டிருக்க வேண்டும். இப்புராணம் எவ்வட்டாரத்தின் எந்த மக்களிடம் எப்போது வழக்கிற்கு வந்தது,

தற்போது வழக்கில் இருக்கிறதா என்னும் கேள்விகளுக்கான விளக்கங்கள் வேண்டப்படுகின்றன. இவ்விளக்கங்களுக்கு முழுமையாக இல்லாவிட்டாலும் ஓரளவு கிடைக்கும் தரவு களைக் கொண்டு ஆராயலாம்.

கேரள மாநிலக் கடலோர மீனவர்களிடம் வாள்சுறா பற்றியும் அம்மீனுடன் தொடர்புடைய கடலரசன் குறித்தும் புராண வழக்காறுகள் காணப்படுகின்றன. வாட்சுறா மீன் மலையாளத்தில் 'வாள்சுறவு' என வழங்கப்படுகிறது. மலையாள மீனவர்கள் இம் மீனை 'கடல் ராசன்', 'தேவமச்சம்' என்றும் கூறுகின்றனர். அத்துடன், 'கடல்ராசன்' தேவமச்சமான இவ்வாள்சுறா மீனை வாகனமாகக் கொண்டு அதில் ஏறி வருவார் என்னும் புராணக் கதையும் அவர்களிடம் வழங்குகிறது. (பி.எல். சாமி. 1976, 501-502).

இந்தப் புராணத்தில், வாள் சுறா ஒரு புனிதமான நீர் விலங்கு என்னும் கருத்தும், கடலில் உறையும் இனம் புரியாத ஆற்றலுக்கு ஒரு வடிவம் கொடுத்து அதனைக் 'கடல் அரசன்' என்று அழைக்கும் வழக்கமும் புலப்படுத்தப்படுகின்றன. அத்துடன், இவை இரண்டினுக்குமிடையே உள்ள 'கடவுள் - வாகனம்' என்னும் புனிதப்பாங்கான உறவும் கவனிக்கத்தக்க ஒன்றாகும்.

இந்தப் புராணக் கதையுடன் தமிழில் வழங்கும் திருவிளை யாடற் புராணக் கதையான சிவன் பரதவர் வேடத்தில் வந்து, மீன் பிடிக்கச் செல்லும் மீனவர்களுக்கு இன்னல் விளைவித்து வந்த, கொடிய வேளாமீனை (வாள்சுறா) வதைத்து, மீனவர்களைக் காப்பாற்றிய புராணத்தையும் இணைத்து நோக்க வேண்டும்.[10]

ஒரு காலத்தில் 'அணங்கு' அல்லது 'இனம்புரியாத ஆற்ற லாக' இருந்த நீர்நிலையுறையும் ஆவியானது மெல்ல மெல்ல வெவ்வேறு வட்டாரச் சூழலுக்கேற்ப கடல் அரசனாகவும், இன்னொரு படிமுறை வளர்ச்சியில் சிவனாகவும் பரிணாம மடைந்த தன்மையை இப்புராணங்கள் உணர்த்துகின்றன.

தற்காலத்தில் சுறாமுள் வழிபாட்டு எச்சங்கள்

பொதுவாக உலகின் பல்வேறு பகுதிகளில் கடல் மற்றும் நீர்நிலைகள் சார்ந்து வாழும் மக்கள் இனங்களிடையே மீன் பற்றிய வழக்காறுகள் (Fishlore) காணப்படுகின்றன. மீன் பிடிப்பு, மீனை உண்ணுதல், மீன் உணவு விலக்கல், கடவுள், மனிதன்

ஆகியோரோடு மீன் கொண்டிருக்கும் தொடர்பு ஆகியவை தொடர்பான நம்பிக்கைகள், சடங்குகள், மற்றும் பாடல், கதை, மூதுரை ஆகிய வாய்மொழி வழக்காறுகள் அடங்கியதுதான் 'மீன் பற்றிய வழக்காறுகள்' ஆகும். இவ்வழக்காறுகள், இவற்றை வழக்கில் பெற்றிருக்கும் ஒரு குறிப்பிட்ட மக்கள் சமூகத்திற்கும் மீனுக்கும் இடையே நிலவும் உறவை வெளிக்காட்டும் ஆதாரங்கள் ஆகும்.

திபெத்தில் வாழும் மக்கள், அங்குள்ள ஏரிகளில் நிறைந்து வழியும் மீன்களைப் பிடிப்பது வழக்கமில்லை. ஏனென்றால், மீன்களை 'நீர்க்கடவுளர்' (Water Gods) என்று கருதுவது அவர்கள் நம்பிக்கை. (The Hindu, 14.10.82 P.5) இந்தியாவில் உள்ள ஹரித்வார், பெனாரஸ் போன்ற இடங்களில் மீன்கள் புனித மானவை என்று கருதிப் பாதுகாக்கப்படுகின்றன. இதற்குக் காரணம் உண்டு. ஏனெனில், அம்மீன்கள் இறந்து போனவர் களின் உயிர்கள் சென்றடையும் 'புகலிடங்களாகக்' கருதப்படு கின்றன (William Crooke, R.E. Enthoren, 1925 : 377). கேரளாவின் கடற்கரைப் பகுதியில் வாழ்வோரிடம், இறந்தோர் ஆவிகள் சென்றடையும் புகலிடங்களே மீன்கள் என்னும் நம்பிக்கை உண்டு. அங்கு மலபார் இளவரசன் இறந்து போன போது கடலில் மீன் பிடிப்பது மூன்று நாட்களுக்கு நிறுத்திவைக்கப்பட்டது. இறந்து போனவரின் ஆவி, தான் சென்று தங்குவதற்குத் தகுதியான ஒரு மீனைத் தேர்ந்தெடுப்பதற்குக் கால அவகாசம் தரும் எண்ணத்தில் மூன்று நாட்களை ஒதுக்குவது வழக்கம். (Ibid, 377) இதைப்போன்ற வழக்கம் தமிழகத்தில் தஞ்சாவூர் மாவட்டத்தில் உள்ள கடற்கரைப் பகுதிகளில் காணப்படுகிறது. மீனவர்களில் யாரேனும் இறந்து போனால் அலைக்கரையில் கொடியை நாட்டி அதை ஏனைய மீனவர்களுக்கு அறிவித்தலும், அக்குறிப் பிட்ட நாளில் மீன் பிடிக்கச் செல்லாதிருத்தலும் இன்றைய வழக்கமாகும். இவ்வழக்கம் 'மீன்கள் இறந்தோர் ஆவியுறையும் புகலிடங்கள்' என்னும் நம்பிக்கை தனது செயற்பாட்டுத் தன்மையை இழந்துபோனதன் வெறும் சுவடாகவும் இருக்க லாம்.

இன்னும் சில பகுதிகளில் சிலவகை மீன்களைத் தம் குலக்குறிகளாகக் கருதும் மனப்பாங்கினைக் காணமுடிகிறது. குறிப்பாக முண்டா (Munda) ஒரான் (Oraon) போன்ற சில பழங்குடி மக்களிடம் விலாங்கு மீன் (Eel) குலக்குறியாக உள்ளது

(Ibid,379). தமிழகத்தில் நாகப்பட்டினம் உட்பட வட தமிழ் நாட்டுக் கடலோர மீனவர்களுக்கு வேடன் (டால்பின்) மற்றும் ஆமை ஆகியவை குலக்குறிகளாகும். *(ஆ. தனஞ்செயன், 1984: 22-29).*

உலகின் சில நாடுகளில் சுறா வகைகள் புனித மீன்களாகக் கருதப்படுகின்றன. சுறா மீன்களில் ஒருவகை திமிங்கிலச் சுறா (Whale Shark); வியட்நாமிய மீனவர்கள் இதனைப் பிடிப்பதில்லை. தங்கள் உயிருக்குப் பாதுகாப்பு அளிக்கும் மீன் என்று திமிங்கலச் சுறாவைக் கருதுகின்றனர். இதனால் 'கா ஓங்' (Ca Ong) அல்லது 'மாட்சிமை பொருந்திய மீன்' என்று இதனை அழைத்து வழிபட்டு வருகின்றனர்.[11] இவ்வாறு ஒரு மீனை வேட்டையி லிருந்து விலக்குவதும், உணவாக உட்கொள்ளாமையும் (Food Taboo) உயிர்ப் பாதுகாப்பு நிமித்தம் வணங்குவதும் குலக்குறியிய லுக்கே உரிய பண்புக் கூறுகளாகும். எனவே, வியட்நாமிய மீனவர் களுக்குத் திமிங்கிலச் சுறா குலக்குறியாக ஆகிறது. இவ்வாறு திமிங்கிலச் சுறாவைக் குலக்குறியாகக் கொள்வதன் மூலம் 'அம்மீன் தங்களுக்குப் பாதுகாப்பளிக்கும்' என்றும், அதன் ஆற்றல் தங்களுக்குக் கிடைக்கும் எனவும் அம்மக்கள் கருதி யிருக்க வேண்டும்.

இதைப்போன்றே வாட்சுறாவும் மீனவர்களுடைய 'குலக் குறி' யாக இருந்திருத்தல் வேண்டும். (இது பற்றிக் கட்டுரையின் பிறிதோர் இடத்தில் விளக்கப்பட்டிருக்கிறது). இந்தச் சிந்தனை தமிழக மீனவர்களிடம் மட்டுமல்லாது ஏனைய மீனவர்களுடைய நம்பிக்கைகள், சடங்குகள், வழக்கங்களிலும் பிரதிபலிக்கின்றது. மலையாள மீனவர்கள், வாள்சுறாவைக் 'கடல்ராசன்', 'தேவ மச்சம்' என்று வழங்குவதும் ஏற்கனவே குறிப்பிடப்பட்டிருக் கிறது.

இவ்வாறு, உயிருள்ள வாள்சுறாவை வணங்கும் வழக்கம் ஒரு புறமிருக்க, வேட்டையாடப்பட்ட வாள்சுறாவின் கொம்பை நட்டு வழிபடும் வழக்கமும் தமிழ்நாட்டில் மட்டுமின்றி வேறு பல பகுதிகளிலும் காணப்படுகிறது.

இந்தியாவில் சிந்துநதி பாயும் மக்ரான் (Makran) கடற்கரைப் பகுதியில் வாழும் மீனவர்களிடம் சுறவுக்கோட்டை வழிபடும் வழக்கம் உள்ளது. இவ்வழக்கம் இந்து மீனவர்கள் என்றில்லாமல் வேறு மதத்தைச் சேர்ந்த மீனவர்களிடம் உண்டு. இவர்கள் தத்தம்

கோயில்களில் இந்தச் சுறாக் கோட்டைத் தொங்கவிட்டு வழிபடுவர். இவ்வழிபாட்டை முன்னின்று நடத்தும் கோயிற் பூசாரி, மீனவர்களுக்கு அதிகமாக மீன் பிடிபடவேண்டும் என்றும், மீன்பிடிப்புக்குச் செல்லும் மீனவர்கள் கடலிலிருந்து பாதுகாப்பாகக் கரைக்குத் திரும்ப வேண்டும் என்றும் வேண்டுதல்களை முன் வைத்துப் பூஜை நடத்துவார். அந்தமான் தீவுகளில் வாழும் மக்களிடமும் சுறவுக்கோட்டை வழிபடும் மரபு காணப்படுகிறது. *(பி.எல்.சாமி. 1976: 501-502).*

தமிழ் இலக்கியங்களில் சொல்லப்பட்டதும், அந்தமான் உட்பட்ட பகுதிகளில் வாழும் மீனவர்களிடம் நடைமுறையில் காணப்படுவதும் ஆகிய சுறாமுள் வழிபாடு, இன்றைய தமிழக மீனவர்களிடம் காணப்படுகிறதா என்பது பற்றிக் களப்பணி மூலம் தேடப்பட்டது. நாகப்பட்டினம் மாவட்டத்திற்குட்பட்ட சீர்காழி வட்டத்தில் உள்ள பூம்புகார் மீனவர்கள் காலனி உட்பட பல மீனவர் குப்பங்களிலும் தரங்கம்பாடி வட்டத்திற்குட்பட்ட மீனவர் குப்பங்களிலும் கட்டுரையாளரால் களஆய்வு மேற் கொள்ளப்பட்டது. இலக்கியங்கள் கூறுவது போன்று, பொதுவான இடத்தில் சுறா முள்ளை நட்டு வழிபடும் மரபு இன்றில்லை. கட்டுரையாளர், வடமாவட்டக் கடலோரக் கிராமங்கள் அனைத்திலும் சென்று களப்பணி செய்யவில்லை; எங்கேனும் சுறாமுள் வழிபாட்டு மரபு தன்னைத் தக்கவைத்துக் கொண்டிருக்கலாம். ஆயினும் சுறாமுள் வழிபாட்டின் எச்சங் களாகச் சிலவகைக் கூறுகள் இன்றும் காணப்படுகின்றன. காவிரிபூம்பட்டினம் மீனவர் காலனியில் திரு. கலியபெருமாள் என்னும் தகவலாளி தனது இல்லத்தில் சுறாமுள்ளைப் பாது காத்துவைத்திருக்கிறார். வீட்டில் பாதுகாத்து வைத்திருப்பதன் நோக்கம் பற்றி வினவியபோது, ‘அதனை விசேட நாட்களில் சாமி அறையில் வைத்துப் பூசை செய்து வழிபடுவோம்’ என்று அத்தகவலாளி கூறினார். ஆனால்இவ்வழிபாட்டின் நோக்கம் பற்றி அவருக்கு வேறு எவ்விதமான கருத்தும் இருக்கவில்லை. தொடக்க நிலையில் இருந்து சுறாமுள் வழிபாட்டுச் சடங்கின் பயன்பாடு, தற்காலத்தில் வழக்கிழந்து போய், வெறும் அரிதான வழக்கமாகத் தேய்ந்துவிட்டமையையே இது காட்டுகிறது.

நாகப்பட்டினம் மாவட்டம், தரங்கம்பாடி டேனிஷ் கோட்டையிலுள்ள தமிழ்நாடு அரசின் தொல்லியல் ஆய்வுக் கழக அருங்காட்சியகத்தில் பல நீண்ட சுறாக் கோடுகள் (முள்)

பார்வைக்கு வைக்கப்பட்டிருக்கின்றன. ஏற்கனவே, தரங்கம் பாடிப் பகுதியிலுள்ள கிராமங்களைச் சேர்ந்த மீனவர்கள் தத்தம் இல்லங்களில் பாதுகாத்து வைத்திருந்து, கடந்த பத்தாண்டுகளில் அருங்காட்சியகத்திற்கு வழங்கப்பட்டவையே அச்சுறாக் கோடு கள் என்பது குறிப்பிடத்தக்கது. சுறா முள்ளை நட்டு வைத்து வழிபட்டு வந்த நீண்ட மரபின் எச்சமாகவே, இன்றும் மீனவர்கள் தம் இல்லங்களில் ஒரு புனிதப் பொருளாகக் கருதி சுறாமுள்ளைப் பாதுகாக்கும் இவ்வழக்கத்தைக் கருத வேண்டும்.

அண்மையில் (மே, 1995) கடலூர் மாவட்டம், சிதம்பரத் திற்குக் கீழ்த்திசையில் பிச்சாவரத்திலுள்ள குட்டியாண்டவர் கோயிலின் செம்பிருப்பன் சந்நிதியில் சுமார் இருபது நீண்ட வாள்சுறா முட்கள் சார்த்தி வைக்கப்பட்டிருந்ததைக் கட்டுரை யாளர் பார்த்தார். இவை யாவும் மீனவர்களால் கொண்டு வரப்பட்டுக் காணிக்கையாக வைக்கப்பட்டவை என்பது கவனத்தில் பதியத்தக்க செய்தியாகும்.

சுறாமுள் வழிபாட்டுச் சடங்கு: தன்மையும் பயன்பாடும்

புராதன காலத்திய மக்கள் தம்மைச் சூழ்ந்துள்ள இயற்கைப் பொருட்கள் மற்றும் அவற்றின் இயக்கம், நிகழ்வுகள் ஆகியவை பற்றிய அறிவு பூர்வமான அறிதல் அற்றவராகவே விளங்கினர். ஆனால், அவை ஒவ்வொன்றையும் பற்றித் தம் அறிவு நிலைக்கு எட்டியவாறு காரணம் கற்பித்துக் கொண்டனர். இவ்வாறு காரணம் கற்பித்து, புற உலகப் பொருட்களைத் தம் விருப்பத் திற்கேற்ப இயக்கி, அவற்றின் தன்மைகளைப் பெறுவதற்குச் சில உபாயங்களைக் கையாளத் தொடங்கினர். அதாவது, மழை வேண்டுமாயின் காற்றடிப்பது, மேகம் சூழ்வது, மின்னல் மின்னுவது, இடி இடித்தல், மழையில் பயிர் செழித்து வளர்தல் போன்ற இயற்கையான நிகழ்வுகளைப் போன்மை முறையில் பாவனை (Mime) புரிந்து நடனம் ஆடினர். இதனைப் போலவே, பயங்கர விலங்குகளைக் காட்டில் வேட்டையாடச் செல்வதற்கு முன்னர், முழு வேட்டையையும் தம் குழுவினரோடு பாவனை நடனத்தின் (Mimetic Dance) மூலம் நிகழ்த்தி முடித்து விட்டே சென்றனர். இவ்வாறு, இயற்கையிடமிருந்து தமக்கு என்ன விளைவுகள் உண்டாக வேண்டும் என்று விழைகின்றனரோ, அவ்விளைவுகளைப் போலச் செய்தல் முறையில் நிகழ்த்திக் காட்டினால், இயற்கை அவ்வாறே திருப்பிச் செய்யும் என்று நம்புவது பண்டைக் காலத்து மக்களின் 'போலி அறிவியல்'

(pseudo-science) வழிப்பட்ட சிந்தனையாகும். இதனையே மந்திரம் (Magic) என்றனர். இது தொடர்பான நம்பிக்கைகள், சடங்குகள், நடனங்கள், பாடல்கள், வழிபாடுகள் ஆகியவை வளமை நம்பிக்கைகள் (Fertility beliefs) வளமைச் சடங்குகள் (Fertility rituals), மந்திர நடனம் (Magical Dance), மந்திரப் பாடல்கள் (Incantations), வளமை வழிபாடு (Fertility Cult) எனப்படுகின்றன.

இவ்வாறான தொடக்கநிலை மக்கள் சமயச் சிந்தனை மரபுகளின் ஒரு சடங்கியல் வடிவமே, இரண்டாயிரம் ஆண்டு களுக்கு முற்பட்ட காவிரிப்பூம்பட்டினத்து மீனவர்களிடம் காணப்பட்ட சுறாமுள் வழிபாடாகும். காலந்தோறும் தொடர்ந்து நிலவி வந்த அம்மரபை, இன்றும்கூட தனது பயன்பாட்டை இழந்த அதனுடைய எச்சங்களில் ஆங்காங்குக் காண்கிறோம். பண்டை மீனவர் சுறாமுள் வழிபாட்டுச் சடங்கினைக் குறித்துப் பேசும் ஒருசில நூலாசிரியர்கள், அதனை மந்திரச் சடங்கு எனவும், வளமை வழிபாடு எனவும் குறிப்பிட்டி ருக்கின்றனர். இந்தக் குறிப்புக்களையும் கவனத்திற் கொண்டு. அதன் உண்மையான தன்மையினையும், அதன் நோக்கம் அல்லது பயன்பாடு என்ன என்பதையும் ஆராய்ந்தறிய வேண்டும்.

மீண்டும் சுறாமுள் வழிபாட்டுச் சடங்கு பற்றி வருணனையை நினைவிற் கொண்டு வந்து பார்க்கலாம்.

‘இரவில் முழு நிலாக்காலத்தில் மீன்பிடிப்புக்குச் செல்லா மல், மீனவ ஆண்களும் அவர்களுடைய தழை ஆடை உடுத்திய பெண்களும் மக்களும் கடற்கரையில் பொதுவான இடமான மன்றத்தில் கூடுகின்றனர். வெண்டாளி மலர்களால் தொடுக்கப் பட்ட மாலையை அவர்கள் அணிந்திருக்கின்றனர். கடலிலிருந்து பிடித்துக் கொணரப்பட்ட சினையையுடைய வாட்சுறா மீனின் வாய்ப்பகுதியிலுள்ள இருபுறமும் கூரிய பற்கள் கொண்ட ரம்பம் போன்ற மருப்பை வெட்டி எடுத்து, அதனை மணலில் நட்டுச் சடங்கு இயற்றுகின்றனர். கடல் அணங்கை சுறவுக்கோட்டில் வருவிக்கின்றனர். சுறவுக்கோட்டுக்குச் சூட்டப்பட்ட தாழை மலரை எடுத்துச் சூடிக்கொள்கின்றனர். பின்னர், அதற்குப் படைக்கப்பட்ட பனங்கள்ளைப் பருகியும் இதர படையற் பொருட்களை உண்டும் களிக்கின்றனர்’.

பட்டினப்பாலை, ஒரு வகையில் மேலோட்டமாக, விவரிக் கும் இந்த வழிபாட்டுச் சடங்கு பற்றிய வருணனையை

நோக்குவார்க்கு, முதலில் இது ஓர் இனக்குழு வழிபாடு (Tribal worship) என்பது எளிதில் புலனாகும். இவ்வினக்குழு வழிபாட்டில் முன் வைக்கப்படும் சினைச்சுறாவின் கோடு, அதில் வரவழைக்கப்படும் அணங்கு ஆகியவை நமது கவனத்திற்குரியவை. அடுத்தது, இவ்வழிபாட்டின் இலக்கு என்ன என்பது. இவற்றுக்கு விடை கண்டுவிட்டோமானால், இவ்வழிபாட்டுச் சடங்கின் உண்மையான தன்மையைக் கண்டுபிடித்து விடலாம். அதாவது, சுறாமுள் வழிபாட்டுச் சடங்கு மந்திரச் சடங்கா, வளமை வழிபாட்டுச் சடங்கா, குலக்குறிச்சடங்கா, உயிரூட்டுச் சடங்கா - அதாவது, அனிமேட்டிசமா அல்லது இவை அனைத்துக் கூறுகளையும் உட்கொண்ட ஒரு கலவை வடிவமா என்பதனைக் கண்டறிதல் வேண்டும்.

முதலில், மீனவர்கள் அணங்கை வழிபட வேண்டியதன் அவசியம் என்ன என்பதைப் பார்க்க வேண்டும். பொதுவாகப் பண்டைக் காலத்திய தமிழரின் வாழ்வியலை இலக்கியங்களின் ஊடாக அணுகும்போது, பிற இனங்களைப் போலவே அவர்கள் இனம் காணமுடியாத பல்வேறு புறச் சக்திகளின்பால் நம்பிக்கை உடையவர்களாக இருந்தனர் என்பது புலப்படும். தமது வாழ்க்கையின் சகலவிதமான இயக்கங்களுக்கும் இவ்வகைச் சக்திகள் ஒவ்வொன்றும் காரணம் என்று நம்பினர். இவ்வகைச் சக்திகளை அணங்கு. சூர், பேய், கடவுள், தெய்வம் என்று கூறினர். இவை யாவும் விலங்கு சாராத இயற்கைப் பொருட்களின் ஆவிகளாகக் கருதப்பட்டன. இந்தச் சக்திகள் மலை, மலைச் சாரல், காடு, கடல் முதலிய நீர் நிலைகள் ஆகியவற்றில் குடி கொண்டிருக்கின்றன என்பதும் அவர்கள் நம்பிக்கை (க.வித்தி யானந்தன், 1985:150). இவற்றுள் அணங்கு, சூர், பேய் முதலியவை தீமை விளைவிக்கும் சக்திகள் என்று கருதப்பட்டன. இவை போன்ற இயற்கைச் சக்திகளைத் தம் கட்டளைகளால் கட்டுப் படுத்தும் மந்திர நம்பிக்கைகள் இக்காலத்தில் ஏறக்குறைய செயலிழந்தமையால் வேறு உபாயங்களைக் கையாண்டு இந்தச் சக்திகளைத் தமக்குச் சாதகமாகப் பயன்படுத்த வேண்டிய கட்டாயம் நேர்ந்தது. அதன் விளைவே, இவ்வாற்றல்களைச் சாந்தி செய்விக்க தேவையான வழிபாடும் சடங்கு மரபுகளும் ஆகும்.

மலை, காடுகளில் மட்டுமல்லாது கடல் போன்ற நீர் நிலைகளிலும் உறைந்தனவாகிய அணங்கு முதலிய சக்திகளை

அவற்றின் இடர் உண்டாக்கும் தன்மையைக் கருதி வணங்கி, சடங்குகள் இயற்றினர். இன்றும்கூட இதற்குத் தக்க ஆதாரமாக இருப்பது மலேசிய கடற்கரைப் பகுதி மீனவர்கள், கடல் தேவிக்கு இயற்றும் சடங்கு ஆகும்.[13]

பேரிரைச்சலும் வீச்சுமுடைய அலைகள், புயல் காற்று, நீரோட்டங்கள், ஆளையே வீழ்த்தக்கூடிய பனவன், சுறா போன்ற கொடிய மீன்கள் ஆகியவற்றின் வடிவில் காணப்படும் இடர்ப் பாடுகளைக் கொண்ட கடற்பரப்பினை இடமாகக் கொண்டு வாழ்ந்ததென்று கருதப்பட்ட அணங்கை, மேற்கூறிய அபாயங் களில் ஒருங்கு திரண்ட வடிவமாகத் தம்மை அறியாமலேயே கூட, பண்டைக்கால மீனவர்கள் கருதியிருக்கலாம். எனவே, கட்புல னுக்கு அகப்படாத, எவ்வித வடிவ வரையறைக்கும் உட்படாத ஒரு வலிய ஆற்றலான அந்த அணங்கு, பொதுவாக இன்னல் இழைக்கக் கூடியதாக எண்ணப்பட்டது. எனவே, அது தமக்கு இன்னல் விளைவிக்காமல் இருப்பதற்கும், வலைவளம் பெருகு வதற்கும் அதனை அமைதிப்படுத்தி வழிபாடு இயற்றும் சடங்கு மரபுகளைக் கடைப்பிடிக்கும் வழக்கத்தைக் கொண்டனர்.

அணங்கைக் கரைக்குக் கொண்டு வந்து வழிபடுவதற்குரிய அடையாளமாக ஒரு பொருள் தேவைப்பட்டது. அதற்குச் சுறா மீனின் முள் உதவியது. சுறாமுள்ளை அடையாளமாகக் கொள் வதற்கும் காரணம் இருந்தது. கடலில் வாழும் ஏனைய மீன் களுக்கு அச்சமூட்டுவதாகத் திரியும் வாட்சுறா, மீன் வேட் டைக்குச் செல்லும் பரதவர்களுக்கும் இன்னல் விளைவிக்கக் கூடிய கொடிய மீனாகவே இருந்தது. அக்கொடிய மீனை வேட்டையாடிப் பிடிக்கும் மீனவர்கள் அதன் ஆற்றலும் தமக்குக் கிடைக்கவேண்டும் என்று விரும்பினர். எனவே, அதன் மருப்பைத் துண்டித்து அதனைப் பாதுகாத்து வருவதாலும், அதனை வழிபடுவதன் மூலமும் தம் வலிமையைப் பெருக்கிக் கொள்ள முடியும் என்று கருதினர். இது மந்திரம் தொடர்பான நம்பிக்கை ஆகும்.

சினையை உடைய வாட் சுறாமீனைத் தேர்ந்தெடுத்து அதன் முள்ளை நட்டு வழிபட்டதிலிருந்து வேறொரு உண்மையும் வெளிப்படுகிறது. அதுவே வளமை நம்பிக்கை ஆகும். ‘சினை’ என்பது ‘விருத்தி’ அல்லது ‘செழுமை’ யின் அடையாளமாகும். எனவே, கடலில் மீன்வளம் பெருகவேண்டும் என்பதற்காகச் சினைச் சுறாவின் கோட்டை நட்டு வழிபட்டனர். இது வளமை

வழிபாடாகும். இது வளமை வழிபாடாக இருக்கும் அதே கட்டத்தில், குலக்குறிச் சடங்காகவும் கூட இருந்திருக்கலாம். ஏனெனில், தனது குலக்குறி விலங்கை உணவாகக் கொள்ளும் ஒரு குலமானது. தனது குலக்குறி விலங்கு இனப்பெருக்கம் அடைய வேண்டும் என்பதற்காக இவ்வாறு சடங்கு இயற்றுவது மரபு.[14]

இவ்வாறு, ஆற்றலைப் பெருக்கிக் கொள்ள உதவும் ஓர் அடையாளமாகவும், மீன் வளம் என்னும் செழிப்பின் சின்னமாகவும் விளங்கி வந்த சுறாமுள், நாளடைவில் மந்திரம் பற்றிய நம்பிக்கைகள் செயலிழந்து போனபோது, அணங்கு போன்ற இயற்கைச் சக்திகள் பற்றிய நம்பிக்கைகள் வலிமை பெற்று, போலி உருவ வழிபாட்டுத் தன்மையைக் (Fetishism) கொண்ட அனிமேட்டிசம் அல்லது உயிரியம் தொடர்பான வழிபாட்டுப் பொருளாகக் கொள்ளப்பட்டது.

அனிமேட்டிசம் அல்லது உயிரியம்

சுறாமுள் வழிபாட்டின் இயல்புகளைப் புரிந்து கொள்ள வேண்டுமாயின், அனிமேட்டிசம் என்றால் என்ன என்பதை அறிந்து கொள்ளுதல் அவசியமாகும்.

கட்புலனுக்கு அப்பாற்பட்ட, எங்கும் நிறைந்திருக்கக்கூடிய மனிதச் சார்பற்ற இயற்கையிறந்த ஆற்றல் ஒன்று உண்டு என்பது தொடர்பான நம்பிக்கையே அனிமேட்டிசம் அல்லது உயிரியமாகும் (Howard, 1986: 443).

மானுடர் சாராத, பகுக்கக்கூடிய இயற்கையிறந்த ஆற்றல் அல்லது ஆற்றல்கள் மீது கொள்ளும் நம்பிக்கையே அனிமேட்டிசம் ஆகும். மானாவைப்போல் (Mana) இந்த ஆற்றலானது உயிருள்ள பொருட்களிலும், உயிரற்ற பொருட்களிலும் குடி கொண்டிருக்கும் என்னும் நம்பிக்கையை உடையது இது (Encyclopedia of Anthropology, 1976: 11).

அனிமேட்டிசம் என்றால் என்ன என்பது பற்றி மானிடவியலறிஞர் இ.பி. டெய்லர் (E.B. Tylor) பின்வருமாறு வரையறுக்கிறார்.

"எண்ணற்ற இயக்கும் ஆதாரப் பொருட்கள் (key objects) சுற்றுப்புறச் சூழலில் வாழ்கின்றன அல்லது சுற்றுப்புறச் சூழலில் வாழும் அவ்வியக்கும் தன்மையுடைய ஆதாரப் பொருட்கள், கருத்தறிவிக்கும் தனி முனைப்புடைய ஆற்றலைக் கொண்டிருக்கின்றன என்னும் கொள்கையே அனிமேட்டிசம் ஆகும். இந்த

இயக்கும் ஆதாரப் பொருட்கள், மனிதச் சார்பற்ற சக்தியின் வடிகால்களாகவோ மனிதச் சார்புடைய சக்தியின் வடிகால்களாகவோ இருக்கலாம். பொதுவாக, இந்த இயக்கும் ஆதாரப் பொருட்கள் தனியனின் ஆவிகளைக் கொண்டு இருப்பதில்லை (E.B. Tylor, 1987: 26).

'அனிமேட்டிசம்' என்னும் வழிபாட்டுக் கொள்கையைக் குறிப்பிடுவதற்குப் பொதுவாக 'ஆவியுலகக் கொள்கை' (Animism) என்னும் சொல்லே பயன்படுத்தப்பட்டு வருகிறது. அனைத்து வகையான பொருட்களும் தத்தமக்கே உரிய ஆளுமைப் பண்புகளை அல்லது உணர்வுகளை அல்லது ஆத்மாக்களை (soul) உடையனவாக விளங்குகின்றன என்னும் கருத்துத் தொகுப்பே அனிமேட்டிசம் ஆகும். இதனை மேலும் ஆழமாக அணுகினால், உயிர்த்துடிப்பற்ற பொருள் என்று எதுவுமே இருக்க முடியாது என்று கூறிவிடலாம். மேலும், இந்தக் கொள்கையில் உருவ வழிபாடு (Idolatry) போலி உருவவழிபாடு ஆகியவற்றையும் காணமுடியும். மந்திரம் தொடர்பான சிந்தனைகளுக்கும் இந்தக் கொள்கையுடன் தொடர்பு உண்டு. மருத்துவனிடம் காணப்படும் நோய் நீக்கும் ஆற்றலும் அனிமேட்டிசத்தோடு இணைந்ததாகும். ஆவியுலகக் கொள்கைக்குரிய அதே பொருளிலேயே அனிமேட்டிசம் என்னும் சொல்லை ஆராய்ச்சியாளர்கள் கையாண்டனர். அதாவது, 'வாழும் போதும், இறந்த பின்னரும் மனிதர்களுடைய உடல்களிலிருந்து வேறாக நிற்கக்கூடிய ஆத்மாக்களை உடையவர்கள் மனிதர்கள்' என்பதே ஆவியுலகக் கொள்கையின் சாராம்சமாகும். எனினும் இரண்டு கொள்கைகளுக்கும் வேறுபாடுகள் உண்டென்பதைப் பின்னர் வந்த மானிடவியலர்கள் சுட்டிக் காட்டியுள்ளனர். இது ஒரு பக்கம் இருக்க, அனிமேட்டிசம் என்னும் கருத்துப்பரப்பில் வேறு சில கூறுகளும் அடங்குகின்றன. அதாவது, உயிரோடு வாழும் மனிதர்கள், அவர்கள் வெகு தொலைவில் இருக்கும் நிலையில் அவர்களுடைய தோற்றம் இன்னொரு (Apparition) இடத்திலும் தோன்றும் என்பது ஒருவகை நம்பிக்கை. இந்நம்பிக்கை பல்வேறு மக்கள் சமய மரபுகளிலும் காணப்படுகிறது. இந்தப் பொய்த் தோற்றம் பற்றிய நம்பிக்கையும், இதனைப் போலவே பேய்கள் பற்றிய நம்பிக்கைகளும் அனிமேட்டிசம் பற்றிய சிந்தனைக்குள் அடங்குபவையாகும். (The Colombia Encyclopedia, 1946: 71).

அனிமேட்டிசம் பற்றி மேலும் சில வியாபகமான கருத்துக் களைப் பார்க்கலாம். வாழும் உயிரினங்கள் நீங்கலாக உள்ள எந்த ஒரு சடப்பொருளிலும் மனிதாதீதமான சக்தி, குடிகொண்டிருக் கிறது என்னும் நம்பிக்கையே அனிமேட்டிசம் (உயிரியம்). பல்வேறு பழங்குடியினரின் சமயங்களில், இவ்வாறு சடப் பொருட்களான எலும்புகள், பறவைகளின் இறக்கைகள் ஆகியவற்றில் இயற்கையிறந்த சக்தி குடிகொண்டிருக்கிறது என்னும் நம்பிக்கை நிலவுவது கண்டுபிடிக்கப்பட்டிருக்கிறது. ஒரு குறிப்பிட்ட குழுவைச் சேர்ந்த மக்கள் தங்கள் சமூக அமைதியைப் பாதுகாப்பதற்கும், அதன் வளத்தை மேம்படுத்து வதற்கும் இவ்வகை இயற்கையிறந்த சக்தியை வழிபட்டனர். ஆவியுலகக் கொள்கையையும் அனிமேட்டிசத்தையும் வேறு படுத்திக் காண்பதில் சிரமங்கள் உண்டெனினும், இவை இரண்டையும் வேறுபடுத்திக் காண்பதற்குரிய தனித்தன்மைகள் சிலவற்றை மானிடவியலர் சுட்டிக் காட்டியுள்ளனர். அனிமேட் டிசம் என்பது, உயிருள்ள அனைத்திலும், பிற பொருட்களிலும், புதிர்மை மிக்க, இனம்புரியாத மனிதாதீதமான ஆற்றல் இருக் கிறது என்று கூறுகிறது. ஆவியுலகக் கொள்கையோ, அனைத்து வகையான அசையும் அசையாத பொருட்களிலும் விலங்கு ஆவி (Animal Spirit) குடி கொண்டிருக்கிறது என்று வலியுறுத்துகிறது. அனிமேட்டிசம் பற்றிக் கூறும்போது, இதை விளக்குவதற்குரிய உதாரணங்களை பீகார் மாநிலத்தின் பழங்குடி மக்களிடம் காணலாம். இவர்களுடைய நம்பிக்கையின்படி, எலும்புகள், மணிகள், கற்கள், பறவைகளின் இறக்கைகள் ஆகியவற்றில் புதிரான ஆற்றல்களும் மந்திர ஆற்றல்களும் பொதிந்துள்ளன என்று கருதுகின்றனர். இப்பழங்குடி மக்கள், பூமியைத் தாயாகவும் சின்னஞ்சிறு கற்களை அந்த பூமித்தாயின் குழந்தைகளாகவும் பாவிக்கின்றனர். அவ்வாறு பாவித்து, அக்கற்களை அவர்கள் வழிபடுகின்றனர். தங்களுக்கு இன்னல்கள் இழைக்கக் கூடியவை என்று கருதும் சக்திகளை மட்டுமே அப்பழங்குடி மக்கள் வழிபடுகின்றனர் என்பதும் குறிப்பிடத் தக்கது. சிற்சில வேளைகளில், மேற்கண்ட பழங்குடி மக்களுக்கு இன்னல்கள் இழைக்காதவை என்று கருதப்படும் சில சக்திகளும் வணங்கப்படுகின்றன. இதற்கு உதாரணமாக முண்டா பழங்குடி மக்களின் (Munda) ‘சிங் - போங்கா’ (Sing - Bonga) என்னும் சக்தியை எடுத்துக்காட்டாகக் கூறலாம். (Vatsyayan; 1978: 161).

பல்வேறு ஆவிகளும் அவற்றின் செயல்களுமே மனிதர்களை இயக்குகின்றன என்னும் ஆவியுலகக் கோட்பாட்டிலிருந்து மாறுபட்டதே போங்கா கோட்பாடு (Bongaism) என்கிறார் மஜூம்தார். போங்கா, உயிர்ப்புச் சக்தி கொண்டதாகவும் வடிவமற்றதாகவும் வெளிப்படும் தன்மையுடையது. தாவரங்கள், விலங்குகள் ஆகியவற்றுக்கு உயிரூட்டக் கூடியது. வளர்ச்சியைத் தூண்டக் கூடியது. மழை, புயல், வெள்ளம், கடுங்குளிர், தனிமனிதர்களிடம் காணப்படும் அபூர்வமான ஆற்றல் முதலான வற்றிற்குக் காரணமாக அமைவது. ஹோ, முண்டா போன்ற பழங்குடிகளிடமும் சோட்டா - நாக்பூர் பகுதிப் பழங்குடி களிடமும் போங்கா நம்பிக்கை உள்ளதென்று மஜூம்தார் குறிப்பிடுகிறார் (சி.பக்தவத்சல பாரதி, 1990: 516).

மேலும், இந்தியாவில் காணப்படும் பழங்குடிகளில் ஒரு குறிப்பிட்ட பழங்குடியைச் சேர்ந்த மக்களிடம் எந்த வகையைச் சேர்ந்த இயற்கை வழிபாடு காணப்படுகிறது என்பதைத் தெளிவாக வரையறுத்துக் கூறுவது கடினம்தான் என்றாலும், பொதுவான கண்ணோட்டத்தில், அணுகும்போது, பல்வேறு பழங்குடி இனங்களில் ஆவியுலகக் கொள்கையும், அனிமேட்டி சமும் இணைந்தே காணப்படுவதை அறியமுடியும். இவ்விரண்டு கொள்கைகளையும் எதிரெதிரே நிறுத்தி ஒப்பிட்டுப் பார்க்கும் போது, ஆவியுலகக் கோட்பாட்டைவிட, அனிமேட்டிசமே எங்கும் பரவலாக நிலவுகிறது என்று கூறிவிடலாம் (Vatsyayan, 1978: 161).

இவ்வாறு அனிமேட்டிசம் என்னும் நிகழ்வினம் பரவலான சமூகங்களில் காணப்படுவது பற்றியும், அந்தந்த வட்டாரச் சூழல்களுக்கு ஏற்ப அது இன்னின்ன தன்மையைக் கொண்டிருக் கிறது என்பது பற்றியும் பலர் விவாதித்துள்ளனர். அனிமேட்டிசம் பற்றிய மேற்கண்ட வரையறைகளையும் அதன் இயல்புகளையும் நினைவிற்கொண்டு மீனவருடைய சுறாமுள் வழிபாட்டை அணுகும்போது, அது அனிமேட்டிசம் தொடர்பான சிந்தனை களைப் பிரதிபலிக்கும் வளமை மற்றும் பாதுகாப்பை முன்னிட்டு நிகழ்த்தப்பட்ட சடங்கு என்பது புலனாகும்.

மீண்டும் சுறாமுள் வழிபாட்டில் காணப்படும் தன்மை களைத் தனித்தனிக்கூறுகளாகப் பகுத்துப் பார்க்கலாம்.

1. கடல் பரப்பைத் தனது உறைவிடமாகக் கொண்டு வாழும் அணங்கு என்னும் மனிதச் சார்பற்ற சக்தி, சுறாக்கோடு

என்னும் சடப்பொருளாகிய ஆதாரப்பொருளை (Key Object) இடமாகக் கொண்டு குடியேறும். அவ்வாறு குடியேறித்தன்னுடைய ஆற்றலை வழிபடும் குழுவினர்க்குச் சார்பாக வெளிப்படுத்தும் என்பது உள்ளார்ந்த செய்தி. இது அனிமேட்டிசச் சிந்தனையாகும்.

2. குலக்குறிச் சடங்கின் அம்சங்கள் சுறாமுள் வழிபாட்டில் பிரதிபலிக்கின்றன. எனவே, வாட்சுறா என்பது மீனவரின் ஏதேனும் ஒரு குழுவினர்க்கு அல்லது குலப்பிரிவினர்க்குக் குலக்குறியாகவும் இருந்திருக்கலாம். வாட்சுறா மீனைப் போல் தங்கள் குலம் பெருக வேண்டும் என்பதற்காக வலிமையுடைய ஒரு விலங்கை ஒரு குலத்தினர் தம் குலக்குறியாகக் கொண்டிருந்தால், அதன் ஆற்றல் தமக்குக் கிடைக்க வேண்டும் என்பது அவர்களுடைய நோக்கமாக இருக்கும் என்பர்[15]. வாட்சுறாவை எடுத்துக் கொண்டால், அது மிகவும் வலிமையுடையது; அதன் வலிமை குறித்துத் தமிழ் இலக்கியங்களில் பல குறிப்புகள் பேசுகின்றன[16]. அதன் தாக்கும் ஆற்றல் குறித்து உயிரியல் நூல்களும் தெரிவிக்கின்றன[17]. இவ்வாறு, வலிமையுடைய வாட்சுறா மீனின் முள்ளைக் கொண்டு வந்து வைத்திருத்தல், அதனை வழிபடுதல் என்னும் வழக்கங்கள், வாட்சுறாவுக்கும் மீன வர்க்கும் இடையில் கற்பிக்கப்பட்ட ஒருவகைத் தொடர்பு நிலவுகிறது என்பதை வெளிப்படுத்துகின்றன. அதாவது, வாட்சுறாவின் வலிமையைத் தாங்கள் பெற முடியும் என்றும், அவ்வாற்றலைத் தமக்குள் திரட்டிக் கொள்வதன் மூலம் வாட்சுறா போன்ற பெரிய மீன்களை வேட்டையில் வீழ்த்த முடியும் என்றும் கருதும் மீனவருடைய உள்ளார்ந்த மந்திர நம்பிக்கை இந்த வழக்கங்களின் வாயிலாக வெளிப் படுகிறது. அதாவது, காண்டாமிருகத்தை வேட்டையாட பாறைகளிலோ குகைச் சுவரிலோ சித்திரமாகத் தீட்டுவதன் மூலம், அதன் வலிமையைத் தன்னுள் சுவீகரித்துக்கொள்ள முடியும் என்று கருதிய பண்டைய இனக்குழுமக்களின் மந்திர நம்பிக்கையைப் போன்றது இது.

3. சினைச் சுறாவைத்தேர்ந்தெடுத்து - அதாவது, கருவுற்ற பெண் மீனைத் தேர்ந்தெடுத்து - அதன் மருப்பைத் துண் டித்து நட்டு வழிபட்டமை என்னும் வழக்கம் வேறொரு சிந்தனையையும் தாங்கியிருக்கிறது. இங்கு ‘சினை’ அல்லது

'கரு' என்பது செழிப்பின் அடையாளமாகிறது. எனவே, இது வளமை நம்பிக்கையின் அடிப்படையிலெழுந்த வளமை வழிபாட்டுச் சடங்காகவும் தோன்றுகிறது.

4. இன்னொன்றும் இங்குச் சுட்டிக்காட்டப்படுவது அவசியம். குலக்குறியாக அமையும் ஒரு விலங்கினை, அத்துடன், தொடர்புடைய சமூகக் குழுவினர் கொல்லவோ தின்னவோ கூடாது என்பது, அவர்களால் கடைப்பிடிக்கப்படும் விலக்கல் கொள்கையாகும். இவ்விலக்கல் கொள்கையை மீறினால் அவர்களுக்குத் தீமை விளையும் என்பது நம் பிக்கை. சிற்சில கட்டங்களில் இக் கொள்கையை மீறு வதற்கும் அனுமதி உண்டு. அவ்வாறு மீறும் வகையில் குலக் குறி விலங்கினைக் கொன்று தின்றவர்கள் அவ்விலங்கின் ஆவியிடம் அதனைக் கொன்றமைக்காக மன்னிப்புக்கோரும் சடங்கினை இயற்ற வேண்டும் என்பது விதி. இல்லை யாயின், விலங்கின் ஆவி அவர்களைப் பழிவாங்கிவிடும். குலக்குறியியல் தொடர்பான பண்புகளில் ஒன்றான இதனைச் சுறா முள் வழிபாட்டுச் சடங்குடன் ஒப்பிட்டு நோக்கலாம்.

வியட்நாமிய மீனவர்கள், பேராற்றல் மிக்க திமிங்கலச் சுறாவை 'மாட்சிமை பொருந்திய மீன்' என்னும் பொருளில் "கா ஓங்" என்றழைத்து வழிபடுகின்றனர். மீன் வேட்டை யின் போது தம்மைத் தாக்காமல் பாதுகாப்பாக இருக்க வேண்டும் என்பதற்காக வியட்நாமிய மீனவர்கள் திமிங்கலச் சுறாவைக் குலக்குறியாகக் கொண்டனர். இதனைப் போல், பண்டைக் காலத்துத் தமிழ்நாட்டு மீனவர்களும் வாள் சுறாவின் ஆற்றல் கருதி, அதனைத் தம் குலக்குறியாகக் கொண்டிருக்கலாம். குலக்குறி விலங்கைக் கொல்லக்கூடாது என்னும் விலக்கல் கொள்கையை மீறி, வாட்சுறாவை வேட்டையாடிப் பிடித்து உணவாக்கிக் கொண்டனர். இவ்வாறு, விலக்கல் கொள்கையை மீறியதற்காக, குலக்குறி மீனிடம் மன்னிப்புக் கோரும் வகையில், வாட் சுறாக் கோட்டை நட்டு, அதில் வாட்சுறாவின் ஆவியை ஏற்றி வழிபாடு செய்திருக்கலாம். மேலும், குலக்குறியாக அமையும் விலங்கை, ஓர் இனம் தொடர்ந்து கொன்று உணவாக்கிக் கொள்ளவும் விதிகள் அனுமதிப்பதுண்டு. தொடர்ந்து குலக்குறி விலங்கை வேட்டையாடித் தின்று

வந்தால், சில காலத்திற்குள் அவ்விலங்கினம் அழிந்து விடக்கூடும். இவ்வழிவைத் தடுத்து நிறுத்தி, குலக்குறி விலங்கின் இனம், இனப்பெருக்கம் செய்து எண்ணிக்கையில் பல்கிப் பெருகவேண்டும் என்பதற்காக ஒருவகை மந்திரச் சடங்கு இயற்றுதல் ஆதிவாசி இனங்களிடையே காணப் படும் வழக்கமாகும். இது குலக்குறியியல் பண்புகளுள் ஒன்று. இந்தப் பண்பினையும் மீனவரின் 'சுறாமுள் வழிபாடு' பிரதிபலிக்கிறது.

5. சுறாக்கோடு என்னும் சடப்பொருளில், கட்புலனுக்கு எட்டாத 'அணங்கு' என்னும் ஓர் அரிய ஆற்றலை ஏற்றி வழிபடுதல் என்பது, போலி உருவவழிபாட்டுக் கொள்கை (Fetishism) சார்ந்ததும் ஆகும்.

இவ்வாறு ஒரு குறிப்பிட்ட வழிபாட்டுச் சடங்கில், ஆவி பற்றிய சிந்தனைகள் - அதாவது, ஆவியுலகக் கொள்கை மற்றும் அனிமேட்டிசம் தொடர்பானவை - மந்திரச் சடங்கு பற்றிய எண்ணங்கள், குலக்குறியியல் தொடர்பான கொள்கைகள், வளமை, வழிபாட்டுக் கூறுகள், போலி உருவவழிபாடு ஆகியவை ஒருங்கே காணப்படுமாயின், அதனை என்ன பெயரிட்டு அழைப்பது? மானிடவியல் நூலாசிரியர்கள் கூறுகின்றனர்: "இதில் பிரச்சினைகள் ஏதுமில்லை; இவ்வாறு பல்வேறு கூறுகளையும் உட்கொண்டதாகவும் அனிமேட்டிசம் அமையும் என்பதற்குச் சான்றுகள் பல உண்டு. மேலும், அனிமேட்டிசத்தின் இயல்புகளில் இவ்வகைக் கலவைக் கூறுகளை ஏற்பதும் ஒன்றாகும்"(1946: 71).

மேலும், இவ்வகையான அனிமேட்டிச வழிபாட்டுச் சடங்குக்கு, தற்கால இந்திய ஆதிவாசிகளிடம் காணப்படும் வழிபாட்டு மரபுகளை மானிடவியலறிஞர்கள் உதாரணமாகக் காட்டுகின்றனர். பீகார் மாநிலத்தின் பழங்குடி மக்கள், சடப் பொருட்களான எலும்புகள், மணிகள், கற்கள், பறவைகளின் இறக்கைகள் ஆகியவற்றில் மனிதச் சார்பற்ற சக்திகள் குடி கொண்டிருக்கின்றன என்று கருதி வழிபட்டு, சடங்கு இயற்று கின்றனர். இப்பழங்குடி மக்கள் கூட்டத்தினரின் பாதுகாப்பு, உற்பத்தி வளத்தைப் பெருக்குவது போன்றவை, அபூர்வ சக்திகள் குடிகொண்டுள்ளன என்று கருதிச் சடப்பொருட்களை வழிபடும் இம்மக்களின் அடிப்படை நோக்கங்களாக உள்ளன. மனிதச் சார்பற்ற சக்திகள் உறையும் இவ்வகை சடப்பொருட்களைப்

புனிதப் பொருட்களாகக் கருதி வழிபடுவதன் வாயிலாகத் தம் கூட்டத்தைச் சேர்ந்த உறுப்பினர்களுடைய நோக்கங்கள் நிறை வேற்றப்படுகின்றன என்பது அந்த ஆதிவாசிகளின் நம்பிக்கை யாகும்.

அடிக்குறிப்புகள்

1. கிடுகுநிரைத் தெஃகூன்றி
நடுகல்லின் அரண் போல
நெடுந்தூண்டிலிற் காழ்சேர்த்திய
குறுங்கூரைக் குடிநாப்பண்
நிலவடைந்த இருள்போல
வலையுணங்கு மணல்முன்றில்
வீழ்த்தாழைத் தாட்டாழ்ந்த
வெண்கூதாளத்துத் தண்பூங் கோதையர்
சினைச்சுறவின் கோடுநட்டு
மனைச் சேர்த்திய வல்லணங்கினால்
மடற்றாழை மலர்மலைந்தும்
பிணர்ப்பெண்ணைப் பிழிமாந்தியும்
புன்றலை இரும்பரதவர்
பைந்தலைமா மகளிரொடு
பாயிரும் பனிக்கடல் வேட்டஞ் செல்லாது
உவவுமடிந் துண்டாடியும்

1. *கடியலூர் உருத்திரங்கண்ணனார் இயற்றிய பட்டினப் பாலை: 78-93; உரையாசிரியர் பொ.வே. சோமசுந்தரனார். பத்துப் பாட்டு மூலமும் உரையும். பக். 28-29.*

2. *தொல்காப்பியம், அகத்திணையில் 5 ஆம் நூற்பாவுக்கு நச்சினார்க்கினியர் உரை.*

3. *இரா. சாரங்கபாணி, முதன்மைப் பதிப்பாசிரியர், சங்க இலக்கியப் பொருட்களஞ்சியம்: தொகுதி, 1, அ-ஔ, பக். 23-26.*

4. "அணங்கெனும் பெயரே ஆசையும் அழகும்
வருத்தமும் கொலையும் ஐயனோயும்
தெய்வமும் தெய்வத்து வமைசொல் மாதுமாம்"
ஈசுரபாரதி இயற்றிய வடமலை நிகண்டு, பக். 6-8.

5. தெய்வம், மாதர், வெறியாட்டு, வேலனாடல், மையல், நோய் வருத்தம், கொலை, மூதேவி, ஆட்டுமறி, அழகு-அகராதி நிகண்டு, ப.4.

6. "மீன்பிடிப்பிற்குப் பிரசித்தி பெற்றுள்ள கடற்கரைக் கிராமங்களான கோலரொம்பின், பெக்கான், நெனாசி, தஞ்சோங்லும்பூர், பெஸ்ரா, சுங்கைஉலார், செராட்டிங், பீசுட், கெம்மான், கோலதிரங்கானு போன்ற இடங்களில் சின்னஞ்சிறு கிராமங்களில் அமைதியாக வாழும் பரம ஏழைகளான மீனவர்கள் தங்களுக்கு வாழ்வைத் தரும் கடல்தேவியை வழிபடுகின்றனர். குறிப்பிட்ட தினத்தில் ஆண்களும், பெண்களும், குழந்தைகளுமாகக் கடற்கரையில் ஒன்று கூடுகின்றனர். கூட்டுப் பொங்கலுடன், எருமையைப் பலியிட்டு, அவற்றைச் சமைத்து (கடல்) தேவியை வழிபட்ட பின்னர், ஒன்றாக அமர்ந்து உண்கின்றனர். இந்த விழாவில் செம்படவர் நடனங்களும் நீர் விளையாட்டுக்களும் கூட சிறப்பான இடத்தைப் பெறுகின்றன".

- சி.கமலநாதன், 'மலோசியாவில் மீனவர்களின்கடல்விழா', அக்கரை இலக்கியம், பக். 440-441.

7. பெரியபுராணம், திருக்குறிப்புத் தொண்ட நாயனார் புராணம், பாடல்: 7.

8. தணிகைப் புராணம், திருநாட்டுப் படலம், பாடல் 136.

9. ஆனைக்காப்புராணம், திருவாலவாய்க் காண்டம், வலை வீசுதல் படலம்.

11. எஸ். சங்கரராமன், கடல்வாழ் உயிரினங்கள், பக். 34-37.

12. "அணங்குடை முந்நீர்" - அகநானூறு, 207.
"அணங்குடை பனித்துறை" - ஐங்குறுநூறு, 174
"பேய்நிலைஇய இரும்பௌவம்" - மதுரைக்காஞ்சி:75
"பெருங்கடல் தெய்வநீர் நோக்கித் தெளித்தென்
திருந்திழை மென்றோள் மணந்தவன் செய்த...."
- கலித்தொகை, நெய்தற்கலி, 14.

13. "குடும்பங்களைக் கடற்கரையில் விட்டு, வயிற்றுப் பிழைப் புக்காகக் கடலை நாடிச்செல்லும் மீனவர்கள், தங்களுக்கு எவ்விதமான விக்கினமுமின்றித் திரும்பி வரவும், புயற்காலங் களில் உயிருக்கு எவ்வித ஆபத்துமின்றி வாழ வழிவகை

செய்யவும், நடுக்கடலில் குடிகொண்டிருக்கும் காற்றுச் சேஷ்டைகள் தங்களை அணுகாதவாறு காப்பாற்றிக் கரை சேர்க்கும் பொருட்டும், கடல் தேவியை அவர்கள் வழிபடு கிறார்கள்".

- *சி. கமலநாதன், "மலேசியாவில் மீனவர்களின் கடல்விழா" அக்கரை இலக்கியம், ப. 441.*

14. "மத்திய ஆஸ்திரேலியாவில் உள்ள பழங்குடிகளின் ஒவ் வொரு குலமரபுக் கிளையினரும் தங்கள் குலக்குறியை மையமாகக் கொண்டு குலக்குறி தொடர்பன மந்திரச் சடங்கு களை (Magical totemic intichiuma ceremonies) இயற்று கின்றனர். தங்களுடைய குலக்குறிகளான விலங்குகள், பறவைகள் ஆகியவை இனப்பெருக்கம் அடைய வேண்டும் என்பதற்காக இவ்வகையான சடங்குகளை இயற்றுதல் வழக்கமாகும்".

- Encyclopaedia of the social Sciences, Volumes XIII and XIV combined, p. 658.

15. "மீனைப்போல் தங்கள் குலம் பெருக வேண்டும் என்பதற் காக மீனைக் குலக்குறியாகக் கொண்டார்கள். பொதுவாக ஒரு விலங்கு ஏதாவது ஒரு ஆற்றலைக் கொண்டிருந்தால் அந்த ஆற்றல் தங்களுக்கு வேண்டும் என்ற ஆசையால் அதனைக் குலக்குறியாகக் கொண்டார்கள். ஆற்றல் விருப் பம் குலக்குறி நம்பிக்கையின் ஓர் அம்சம்...."

Verrier Elwin, On Totemism of Indian Tribes, மேற்கோள்: நா. வானமாமலை, 'கலைகளின் தோற்றம்' ஆராய்ச்சி, ஜூலை *1971, ப. 283.*

16. "வாட்சுறா வழங்கும் வளைமேய் பெருந்துறை" *அகநானூறு, 150:7.*

"வயச்சுறா எறிந்தென வலவன் அழிப்ப" - *அகநானூறு, 190: 12.*

"கோட்சுறாக் கிழித்த கொடுமுடி நெடுவலை" *அகநானூறு, 340:21.*

"...........................தெண்கடல்

வன்கைப் பரதவர் இட்ட செங்கோல்

கொடுமுடி அவ்வலைப் பரியப் போக்கி

கடுமுரண் எறிசுறா வழங்கும்

நெடுநீர்ச் சேர்ப்பன்தன் நெஞ்சத்தானே" -நற்றிணை, 303: 8-12.

17. "இச்சுறாவின் முகத்தில் ஒரு நீள் மூக்கு உள்ளது. அதன் இருபுறமும் பற்கள் அமைந்து இரம்பம் போல் உள்ளது. இதன் உதவியால் வாள்சுறா பிற மீன்களைத் தாக்கி அவற்றின் உடலைத் துண்டுகளாகக் கிழித்து உண்டுவிடும். கடலின் அடிமட்டத்தில் உள்ள மண்ணைக் கிளறி, அதனுள் புதைந்திருக்கும் சிறு பிராணிகளை உண்ணும். மனிதர் களையும்இச்சுறா தன் வாள் போன்ற உறுப்பினால் தாக்கும். சில சமயம் படகுகளைக்கூடத் துளைத்துவிடும்".
- எஸ். சங்கரராமன், கடல்வாழ் உயிரினங்கள், ப. 38.

துணை நூல்கள்

கமலநாதன், சி. 1968: 'மலேசியாவில் மீனவர்களின் கடல் விழா', அக்கரை இலக்கியம், சென்னை: வாசகர் வட்டம்

சாமி, பி.எல், 1976: 'சங்க நூல்களில் மீன்கள்', செந்தமிழ்ச் செல்வி, சென்னை: சைவசித்தாந்த நூற்பதிப்புக் கழகம்

சாரங்பாணி, இரா. (மு.பதி) சங்க இலக்கியப் பொருட் களஞ்சியம், தொகு 1. அ-ஔ, தஞ்சாவூர்: தமிழ்ப் பல்கலைக்கழகம்

சுப்பிரமணியன், கா. 1987: சங்க கால சமுதாயம், சென்னை: என்சி.பி.எச்.

சோமசுந்தரனார், பொ.வே (உரையாசிரியர்). 1976: பத்துப் பாட்டு மூலமும் உரையும் சென்னை: சைவசிந்தாந்த நூற்பதிப்புக் கழகம்

தனஞ்செயன், ஆ. 1984: 'மீனவரின் குலமரபுச் சின்னங்கள்', தாமரை, சென்னை: ஜனசக்தி அச்சகம்

நாகசாமி, இரா. (பதி) 1983: ஈசுரபாரதி இயற்றிய வடமலை நிகண்டு, சென்னை: உ.வே.சா. நூல்நிலையம்

நாகசாமி, இரா. (பதி) 1983: அகராதி நிகண்டு, சென்னை: உ.வே.சா. நூல்நிலையம்

வானமாமலை, நா. 1971: 'கலைகளின் தோற்றம்', ஆராய்ச்சி, திருநெல்வேலி: நெல்லை ஆய்வுக்குழு வெளியீடு.

வித்தியானந்தன், சு. 1985: தமிழர் சால்பு, சென்னை: பாரி புத்தகப் பண்ணை.

Ansley, Clarke F. (Editor-in- chief) 1946: The Columbia Encyclopedia, New York: Columbia University Press.

Crooke, William & Enthoren,R.E. 1925: Religion and Folklore of Northern India, Delhi: S. Chand & Co., (Pvt)LTD

Howard, Michael C. 1983 Contemporary Cultural anthropology, Boston: Little Brown & Co.

Hunter, David, E., Whitten, Phillip 1976: Encyclopeida of Anthropology, New York: Harper & Row Publishers.

Tylor. E.B. 1987: Dictionary of Anthropology, Delhi: Goyal Saab, Publishers & Distributors

Vatsyayan, 1978: Anthropology- social and cultural, meeruat: kedar Nath Ramnath

7. ஏழு கன்னிமார் வழிபாட்டில் புராணமும் சடங்கியல் நிகழ்த்துதலும்

தமிழகத்தில் காணப்படும் பூர்வீக சமூகங்களுள் கடலில் மீன் பிடிப்பதையே பரம்பரைத் தொழிலாகக் கொண்டிருக்கும் மீனவர்களுடைய சமூகமும் ஒன்று. தொழில், குடும்பம், கிராம நிர்வாகம், திருமணம் முதலிய வாழ்க்கை வட்டச் சடங்குகள், பழக்க வழக்கங்கள், சமயம், வாய்மொழி மரபுகள் உள்ளிட்ட பல்வேறு பண்பாட்டுக் கூறு களின் வாயிலாக இச்சமூகம் தனது மரபுத் தொடர்ச் சியைப் பிரதிபலித்துக் கொண்டிருக்கிறது. இவ் வாறு, பாரம்பரியத்தைத் தக்க வைத்துக் கொண் டிருக்கும் அதே வேளையில், காலப்போக்கில் ஏற்பட்ட மாற்றங்களையும் உள்வாங்கிக் கொண் டிருக்கும் இச்சமூக மக்களின் சமயம் நம்முடைய கவனத்தை ஈர்க்கக்கூடியது.

மந்திரம் தொடர்பான நம்பிக்கைகள், ஆவிகள் பற்றிய நம்பிக்கைகள், மீனவர்களுக்கே உரிய தெய்வங்கள் மற்றும் சைவ, வைணவ மரபுகளுக் குரிய கடவுளர்கள் பற்றிய நம்பிக்கைகள் ஆகியவை மீனவர்களுடைய நடத்தைகள், சடங்குகள் மூலம் வெளிப்படுகின்றன. ஒரு வகையில் மீனவர் களுடைய சமயம் என்பது கலவைத் தன்மை மிக்க ஒரு சமய வடிவமாக - அதாவது, பல தெய்வ

வழிபாட்டு முறையைத் (Polytheism) தழுவியதாக அமைந்துள்ளது. இந்தச் சமய வடிவத்திற்குள் காணப்படும் நிகழ்வினங்களுள் ஏழு கன்னிமாரும், அவை தொடர்பான வழிபாட்டுச் சடங்குகளும் முக்கியமானவை. நாகப்பட்டினம் மாவட்டத்தில் வன்னியர், ஆதி திராவிடர் (பறையர்) மீனவர் முதலிய சமூகமக்களிடம், தை, மாசி ஆகிய மாதங்களில் நிகழ்த்தப்படும் இவ்வழிபாட்டிற்குப் பிரதான இடமுண்டு.

இம்மக்களிடையே காணப்படும் ஏழு கன்னிமார் வழிபாட்டினைப் பொறுத்த வரையில் சுமார் நான்கு வகையான கூறுகள் இன்றியமையாதவை ஆகும். ஏழு என்ற எண்ணிக்கையிலமைந்த பெண் தெய்வங்கள், அவை பற்றிய புராணம், நம்பிக்கைகள், அவற்றை ஆதாரமாகக் கொண்டு நடத்தப்படும் சடங்கு போன்றவையே அக்கூறுகள். ஏழு செங்கற்களின் வடிவிலும், ஒரே கருங்கல்லில் செதுக்கப்பட்ட புடைப்புச் சிற்பங்களாகவும் ஏழு கன்னிமார் என்றழைக்கப்படும் பெண் தெய்வங்கள், கிராமங்களில் சற்று ஒதுக்குப்புறமான இடங்களில் கோயில் கொண்டிருக்கின்றன. ஏதேனும் ஒரு மரத்தடி, திறந்த வெளி, தென்னங்கீற்றால் வேயப்பட்டசிறு கொட்டகை போன்ற இடங்கள்தாம் புனிதக் குறியீடுகள் மற்றும் மனிதப்பாங்கிலான உருவங்களாலான தெய்வச் சிலைகளைக் கொண்ட கோயிலை அடையாளப் படுத்துகின்றன. சில இடங்களில் விமானத்துடனோ விமானம் இல்லாமலோ ஏழு கன்னிமார்க்குச் சிறிய அமைப்புக் கோயில்கள் உள்ளன. பொதுவாக அமைப்புடைய, அமைப்பற்ற இக்கோயில்கள் 'கன்னிக் கோயில்கள்' என்றே மக்கள் வழக்கில் சுட்டப் படுகின்றன. ஒரு சில ஊர்களில் முன்னர் கன்னிக் கோயில்களாக மக்களிடம் வழங்கியவை தற்போது 'கன்னிகா பரமேஸ்வரி' என்பது போல் மாறி வழங்குவதையும் கவனிக்கலாம். இவ்வகைக் கோயில்கள், கன்னிக்கோயிலுக்குரிய மரபான 'நாட்டுப்புற' வழிபாட்டு முறைகளைக் கைவிட்டுவிட்டு, வைதீகச் சார்புடைய நெறியையோ சைவ சமயநெறியையோ தழுவிக் கொண்டிருப்பதையும் உற்று நோக்கலாம்.

இவ்வாறு, தமிழகத்தில் பரவலாக வேறுபல நாட்டுப்புறத் தெய்வங்களிடத்தும் இத்தன்மையில் ஒருவகை வடமொழிச் சமயப் பண்பாட்டு உள்வாங்குதல் இன்று வேகமாகத் தொத்திப் பரவிக் கொண்டிருப்பதையும் நாம் பார்க்கிறோம். எனினும், கன்னிக் கோயிலுக்கே உரிய நம்பிக்கைகள், புராணங்கள்,

சடங்கியல் அம்சங்கள் ஆகியவற்றை ஒருங்கிணைத்துக் கொண்டிருக்கும் நாட்டுப்புறச் சமயமரபு என்பது, தமிழ்ச் சாதிகள் பலவற்றில் இன்றும் தொடர்ந்து கொண்டிருப்பதைக் காண்கிறோம்.

ஏழு கன்னிமார் புராணம்

பெரும்பாலும் பெண்கள் முக்கிய பங்கு வகிக்கும் ஏழு கன்னிமார் வழிபாடு என்பது, பல நம்பிக்கைகளையும் புராணக் கதைகளையும் ஒருங்கிணைத்துக் கொண்டிருக்கிறது. தமிழ் நாட்டில் பரவலான மக்களால் வணங்கப்படும் ஏழு கன்னிமார், அந்தந்த வட்டாரங்களுக்கே உரிய பல்வேறு புராணக் கதைகளைக் கொண்டிருக்கின்றன. நாகை மாவட்டத்திலுள்ள சீர்காழி வட்டத்தைச் சார்ந்த புதுக்குப்பம், பூம்புகார் போன்ற கடற்கரைக் கிராமங்களில் வழங்கும் ஏழு கன்னிமார் பற்றிய புராணம் என்பது அதன் வழிபாட்டையும் அவ்வழிபாட்டில் நிகழும் சடங்கியல் நிகழ்த்துதலுக்குரிய அடிப்படைக் காரணத்தையும் விளக்குகிறது. இப்புராணத்தையும் இதன் அடிப்படையில் நிகழ்த்தப்படும் சடங்கியல் நிகழ்த்துதலையும் இணைத்தே இக்கட்டுரை விவாதிக்க முற்படுகிறது.

சடங்குச் செயற்பாடுகள்

பொதுவாகச் சமயச் சடங்குகள் என்பன, குறிப்பிட்ட தெய்வங்கள் பற்றிய நம்பிக்கைகள், புராணக் கதைகள் ஆகியவற்றை அடிப்படையாகக் கொண்டு நடத்தப்படும் வாய்மொழி மற்றும் பௌதிகச் செயற்பாடுகளேயாகும். தமிழ்நாட்டுத் தெய்வங்களுக்காகக் கொண்டாடப்படும் திருவிழாக்களில் இடம்பெறும் உயிர்ப்பலி, படையல், சாமியாட்டம், குறிகூறுதல், வேண்டுதல் நிறைவேற்றங்கள், நாடகம் (enactment) போன்ற பல்வேறு சடங்கியல் நிகழ்த்துதல் அம்சங்களுக்குப் பின்புலமாக இருப்பவை நம்பிக்கைகளும், புராண மரபுகளுமேயாகும்.

தமிழகத்தில் நாகப்பட்டினம் மாவட்டம் சீர்காழி வட்டத்திலுள்ள பூம்புகார், புதுக்குப்பம் மற்றும் தரங்கம்பாடி வட்டத்திலுள்ள குரங்குப்புத்தூர் (பறையர், மீனவர், வன்னியர்) ஆகியஊர்களில் நடைபெற்று வரும் ஏழு கன்னிமார் கோயில் விழாக்களை உற்றுநோக்கி, அந்தந்த ஊர் மக்களிடமிருந்து இனவரைவியல் செய்திகளைத் திரட்டியதற்குப் பின்னர், மேற்கண்ட அனுமானத்தை உறுதிப்படுத்திக் கொள்வதும்

எளிதாக இருந்தது. இங்கு, புதுக்குப்பம் என்னும் கடலோர மீனவர் கிராமத்திலுள்ள ஏழுகன்னிமார் கோயிலில் நடைபெற்ற மாசிமகம் திருவிழா நிகழ்ச்சிகளை மட்டும் எடுத்துக்கொண்டு விவாதிக்கலாம்.

புதுக்குப்பம் மீனவர் கிராமம்

சீர்காழி வட்டத்திலுள்ள கடலோரக் கிராமமான புதுக்குப்பம், திருவெண்காட்டிலிருந்து கிழக்கே சுமார் ஐந்து கிலோ மீட்டர் தொலைவிலும் பூம்புகாரிலிருந்து வடக்கில் இரண்டு கிலோமீட்டர் தொலைவுக்கு அப்பாலும் அமைந்துள்ளது. இவ்வூர், சுமார் நூறு குடும்பங்களைக் கொண்ட சிறிய கிராமம். மூன்றில் ஒரு பகுதி மக்கள் அரசு நிதி உதவித் திட்டத்தின் மூலம் கட்டிக் கொடுக்கப்பட்டுள்ள வீடுகளிலும், மற்றவர்கள் கூரைவீடுகளிலும் வசிக்கின்றனர். கட்டுமரம், படகு ஆகிய வற்றின் மூலம் மரபான மீன்பிடிப்பில் ஈடுபட்டுள்ள மக்கள், நாட்டார், காரியதரிசி, பொருளாளர் என்னும் ஊர் நிர்வாகிகளைக்கொண்ட நாட்டாண்மை அமைப்புக்குக் கட்டுப்பட்டவர்கள். சுமார் ஒரு கிலோ மீட்டர் தொலைவில் மேற்கு திசையிலுள்ள நெய்தல் வாசலில் இருக்கும் தொடக்கநிலைப்பள்ளியில் மீனவச் சிறுவர்கள் கல்வி பயில்கிறார்கள். பெரும்பாலும் தொடக்க நிலைப்பள்ளி அல்லது நடுநிலைப்பள்ளியோடு சிறுவர்களின் கல்விக்கு முற்றுப்புள்ளி வைக்கப்பட்டுவிடுகிறது. கடலும், மீன்பிடிப்புத்தொழிலும் சிறுவர்களை ஈர்த்துக் கொள்கின்றன. இது 1990-களில் இருந்த நிலை.

ஊரில் நடுநாயகமாகக் காளியம்மன் கோயில் அமைந்துள்ளது, ஆண்டுதோறும் காளிக்கு விழா நடத்தப்படுகிறது. இது ஊர் முழுவதும் கூடி நடத்தும் விழா. காளியை அடுத்து, கன்னிமார்களுக்கு என்று கடற்கரையின் கருநீல மணற் பரப்பில் கீற்று வேய்ந்த சிறிய கோயில் உள்ளது. சுடுமண் சிலைகளைக் கொண்ட அக்கோயிலில் ஆண்டுதோறும் மாசி மாதத்தில் பௌர்ணமி அன்று நடைபெறும் 'மகம்' திருவிழா எளிமையானதாக இருந்தாலும், பலவிதங்களில் முக்கியத்துவம் வாய்ந்தது.

வழிபாட்டுக் கூறுகள்

கடலோர மீனவர்களிடம் காணப்படும் ஏழு கன்னிமார் வழிபாட்டின் சிறப்புக் கூறுகள் வருமாறு: 1. ஏழு கன்னிமார் கோயிலில் நடக்கும் அந்தச் சடங்கில் ஊர்மக்கள் அனைவரும்

பங்கேற்பது, 2. வேண்டுதல்களை (நேர்த்திக்கடன்) நிறைவேற்றுவது, 3. பெண்கள் ஒரு குழுவாகத் திரண்டு பாட்டுப்பாடி, நடனமாடி ஆவி வயப்படும் (Spirit Possession) நிலையில், ஏழு கன்னிகளாக வேடங்கொள்வது, 4. மாந்திரீகப் பூசாரியும் (Shamanistic Priest) ஆவி வயப்பட்டுப் பக்தர்களுக்குக் குறி சொல்வது (Divination), 5. பார்வையாளர்கள் புடைசூழ, ஆவிவயப்பட்டுக் கும்மிப்பாட்டுப் பாடி ஆடிக் கொண்டிருக்கும் கன்னிப் பெண்கள் ஒவ்வொருவரையும் ‘சாட்டை வீரன்’ என்னும் தெய்வத்தால் பற்றப்பட்டிருக்கும் ‘சாமியாடி’ என்னும் மாந்திரீகப் பூசாரி சாட்டையால் அடித்து, அந்தச் செய்கையின் மூலம் கன்னிப் பெண்கள் ஒவ்வொருவருடைய உடலையும் ஊடகமாகக் கொண்டிருக்கும் ஏழு கன்னிமாரின் தெய்வீக ஆவிகளை ஒவ்வொன்றாக விலக்குவது, 6. பின்னர், விலக்கப்பட்ட ஆவிகளைத் தீயின் வடிவமாக மாற்றிக் கடலில் விட்டுவிடுவது. இவை யாவும் கன்னிமார் வழிபாட்டில் காணப்படும் முக்கிய சடங்கியல் கூறுகளாகும். இவை ஒவ்வொன்றும் நமது கவனத்திற்குரியவை.

ஒரு குறிப்பிட்ட சமூகத்தைச் சேர்ந்த திரளான மக்கள் பங்கேற்கும் இந்தச் சடங்கியல் நிகழ்வை நாம் எவ்வாறு அணுகிப் புரிந்து கொள்வது? என்ன கோட்பாடுகளின் பின்னணி, எவ்வகையில் நமக்குத் துணைபுரியும்? ஒரு நிகழ்வினத்தைப் பற்றி விளக்குவதற்கு மேற்கத்திய கோட்பாடுகளைப் பயன்படுத்தும் போது, கண்ணை மூடிக்கொண்டு பிரயோகித்துவிட முடியுமா? அந்நிகழ்வினத்தைப் படைத்தளிக்கும் பண்பாட்டுப் பின்னணியை அப்படியே கவனத்திற்கொள்ளாமல் விட்டுவிட முடியுமா? அந்நிகழ்வினத்தைப் படைத்தளிக்கும் பண்பாட்டுப் பின்னணியை அப்படியே கவனத்திற்கொள்ளாமல் விட்டுவிட முடியுமா? என்பன போன்ற கேள்விகள் எல்லாம் நமக்கு எழுகின்றன. இந்தக் கேள்விகளுக்கு விடையளிக்க வேண்டும்.

இனி, ஏழு கன்னிமார் வழிபாட்டில் காணப்படும் சில முக்கிய கூறுகள் ஒவ்வொன்றையும் பற்றி விளக்கமாகப் பார்க்கலாம்.

1. தை மாதம் மூன்றாம் நாளான கன்னிப் பொங்கல் அன்று, காலையிலேயே கிராமத்தில் வெவ்வேறு வீடுகளில் இருந்து, வீட்டிற்கு ஒருவர் வீதம் சுமார் ஏழு கன்னிப் பெண்கள் ஆவிவயப்பட்டு ஆடத் தொடங்கி விடுகின்றனர். கன்னிக் கோயிலின் முன்னர் ஒவ்வொருவராக ஆடியவாறு வந்து

சேர்ந்து, வட்டமாகச் சுழன்று, கும்மியடித்து ஆடுகின்றனர். கிராமத்தை வலம் வந்த பின்னர், பெண் சாமியாடி, அப்பெண்களிடமிருந்து தெய்வீக ஆவிகளை விலக்குகிறார். ஆவிவயப்பட்டு ஆடிக்கொண்டிருந்த கன்னிப்பெண்கள் இயல்புநிலைக்குத் திரும்பித் தத்தம் வீட்டிற்குச் செல்கின்றனர்.

2. தை, மாசி ஆகிய இரு மாதங்களிலும் வெள்ளி, செவ்வாய் எனச் சில நாட்களில் மேற்குறிப்பிட்ட கன்னிப் பெண்களுக்கு அருள் வருகிறது. 'சாட்டை வீரன்' என்னும் தெய்வத்தின் ஆவி ஊடகமாக (Spirit Medium) மாறும் மாந்திரீகப் பூசாரி ஒருவர், அந்த ஆவிகளை எளிய சடங்கு உபாயத்தின் மூலமாகத் தற்காலிகமாக விலக்குகிறார்.

3. மாசி மாதம் பௌர்ணமி அன்று, தென்னங்கீற்றால் வேயப்பட்ட கன்னிக் கோயில் அலங்காரம் செய்யப்படுகிறது. புதிய சுடுமண் சிலைகள் நிறுவப்படுகின்றன. வழக்கம் போல் கன்னிப் பெண்களும் திருமணமான ஒரு சில பெண்களும் கோயில் முன்னர் கூடிக் கன்னிமார் பற்றிய கும்மிப்பாட்டுப் பாடி ஆடத் தொடங்குகின்றனர். சற்று நேரத்தில் நாகஸ்வர மேள முழக்கம், சாம்பிராணிப் புகை போன்றவற்றால் தூண்டப்பட்டுச் சாமியாட்டம் ஆடத் தொடங்குகின்றனர். சிறுவர்களும், பெரியோரும் பார்வையாளர்களாகப் புடை சூழ்ந்து நிற்கின்றனர்.

4. இன்னொரு புறம், நேர்த்திக் கடன்களை நிறைவேற்றுவதில் பக்தர்கள் ஈடுபட்டுள்ளனர். உள்ளூர் மற்றும் வெளியூரைச் சேர்ந்த பெண்கள் பொங்கல் பொங்கிக் கன்னித் தெய்வங்களுக்குப் படையல் இடுகின்றனர். வேறு சிலர் அங்கம் புரளுதல், புதிய கன்னிச் சிலையை ஊர்வலமாக எடுத்து வருவது, மல்லாந்துப் படுத்த நிலையில் வயிற்றில் மாவிலக்குப் போட்டுக் கொள்ளுதல் (மாவு பள்ளயம் போடுதல்) போன்ற நடத்தைகள் மூலம் தங்கள் வேண்டுதல்களை நிறைவேற்றுகின்றனர்.

5. இடைவிடாமல் தெய்வீக ஆவிகளின் ஆட்டம் தொடர்ந்து நடைபெற்றுக் கொண்டிருக்கிறது. மாந்திரீகப் பூசாரியைச் சூழ்ந்து நிற்போர் பாட்டிசைத்தும் நெருப்பில் சாம்பிராணிப் புகை மூட்டியும் அவரைத் தன்னிலை இழக்கச்

செய்து, சாட்டைவீரன் என்னும் சாமியின் தெய்வீக ஆவி யின் ஊடகமாக மாற்றிக் கொண்டிருக்கின்றனர்.

6. பின்னர், சாட்டை வீரனாக உருமாறிய அம்மாந்திரீகப் பூசாரி பக்தர்கள் தாங்கிப் பிடித்துக் கொண்டிருக்கும் நீண்ட கத்தியின் மேல் ஏறி நின்று, பக்தர்களுக்குக் குறி சொல்லு கிறார். ஆண்-பெண் என்று இருபாலரும் தங்களுக்கு ஏற்பட்டுள்ள நோய், குடும்பப் பிரச்சினைகள், மீன்பிடிப்புத் தொழிலில் காணப்படும் மந்த நிலை என்பன போன்ற தங்கள் பிரச்சினைகளுக்கான தீர்வு பற்றிக் குறிகேட்கின்றனர். சாமியாடி குறிசொல்லி முடித்ததும், சாட்டையோடு கன்னிகளை விலக்கும் சடங்குக்குத் தயாராகிறார். கன்னித் தெய்வங்களால் பற்றிக் கொள்ளப்பட்டுக் கும்மியடித்து ஆடிக் கொண்டிருக்கும் ஒவ்வொரு கன்னியரும் குறிப்பிட்ட இடத்தில் வந்து, மேற்கு முகமாகத் தலைக்குமேல் கை குவித்து நிற்க, சாமியாடி அக்கன்னியின் குவிந்த கைகளின் மணிக்கட்டில் சாட்டையால் மூன்று முறை அடித்து ஒவ்வொருவராக அப்புறப்படுத்துகிறார்.

7. இவ்வாறு, கன்னிகளை விலக்கும் சடங்கு முடிந்ததும், ஒரு புதிய மண் சட்டியில் தீ மூட்டப்படுகிறது. பின்னர், அதனை ஊர்வலமாகக் கடற்கரைக்கு எடுத்துச் செல்கின்றனர். கடற்கரையில், மூன்று மண்பிள்ளையார்களைச் சமைத்து, அவற்றின் முன்னால், தீச்சட்டியை வைத்துத் தீபாராதனை காட்டப்படுகிறது. பின்னர், தீச்சட்டியைக் கட்டுமரத்தில் ஏற்றிச் சென்று, குறிப்பிட்ட தொலைவில் கடல்நீரில் மிதக்கவிட்டு மீனவர்கள் கரையை நோக்கித் திரும்பு கின்றனர். அலைகள் ததும்பும் கடலில் எரிந்து கொண் டிருக்கும் தீச்சட்டி மிதப்பதைக் கரையிலிருந்து பார்க்க முடிகிறது. இவ்வாறு கடலில் தீச்சட்டியை மிதக்கவிட்டு, வருவதென்பது, 'கன்னிகளை வழி அனுப்பி வைக்கும் நிகழ்ச்சியாகக் கருதப்படுகிறது. கன்னிகளை வழிஅனுப்பி வைத்து விட்டாலும், ஆவிவயப்பட்ட நிலையிலிருந்து முற்றிலும் விடுபடாமல் கடற்கரையில் அசைந்தாடிக் கொண்டிருக்கும் கன்னிகள் மேல் சிலர் கடல் நீரை அள்ளித் தெளித்து அமைதிப்படுத்துகின்றனர்.

இவை யாவும் ஏழு கன்னிமார் வழிபாட்டில் இடம்பெறும் சடங்கியல் நிகழ்த்துதலின் சில முக்கியமான கூறுகளாகும். இவற்றை உற்று நோக்கும் மக்கள் வழக்காற்றியல் ஆய்வாளன்.

இவை ஒவ்வொன்றைப் பற்றியும் கேள்வி எழுப்புவது அவசிய மாகும். அவ்வாறு கேள்வி எழுப்பும்போது, மானிடவியல் அறிஞரான ஹெர்ஸ்கோவிட்ஸ் சொல்வது போல, அது அவனைப் புராணத்தின்பால் கொண்டுபோய் நிறுத்தும் என்பதும் உண்மையே (Herskovits. 1974: 229).

புராணம்: சில கருத்துருவங்கள்

ஒவ்வொரு பண்பாட்டிலும், எடுத்துரைக்கப்படும் வழக் காறுகளில் (Narratives) புராணத்திற்கென்று தனிச்சிறப்பிடம் உண்டு. உலகின் தோற்றம், மனிதன் மற்றும் உயிரினங்களின் படைப்பு, வாழ்க்கை, மரணம் கடவுளரின் செயற்பாடுகள் என்று பல்வேறு நிகழ்வினங்களைப் பற்றிப் பேசும் புராணம், அதனை வழங்கும் மக்களுக்குப் புனிதமானது. கடந்த காலத்திய உன்னத மான, ஆச்சரியமான, அபூர்வமான நிகழ்வுகளின் தொகுப்பாகத் திகழ்வது அது. சமயத்தின் அடிப்படைக் கூறாகக் கருதப்படும் அப்புராணம், அறிவியல் பூர்வமாக அணுகுவோர்க்கு என்றேனும் நிகழ்ந்த ஒன்றாகத் தோன்றாது. அது போலவே, புராணத்தை வழங்குவோரும்கூட, புராணச் சம்பவங்கள் மீண்டும் நிகழும் என்று எதிர்பார்க்க மாட்டார்கள். ஏனெனில் அப்புராணங்கள் அற்புத நிகழ்வுகளின் யுகத்தைச் சார்ந்தவை என்று கருதப்பட்டன.

ஆப்ரஹாம், ரேங்க் உள்ளிட்ட உளப்பகுப்பாய்வாளர்களோ தனி மனிதர்களுடைய கனவுகள், பகற்கனவுகள் போலவே, ஒரு சமூகத்தின் 'குழுக் கற்பனைகள்' (Group Fantasies), சுய விருப்ப நிறைவேற்றங்கள் ஆகியவையே புராணங்களின் அடிப்படைகள் என்று கருதினர்.

"புராணத்தை, அற்புத நிகழ்வுகளின் கதை என்று கருதி விடக்கூடாது" என்று கூறும் மாலினோவ்ஸ்கி, "அதனைத் திரிக்கப் பட்ட வரலாறு என்றோ, திரிக்கப்பட்ட அறிவியல் என்றோ, கருதுவதும் தவறாகும். மாறாகப் புராணத்தின் சாராம்சம் சுட்டிக் காட்டுவது என்னவெனில், சமூகத்தின் இலக்கே (Charter) ஆகும்" என்று கூறுகிறார். "முதன் முதலாக நடந்த ஒரு நிகழ்வின் செய்கை பற்றிய கதையே புராணம். அது, இதுகாறும் சடங்கின் மூலம் திரும்பத் திரும்பச் செய்யப்படுகிறது அல்லது சமூக உறவுகளில் தொடர்பு உடையது என்பதை அது வலியுறுத்துகிறது. புகழ்மிக்க கடந்த காலத்தின் ஆற்றல் வாய்ந்த ஏதேனும் ஒரு முன்னோடி நிகழ்ச்சியானது தற்காலத்தில் மீண்டும் மீண்டும் நிகழ்வதற்குப்

புராணம் காரணமாகிறது" என்று விளக்குகிறார் மாலினோவ்ஸ்கி (Lucy Mair 1972: 254-255).

ஓர் அரசப் பரம்பரையில், முதற்கண் தோன்றிய குறிப்பிட்ட முன்னோடியைப் பற்றிய கதைகள், அவன் தன்னோடு கொண்டு வரும் கலைகள், சடங்குகள் ஆகியவற்றை முன்னின்று நிகழ்த்தும் அதிகாரத்துவம் (Ritual Authority) உடையோரின் முதல் முன்னோடியோடு தொடர்புடைய அற்புதங்கள் அல்லது ஒருவகை மந்திரத்தைமுதன் முதலில் பிரயோகித்த மனிதன் தொடர்பான அற்புத நிகழ்வுகள் போன்றவையே புராணங் களாகும். ஒரு குறிப்பிட்ட பண்பாட்டுக் குழுவைச் சேர்ந்தவர்கள், தங்களுக்கு அரசியலிலோ சமயத்திலோ வாரிசுரிமை இருக்கிறது என்பதை வலியுறுத்திக் கூறுவதற்கும் புராணங்கள் அத்தாட்சி களாக இருக்கின்றன. மந்திரம் என்று எடுத்துக்கொண்டால், அம்மந்திரத்தைப் பிரயோகிக்கும் ஏக உரிமை தங்களுக்கு மட்டுமே உண்டு என்பதை உறுதிப்படுத்துவதற்கும் இவ்வகைப் புராணங்கள் துணை புரிகின்றன.

இவ்வாறு, புராணம் பற்றிய கருத்துருவங்கள், அவற்றின் இன்றியமையாத செயற்பாடுகள் ஆகியவை பற்றி விரிவாக விவாதிக்கப்பட்டுள்ளன.

புராணமும் சடங்கும்

புராணத்தில் விவரிக்கப்படும் நிகழ்ச்சிகள், சடங்கின் வாயிலாக நிகழ்த்திக் காட்டப்படும்போது (Re- enactment), சடங்கோடு புராணம் இணைக்கப்படுகிறது. உதாரணமாக, ஒரு குலமரபுக் குழுவுக்கு ஏதேனும் ஒரு உயிர்ப் பொருள் அல்லது பருப்பொருள் எவ்வாறு குலக்குறியாக ஆனது என்பதைப்பற்றி விளக்கிக் கூறும் கதைகள் அனைத்தும், அக்குறிப்பிட்ட மூலக் குலக்குறிப் பொருளோடு தொடர்புடைய சடங்கியற் செயற்பாடு களுக்குரிய ஆதாரங்களாக அமைந்துவிடுவதனை இங்குக் குறிப்பிடலாம்.

புராணத்திற்கும் சடங்கிற்கும் இடைப்பட்ட உறவு எத்த கையது? புராணங்களை நிகழ்த்திக் காட்டும் செயல்களாக (Encatments) சடங்குகள் தோன்றி வளர்ச்சி பெற்றனவா? அல்லது சடங்குகளை நியாயப்படுத்துவதற்காகப் புராணங்கள் தோற்று விக்கப்பட்டனவா? இப்படி இருவேறுபட்ட கொள்கைகள் புராணம் - சடங்கு ஆகிய இரண்டிற்கும் இடைப்பட்ட

தொடர்புப் பற்றிப் பல்வேறு அறிஞர்களால் முன்வைக்கப் பட்டன. லார்ட் ராக்லன் (Lord Raglan, 1936) ஸ்டான்லி எட்கர் ஹைமேன் (Stanley Edger Hayman, 1995) உள்ளிட்ட பல அறிஞர்கள், "சடங்குகளை நியாயப்படுத்துவதற்குப் படைக்கப் பட்டவைதாம் புராணங்கள்" என்னும் கொள்கையைத்தீவிரமாக முன் வைத்தனர். வில்லியம் பாஸ்கம் (Bascon, 1957) முதலிய பல அறிஞர்கள் இந்தக் கொள்கையை மறுத்துப் 'புராணங்களே சடங்குகளுக்கு ஆதாரமாகும்" என்னும் வாதத்தை முன்வைத் தனர்.

புராணம், சடங்கு ஆகிய இரண்டையும் மையமாகக் கொண்டு, பல்வேறு அறிஞர்கள் வெளிப்படுத்திய கோட்பாட்டு ரீதியிலான பிரச்சினைகளைத் தொகுத்து, புராணமும் சடங்கும்: ஒருபொதுக் கோட்பாடு என்னும் கட்டுரையில் விவாதிக்கும் க்ளைட் க்ளுக்கோன் (Clyde Kluckhohn), "சடங்கிற்கு அடிப்படை யாகப் புராணம் அமைந்துள்ளது என்றோ, புராணத்திற்கு ஆதாரமாகச் சடங்கே விளங்குகிறது என்றோ சொல்லத் தேவை இல்லை. ஆனால், சில உதாரணங்களைக் கொண்டு பார்க்கும் போது சடங்குகளை நியாயப்படுத்துவதற்காகப் புராணங்கள் புனையப்பட்டிருக்கின்றன என்பதும் தெளிவாகிறது. பொதுவாக இவை இரண்டுக்கும் உரிய ஒரு பண்பு என்பது. இவை இரண்டும் சிக்கலான உட்பிணைப்பைக் கொண்டிருப்பது என்பதுதான். அத்துடன், குறிப்பிட்ட மக்களுடைய சமூக உளவியல் வாழ்க்கை யோடு இன்றியமையாத செயல்பாட்டுத் தொடர்புகளையும் கொண்டிருக்கின்றன". என்று தனது. கோட்பாட்டை முன் வைத்தார் (William A Lessa and Z. Vogt. 1979) இந்தப் பொதுவான கோட்பாட்டு முடிவுகளை நவாஹோ, இந்தியர்களின் (Navaho Inidan) வாழ்க்கையில் காணப்படும் புராணத்தையும் சடங்கு களையும் ஆதாரங்களாகக் கொண்டு புராணத் திற்கும் சடங் கிற்கும் இடையே நிலவும் உள்ளுறவுகளையும், அந்தச் சமூகத்தில் அவை இரண்டும் அளிக்கக்கூடிய செயற்பாடுகளையும் அடிப் படையாகக் கொண்டு விளக்குகிறார் க்ளைட் க்ளுக்கோன்.

அவருடைய இக்கோட்பாட்டுப் பின்னணி மற்றும் இதர அறிஞர்களின் விளக்கங்கள் ஆகியவற்றினூடாக, மீனவரின் ஏழு கன்னிமார் வழிபாட்டில் காணப்படும் ஆவிவயமாதல் மற்றும் ஏனைய சடங்கியல் நிகழ்த்துதல்களைக் குறித்து விளக்கம் காண முற்படலாம்.

பொதுவாக, அமெரிக்க இனக்குழுக்களின் சடங்குகளையும், புராணங்களையும் ஆராய்ந்த பலர், பத்தொன்பதாம் நூற்றாண்டைச் சேர்ந்த அறிஞர்களின் கோட்பாட்டு முடிவான "புராணத்தின் மீட்டு நிகழ்த்துதல் வடிவமே சடங்கு" என்பதை மறுக்கும் வகையில் சில கருத்துகளை முன்வைத்தனர். அவர்களுள் ஃப்ரான்ஸ் போவாஸ் (Franz Boaz) குறிப்பிடத்தக்கவர். "பரவலான இடங்களில் நிகழ்த்தப்படும் சடங்குகளின் ஒற்றுமைக் கூறும் புராணவியல் விளக்கங்களில் காணப்படும் வேறுபாடும், சடங்குதான் புராணத்தின் தோற்றுவாய்க்கு உரிய தூண்டற் காரணி ஆகும் என்பதை மிகத் தெளிவாகக் காட்டுகின்றன. எனவே, சடங்கு என்பது ஏற்கனவே நிலை பெற்றிருப்பது. இந்தச் சடங்கிற்குக் காரணம் கற்பிக்கும் விழைவிலிருந்து கதை தோன்றியது" என்று கூறுகிறார் போவாஸ் (Clyde Kluckhohn, 1979: 68).

புராணத்தின் அடித்தளமாக விளங்குவது சடங்குதான் என்பதை வலியுறுத்தும் போவாசின் கோட்பாடு, ஆதாரபூர்வமான தரவுகளை அடிப்படையாகக் கொண்டது என்று கூறும் க்ளுக்கோன், "சடங்குகளுக்கு அடிப்படையாகத் திகழ்வது புராணங்கள் என்றால், இந்தப் புராணங்கள் எங்கிருந்து தோன்றுகின்றன?" என்ற கேள்வி கேட்கும் ஹோகார்ட்டுக்கு (Hocart) விடையளிக்கிறார்.

கனவு காணுதலின் மூலம் புராணத்தை உருவாக்கும் சடங்கியல் உபாயங்கள், பல பண்பாடுகளில் கடைப்பிடிக்கப்படும் உண்மையை க்ளுக்கோன் தருகிறார். ஆஸ்திரேலிய இனக்குழுவிடம் அல்லது செவ்விந்திய இனக்குழுவிடம். ஒரு தனிமனிதன் தனக்கான மூலக் குலக்குறியைத் தேர்ந்தெடுத்துக் கொள்ள, அவனைக் கனவு காணச் செய்து, அக்கனவில் வரும் பொருளையோ, உயிரினத்தையோ அவனுடைய குலக்குறி என்று வரையறுக்கும் வழக்கம் உள்ளது. இது கனவு காணுதல் என்னும் சடங்கின் மூலம் புராணத்தைப் படைக்கும் முறையாகும். இவ்வாறே, மாந்திரீகர்கள், மாந்திரீகப் பூசாரிகள் அல்லது குறி சொல்லுவோரும் தம்மை இழந்து ஆவியின் ஊடகமாகி, இயற்கை கடந்த சக்திகளின் கட்டளைகளையோ நடவடிக்கைகளையோ வெளிப்படுத்துவது என்னும் உபாயத்தின் வழியும் புராணம் படைக்கப்படுகிறது. இதனைப் பல பண்பாடுகளின் உண்மை நிகழ்ச்சிகள் நமக்குச் சொல்லுகின்றன. இதன் மூலம்

சடங்குகளை நிகழ்த்தும் முன்னுரிமையும் கூட, அம்மாந்திரீகர்களுக்கும் பூசாரிகளுக்கும் கிடைக்கின்றன.

தங்களுக்கு முந்தைய வரலாற்று மாந்தர்களை நினைவு கூர்ந்து சில வரலாற்று மாந்தர்கள் புதிய சடங்குகளை உருவாக்கிய நடைமுறைகளையும் பார்க்கிறோம். அமெரிக்க இந்தியர்களின் ஆவி நடன வழிபாடு (Ghost Dance Cult) மேலும் பல வட்டார வழிபாடுகள் போன்றவை, சடங்குகள் தொடங்குவதற்கு முன்னதாகவே தனிமனிதர்கள் எடுத்துரைக்கும் கனவுகள், தற்புனைவுகள் (Fantasies) ஆகியவற்றின் மூலமாக உருவாக்கப்பட்டவையாகும்.

இவ்வாறு பல்வேறு உதாரணங்கள் மூலமாகச் சடங்கு, புராணத்தின் ஆதாரமாக அமைவதைக் கொண்டு, கோட்பாடுகள் உருவாக்கப்பட்டன.

இந்தப் பின்னணியில், ஏழு கன்னிமார் வழிபாட்டில் இடம் பெறும் சடங்கியல் நிகழ்த்துதலை நாம் இனங்கான முயல வேண்டும். கனவு காணுதல் என்னும் சடங்கின் மூலமாகப் புராணங்களை உருவாக்கும் நடைமுறைகள், விதிவிலக்காக ஒன்றிரண்டு நிகழ்ச்சிகளைத் தவிர மீனவர்கள் சமூகத்தில் உற்று நோக்கப்படாதவையாகும். வேறு ஆய்வாளர்கள் இம்மக்களைக் குறித்துச் சேகரித்த இனவரைவியல் தகவல்களில் புராண உருவாக்கம் பற்றிய செய்திகள் காணப்படவில்லை. ஆனால், இயல்பாக ஒருவர் தம் கனவில் கண்ட நிகழ்ச்சியும், அதனடியாக யதார்த்தத்தில் அவர் கண்ட அனுபவமும் "தைப்பூசம் அன்று மீன் பிடிக்கச் செல்லக் கூடாது" என்னும் 'விலக்கல்' தொடர்பான நம்பிக்கையை மேலும் வலுவூட்டும் வகையில் எப்படி அமைந்தன என்பது பற்றிய தகவல் நமக்குக் கிடைக்கிறது[2].

மேலும் அம்மை நோய் காரணமாக இறந்துபோன ஒரு இளம் பெண், அவளுடைய தாயின் கனவில் தோன்றியது. மற்றும், அப்பெண் இறந்த இடத்திலிருந்த ஒரு பொந்திலிருந்து பாம்பு ஒன்று தோன்றியது என்பன மூலம் அந்தத் தாய் குறிசொல்லும் ஆற்றல் பெற்றமை பற்றிய தகவல் கிடைக்கிறது. வரலாற்று நிர்ப்பந்தங்கள், அமெரிக்க இந்தியர்களிடம் கனவுகள் மூலம் புராணம் உருவாக்கப்படுவதற்கு உதவியது போல் இம்மீனவர்களிடம் புராணங்களைப் படைத்தது பற்றிய தகவல் இல்லை.

இந்தச் சூழ்நிலையில் "புராணத்தின் மூல வேராகத் திகழ்வது சடங்கே ஆகும்" என்னும் கோட்பாட்டைக் கொண்டு மீனவரின் சடங்கியல் நிகழ்த்துதலை விளங்கிக் கொள்ள முடியுமா என்பது கேள்வி. ஏனெனில், 'ஐதீகமாக இருந்து வருவது' என்று ஒரு சமூகம் கூறுகிற எழுதப்படாத, வாய்மொழி மரபில் பயிலும் ஒரு பனுவலின் அடிப்படையில்தான் ஏழு கன்னிமார் வழிபாடு நடத்தப்படுகிறது. மக்களிடம் வழங்கும் புராணத்தின் அடிப் படையில் குட்டியாண்டவர்களோடு இணைந்து ஏழு கன்னி களும் தை மாதம் இரண்டாம் நாள் இரவுதான் தம்முடைய கடற்பயணம் முடிந்து, கடலை விட்டுக் கரை ஏறுகின்றன என்று கூறப்படுகிறது. இதன் அடிப்படையிலேயே புதுக்குப்பம் கிராமத்தின் குறிப்பிட்ட கடற்கரைப் பகுதியில் இரவில் ஆள்நடமாட்டம் விலக்கப்படுகிறது. ஏனெனில், இயல்பில், ஏழு கன்னிகளின் ஆவிகள் கெட்ட தன்மை உடையவை என்பது ஐதிகமாகும். பொதுவாகவே நாட்டார் தெய்வங்கள் என்பன கெட்டதன்மை உடையவை (துஷ்ட தெய்வங்கள்) என்று மக்களால் நம்பப்படுபவை; அத்துடன், சில அகால வேளைகளில், குறிப்பிட்ட இடங்களில் அவை உலவும்போது எதிர்ப்படும் மனிதர்களைத் தாக்கித் துன்புறுத்தும் என்பதும் நம்பிக்கை. எனவே, அத்தகைய தாக்கித் துன்புறுத்தும் தெய்வ ஆவிகளை எதிர்கொள்வது தவிர்க்கப்பட வேண்டும் என்று வலியுறுத்தப் படுகிறது.

ஏழு கன்னிகள் கடலிலிருந்து கரைஏறிய தை மாதம் மூன்றாம் நாள் முதல் மாசி மாதம் பௌர்ணமி நாள் வரையில், நிலப்பகுதியிலேயே உலவுகின்றன என்பது கதை கூறும் செய்தி இது. தை மாதம் மூன்றாம் நாளான கன்னிப்பொங்கல் அன்று காலையிலேயே கன்னிப் பெண்கள், ஆவிகளின் வயமாகி அதாவது, புராணப் பாத்திரங்களாகி ஆடத் தொடங்கிவிடுதல் என்னும் யதார்த்தம் மூலம் உறுதிப்படுத்தப்படுகிறது. புதுக்குப்பம் என்ற அந்தக் கிராமம், மனித ஊடகங்களில் குடியேறிய ஏழு கன்னிகள் மூலம், ஒரு கற்பனை வெளியாக அல்லது புராண வெளியாக (Mythical Space) மாற்றப்பட்டு விடுகிறது. நிகழ்காலம், கடந்த காலமாக ஆகிவிடுகிறது. இங்குத் தளமும் காலமும் படிநிலை மாற்றத்தைப் பெறுகின்றன என்பதைப் புரிந்து கொள்கிறோம்.

குட்டியாண்டவர் உட்பட பன்னிரண்டு தெய்வக் கணத்தில் ஒன்றான சாட்டை வீரன் என்னும் தெய்வத்தின் ஆவி ஊடக

மாகச் செயற்படும் மாந்திரீகப் பூசாரியும் (சாமியாடி) ஏழு கன்னிகளோடு தொடர்பு கொள்ளும் மந்திர ஆற்றல் மிக்க பெண் மாந்திரீகரும் ஏழு கன்னிகளையும் நல்ல தன்மையுடையவையாக மாற்றுகின்றனர். சுமார் 40 நாட்கள் வரையில் இவ்வாறு ஆவிவயமாதலும், ஆவியை விலக்கலுமாகிய சடங்கியல் நிகழ்த்துதல் அவ்வப்போது வெள்ளி, செவ்வாய் என்று தொடர்ந்து நடைபெறுகிது. கன்னிப் பெண்கள், சாமியாடி, பெண் மாந்திரீகர் ஆகிய மானுடர்கள் முறையே ஏழு கன்னி களாக, சாட்டை வீரனாக, மாந்திரீகராகத் தத்தம் அந்தஸ்தில் ஏற்படும் படிநிலை மாற்றத்தின் மூலம் யதார்த்த உலகிலிருந்து புராண உலகிற்கும் பின்னர் புராண உலகிலிருந்து நிகழுல கிற்குமாக மாறிக் கொண்டிருப்பதென்பதும் தொடர்ந்து நிகழ்ந்து கொண்டிருக்கிறது.

மாசி மாதத்தில் மகம் நட்சத்திரத்தில், அதாவது பௌர்ணமி அன்றுதான் ஏழு கன்னிகளும், குட்டியாண்டவர்களுக்கு விடை சொல்லிவிட்டுத் தங்கள் இருப்பிடமான ஒரு தீவுக்குப் பயண மாகின்றனர். இது புராணம் கூறும் செய்தி. ஏழு கன்னிமார் கோயிலில் நடக்கும் சடங்குகள் - அதாவது ஆவி வயப்படுதல், வேண்டுதல் நிறைவேற்றங்கள், மனிதர்க்கு அப்பாற்பட்ட செயல்பாடான தீயை விழுங்குதல் போன்றவற்றைச் செய்து காட்டுதல், ஆவிகளை விலக்குதல், பின்னர் அவற்றைத் தீயின் வடிவமாக்கிக் கடலில் விட்டு விடுதல் போன்ற குறியீட்டுப் பாங்கிலான செயல்கள் நிகழ்த்திக் காட்டப்படுகின்றன.

ஒட்டுமொத்தமான இந்த நிகழ்வுகளைத் தொகுத்துப் பார்க்கும்போது இவற்றுக்குப் பின்னணியாகப் புராணம் ஒரு எழுதப்படாத சடங்கியல் நாடகப் பனுவலாக எவ்வாறு செயல்படுகிறது[4] என்பதைப் புரிந்து கொள்ளலாம். புராணம் குறித்து மிர்ஸியா எலியாட் கூறுவதை, நாம் இங்கு நினைவு கூரலாம். அது மிகவும் பொருத்தமானதாக அமையும். ‘புராணம் என்பது 1. இயற்கை இறந்த ஆற்றல்களின் செயற்பாடுகள் பற்றிய வரலாற்றைக் கொண்டது. 2. இவ்வரலாறு முற்றிலும் உண்மை என்றும், புனிதமானது என்றும் கருதப்படும், 3. புனிதமானதும் மேன்மை மிக்கதுமான சத்தியால் (Exalting Power) பற்றிக் கொள்ளப்படும் ஒருவர், அவ்வரலாற்றை மீண்டும் நினைவு கூர்தல் அல்லது மீண்டும் மீண்டும் நிகழ்த்திக் காட்டுதல் என்பதன் வாயிலாக அப்புராணத்திற்கு உயிரூட்டுகிறார்” (Mircea Eliade. 1963: 18-19).

மேற்கண்ட கூற்றின் சாராம்சங்களோடு ஏழு கன்னிமார் வழிபாட்டிற்குப் பின்புலமாக உள்ள நம்பிக்கைகள் மற்றும் கதையையும் சடங்கியல் நிகழ்த்துதலையும் இணைத்து நோக்கலாம். வாய் மொழியாக வழங்கும் கன்னிமார் புராணம், உண்மையில் குட்டியாண்டவர் பற்றிய வாய்மொழிப் புராணத்தில் ஒரு கிளைக்கதை போல் அமைவது. பத்திரக்காளி அம்மன், காத்தவராயன் கதை முதலிய கதைப் பாடல்களில் ஏழுகன்னிமார் வரலாறு சித்திரிக்கப்பட்டாலும், கடலூர், நாகப்பட்டினம் ஆகிய கடற்கரை மாவட்டங்களுக்கு உட்பட்ட குறிப்பிட்ட ஊர்களில் வழங்கும் குட்டியாண்டவர் பற்றிய வாய்மொழிப்புராணத்தில் இடம்பெறும் ஏழுகன்னிமார் பற்றிய வரலாறு என்பது முற்றிலும் வேறுபட்டது. மேலும், குட்டியாண்டவரை முதன்மைத் தெய்வமாக உட்கொண்ட தெய்வக்கணத்திற்குள் அடங்கும் ஏழு கன்னிமார். குட்டியாண்டவர் கோயில்களில் பரிவாரத் தெய்வங்களாகவும் கோயில் கொண்டுள்ளன. தனியாகவும் கோயில் கொண்டுள்ளன. குட்டியாண்டவர் புராணம், பன்னிரு சகோதரத் தெய்வங்கள் பற்றி விவரிக்கும் கதைப் போக்கில், இடையே குறுக்கிடும் ஏழுகன்னிமாரின் செயல்பாடுகளையும் இயல்புகளையும் பற்றி விவரிக்கிறனது.[3] குட்டியாண்டவர் ஏழுகன்னிமார் ஆகிய இருவேறு தெய்வங்களுமே மீனவர்களின் கடல் மற்றம் நிலம் சார்ந்த சமூக, பண்பாட்டு வாழ்க்கையில் முக்கிய இடத்தைப் பெறுகின்றன என்பதை நாம் நினைவிற் கொள்கிறோம்.

ஏழுகன்னிமார் தெய்வங்களை மட்டும் இங்கு மையப்படுத்தி நோக்கும்போது, அவற்றைப் பற்றிய புராணம் என்பது உண்மையானது, புனிதமானது என்று அணுகும் கண்ணோட்டம் மீனவர்களிடம் வெளிப்படையாகத் தோன்றுகிறதா என்னும் கேள்வியை எழுப்புகிறோம்.

மீனவர்களுடைய வாழ்க்கையில் ஏற்படும் நன்மை தீமைகளில் ஏழுகன்னிமார்களின் தாக்கம் உண்டு என்று கருதும் அவர்களுடைய நம்பிக்கைகளே மேற்கண்ட வினாவுக்கான விடையை உய்த்துணர்ந்து கொள்ளச் செய்கின்றன. மீன்பாட்டிற்கும், கடலில் அவர்களுடைய உயிர்ப் பாதுகாப்பிற்கும் உறுதுணை புரியும் தெய்வங்களுள் ஏழு கன்னிமாரும் அடங்குகின்றன. அத்துடன், குழந்தைகள், கர்ப்பிணிப் பெண்கள் உட்பட மக்களைத் தாக்கும் நோய்களுக்கு மூலகாரணமாகத் திகழ்வன

ஏழுகன்னிமார்களே என்பது நம்பிக்கை. அவ்வாறே, அந்நோய்களைக் குணப்படுத்த மாந்திரிகப் பூசாரிகளால் (பெண்சாமியாடி) மேற்கொள்ளப்படும் சடங்கின் வாயிலாக நோய்நீக்கத்திற்கு உதவுபவையும் அக்கன்னிமார்களே.

ஏழு கன்னிமார் வழிபாட்டினை ஒட்டுமொத்தமாகக் கவனிக்கும்போது, சிலவகைச் சடங்கியல் நிகழ்த்துதல்கள் மூலம் புராணம் மீண்டும்மீண்டும் உயிரூட்டப்படுகிறது என்பதைப் புரிந்து கொள்ளலாம். அவ்வப்போது நோயைக் குணப்படுத்துவதற்காக நடத்தப்படும் சிகிச்சைச் சடங்கு, குறிசொல்லுதல் ஆகிய சடங்குகளை நடத்துகின்ற பெண் சாமியாடிகளாலும், கன்னிப் பெண்கள் ஏழுகன்னிமாரின் தெய்வீக ஆவிகளால் பற்றிக் கொள்ளப்படும் நிலையில், கன்னிப் பொங்கல், மாசிமகத் திருவிழா ஆகிய சந்தர்ப்பங்களில் ஆடும் சாமியாட்ட நிகழ்வு, சாட்டை வீரன் என்னும் தெய்வ வேடந்தாங்கும் சாமியாடி நிகழ்த்தும் கன்னிவிலக்கு அல்லது கன்னிமார் கடலேறுதல் போன்ற சடங்கியல் நிகழ்வுகள், சடங்கியல் நாடகம் ஆகியவற்றின் வாயிலாகப் புராணம் மீண்டும் மீண்டும் உயிரூட்டப்படுகிறது.

குறிப்புகள்

1. காவிரிப்பூம்பட்டினம் - கீழையூர் ஆதிதிராவிடர் குடியிருப்பிலிருந்த பாரம்பரியமான கன்னிக்கோயில் *1970*-களில் கன்னிகா பரமேசுவரி கோயிலாகக் குடமுழுக்குடன் அமைப்புக் கோயிலாக மாற்றப்பட்டது. இக்கோயில் பற்றிய பழமரபுச் செய்திகளும் குறிப்பிடத்தக்கன.

2. தைப்பூசத் திருநாளில் மீன்பிடிக்கச் செல்லக்கூடாது என்னும் தடையை மீறிய, ஒருவருடைய காலின் கட்டைவிரல் வெட்டப்பட்டதாகக் கனவு கண்டார். விழித்துப் பார்த்த போது உண்மையிலேயே அவருடைய கால்விரல் வெட்டப்பட்டிருந்தது.

3. குட்டியாண்டவரும் ஏழு கன்னிமாரும் (புராணம்)

முன்னொரு காலத்தில் பன்னிரண்டு சகோதரர்கள் வாழ்ந்து வந்தனர். அவர்களுக்குக் 'குட்டியாண்டவர்கள்' என்று பெயர். ஒவ்வொருவருக்கும் தனித்தனிப் பெயர் உண்டு. அவர்கள், பெரிய குட்டியாண்டவர், படைவாலி, குஞ்சாலு, முத்தாலு ராவுத்தன், சாட்டைக்காரன், செம்பிருப்பன், பப்பரன், தெற்கே போன

சுக்கிரன் மற்றும் நால்வர். இவர்கள் பன்னிருவரும் பிச்சாவரம் அருகே கடற்கரை ஊர் ஒன்றில் வாழ்ந்து வந்தனர்.

இந்தப் பன்னிரண்டு பேரின் அத்தை சிதம்பரம் அருகே உள்ள பிச்சாவரம் காட்டில் வசித்து வந்தார். அத்தைக்குப் பதினோரு மகன்கள் இருந்தனர். அவர்கள்: வாள்முனி, சடை முனி, செம்முனி, தொம்பமுனி, உருக்குமுனி, கோட்டமுனி, மற்றும் ஐவர். இவர்கள் பதினோரு பேரும் கொள்ளிடம் ஆற்றுக்கு வடக்கே - அதாவது, பிச்சாவரத்தில் வசித்து வந்தனர். மைத்துனர் முறையுடைய குட்டியாண்டவர்களுக்கும் முனிகளுக்கும் இடையே மேலோட்டமாகச் சுமுகமான உறவு காணப்பட்டாலும், குட்டியாண்டவர்கள் தங்களைவிட எண்ணிக்கையில் அதிகமாக இருப்பது பற்றி முனி சகோதரர்களுக்குப் பொறாமை இருந்து வந்தது.

ஒரு நாள், குட்டியாண்டவர்கள் பன்னிரண்டு பேரும் கடற்கரையில் பந்து விளையாடிக் கொண்டிருந்தனர். ஆட்டத்தின் போது அடிக்கப்பட்ட பந்து, திடீரென்று கடலில் போய் விழுந்து விட்டது. விழுந்த பந்து அலைகளால் எங்கோ அடித்துச் செல்லப்பட்டுவிட்டது. பந்தைக் காணோம். இந்நிலையில் சகோதரர்கள் அனைவரும், பந்தைத் தேடிக் கண்டுபிடிப்பது பற்றிக் கலந்தாலோசித்தனர். அவர்களுள் இருவரைத் தேர்ந்தெடுத்து வடக்கும் தெற்குமாகத் திசைக்கு ஒருவரை அனுப்பித் தேடுவது என்று முடிவெடுத்தனர். அதன்படி இரண்டாவது சகோதரனாகிய ‘படைவாலி’ எனப்படும் சின்னக் குட்டியாண்டவர் வடதிசை நோக்கிக் கடலோரமாகப் பந்தைத் தேடிச் சென்றார். கடைசிச் சகோதரனான சுக்கிரன் தென்திசை நோக்கிக் கடலோரமாகப் பந்தைத் தேடிப் பயணமானார்.

படைவாலி, வடதிசையில் கடலோரமாகச் செல்லும்போது, ஆறுகள் பல குறுக்கிட்டன. அவற்றைக் கடப்பதற்காகத் தமது காலைப் பெயர்த்து வைக்கும்போது கால்வைத்த இடங்களில் எல்லாம் பெரும்பெரும் மண்மேடுகள் தோன்றி வளர்ந்தன. ஆந்திராவில் விசாகப்பட்டினம் அருகில், கடலின் ஓரிடத்தில் காலை எடுத்து வைத்தார். வைத்த இடத்தில் நீர் வற்றியது; அத்துடன் அங்கே ஒரு பெரும் மண்மேடும் உருவாயிற்று. அதைப்போல், மற்றொரு இடத்தில் மறுகாலைப் பெயர்த்து வைத்தார். அங்கும் நீர்வற்றிப் பெரும் மண்மேடு எழுந்தது. இன்றும் கூட அந்த மண்மேடுகள் உள்ளன. அவ்விரு மேடுகளும் முறையே ‘சாமியார் முனை’, ‘மஞ்சாமுனை’ என்றழைக்கப் படுகின்றன.

இவ்வாறு படைவாலி இயன்ற தொலைவுக்குச் சென்று பந்தைத் தேடிப் பார்த்தார்; எங்கும் கிடைக்கவில்லை. ஏமாற்றத்துடன் திரும்பிக் கடலோரமாகவே வந்து கொண்டிருந்தார். வரும் வழியில் கிள்ளை அருகே பிச்சாவரத்தில் அவருடைய அத்தை வீடு இருந்தது நினைவுக்கு வந்தது. எனவே அங்குச் சென்றார். அத்தையும் அத்தையின் மகன்கள் பதினொரு முனிகளும் படைவாலியை வரவேற்று விருந்து வைத்தனர். அத்தை மகன்களோடு உணவருந்திவிட்டு, அங்குச் சற்று நேரம் இளைப்பாறினார். பின்னர், பதினோரு முனிகளும், படைவாலியைப் 'பிச்சாவரம் காட்டின் அழகைப் போய்ப் பார்த்து வரலாம் வா' என்றழைத்தனர். அதற்கு இசைந்த படைவாலி, முனிகளோடு சேர்ந்து பிச்சாவரம் காட்டைப் பார்க்கச் சென்றார்.

ஏற்கனவே, எண்ணிக்கையிலும் பலத்திலும் தங்களை விடக் கூடுதலாக இருந்த குட்டியாண்டவர் சகோதரர்களிடம் முனி சகோதரர்கள் பொறாமை கொண்டிருந்தனர். எனவே, வஞ்சகமாக படைவாலியைக் காட்டுக்கு அழைத்துச் சென்ற முனிகள் அனைவரும் ஒன்று சேர்ந்து, படைவாலியைக் கொன்று பிச்சாவரம் காட்டிலேயே புதைத்து விட்டனர். இவ்வாறு படைவாலி என்ற சின்னக் குட்டியாண்டவர் புதைக்கப்பட்ட இடம் தான் இன்று பிச்சாவரத்தில் குட்டியாண்டவர் கோயிலாக விளங்குகின்றது.

இந்நிலையில் தென்திசைக்குப் பந்தினைத் தேடிச் சென்றிருந்த சுக்கிரன், அதைக் காணாமல் வெறுங்கையோடு வீட்டுக்குத் திரும்பி வந்து சேர்ந்தான். ஆனால், படைவாலியைக் காணாமல் குட்டியாண்டவர் சகோதரர்கள் பதினோரு பேரும் கலக்கமடைந்தனர். அனைவரும் ஒன்று சேர்ந்து வடதிசை நோக்கிப் படைவாலியைத் தேடிச் சென்றனர். அத்தை வீட்டிற்குச் சென்று 'இங்கே படைவாலி வந்தானா' என்று கேட்டனர். அத்தை வீட்டிலிருந்த முனிகள் படைவாலியைத் தாங்கள் பார்க்கவே இல்லை என்று மறுத்து விடுகின்றனர். அப்படி என்றால் படைவாலி பந்தைத் தேடிக் கொண்டு எங்குச் சென்றிருக்க முடியும்? என்று யோசித்த குட்டியாண்டவர்கள் 'அவன் கடலில் நெடுந்தொலைவு சென்றிருக்கலாம்' என்று முடிவு செய்துகொண்டு அவரைத் தேடிக் கண்டுபிடிக்கும் முயற்சியில் இறங்கினர். குட்டியாண்டவர்கள் பதினொரு பேரும் 'ஒன்றரைப் பாய் கட்டி மரக்கலம்' ஒன்றைத் தயார் செய்தனர். பின்னர் அதன் மூலம் வங்கக் கடலில் பயணம் செய்தனர். நீண்ட

பயணத்தின் முடிவில் மலேசியாவின் கடற் கரையை அடைந்தனர். அந்தக் கடற்கரையில் ஏழு கன்னிமார்' எனப்படும் சகோதரிகளான ஏழு கன்னிகள் வாழ்ந்து வந்தனர். தங்கள் பகுதிக்கு வந்த குட்டியாண்டவர் சகோதரர்களைக் கண்டதும் சகோதர பாசத்துடன் 'வாருங்கள் அண்ணன்மாரே' என்று வரவேற்று அவர்களை அன்புடன் உபசரித்துத் தங்கள் இல்லத்தில் இருக்கச் செய்தனர். ஏறக்குறைய ஒரு மாதக்காலம் சகோதரர் பதினோரு பேரும் மலேசியாவில் தங்கியிருந்து தொலைந்துபோன சகோதரன் படைவாலியைத் தேடினர். ஆனால், அவன் எங்கும் கிடைக்கவில்லை. பின்னர், தங்கள் நாட்டிற்குத் திரும்ப வேண்டும் என்று முடிவு செய்து அதற்காக ஆயத்தம் செய்தனர்.

அப்போது, கன்னியர் ஏழுபேரும் குட்டியாண்டவர்களிடம் 'அண்ணன்மாரே. நாங்கள் உங்கள் சீமையைப் பார்க்க விரும்பு கிறோம்' என்று தெரிவித்தனர். அவர்களுடைய விருப்பத்திற் கிணங்க ஏழு கன்னியரைச் சகோதரர்கள்பதினோரு பேரும் தங்கள் மரக்கலத்தில் ஏற்றிக் கொண்டு பயணத்தைத் தொடங் கினர். சில நாட்கள் தொடர்ந்த கடற்பயணத்திற்குப் பின்னர், தை மாதம் மூன்றாம் நாள் அதாவது கரிநாள் அல்லது கன்னிப் பொங்கல் அன்று தமிழகக் கடற்கரையை அடைந்தனர்.

ஏழு கன்னிமாரும் தை மாதம் மூன்றாம் நாள் கரை ஏறியதன் அடையாளத்தை இன்றும் காண முடிகிறது. அதாவது, புதுக் குப்பம் போன்ற மீனவர் கிராமங்களில் உள்ள திருமணம் ஆகாத கன்னிப் பெண்களில் ஏழு பேருக்குக் கன்னிப்பொங்கல் அன்று அதிகாலையில் 'கன்னி' வந்து ஆடுவதைக் காண்லாம். (ஆவேசம்) மீனவக் கன்னிப் பெண்களில் குறைந்தது ஏழு பேரிடம் கன்னி வந்தாடுதல் என்னும் சடங்கியல் நிகழ்வு, 'கடந்த காலத்தில் கரிநாளன்று ஏழு கன்னிமார் தமிழகத்தில் கரை ஏறினர்' என்னும் புராணச் செய்தியின் அடையாளமாகும்.

குட்டியாண்டவரோடு தமிழகம் வந்த ஏழு கன்னிமார் ஒரு மாதம் தங்கியிருந்து பல இடங்களைச் சுற்றிப் பார்த்தனர். பின்னர் தங்களுடைய சீமைக்குப் புறப்பட்டனர். அவர்களைக் குட்டி யாண்டவர்கள் தங்களுடைய ஒன்றரைப் பாய்கட்டி மரக் கலத்தில் (கத்திக் கப்பல்) ஏற்றிச் சென்று மலேசியாவில் விட்டு விட்டுத் திரும்பினர்.

குட்டியாண்டவர்கள், ஏழு கன்னிமாரை ஒன்றரைப் பாய் கட்டி மரக்கலத்தில் ஏற்றிக் கொண்டு புறப்பட்ட நாள்தான் 'மாசி

மகம்' ஆகும். இவ்வாறு ஏழு கன்னிகள். குட்டியாண்டவர் களோடு தமிழ் நாட்டுக்கு வந்து தங்கியதும், பின்னர் அவர்கள் மாசிமகம் பௌர்ணமி நாளில் அவர்களுடைய சொந்த ஊரான மலேசியாவுக்குக் கப்பல் பயணமாக அனுப்பப்பட்டதுமான இந்த ஐதீகம்தான் இங்கு நடக்கும் ஏழு கன்னிமார் விழாவுக்கு ஆதாரமாகும்.

இவ்வாறு, குட்டியாண்டவர், ஏழு கன்னிமார் பற்றிய ஐதிகத்தைப் புதுக்குப்பம் மீனவர் கிராமத்தைச் சேர்ந்த ஒருவர் கூறினார். 'இப்படிக் கன்னிமார்களுக்கு ஏன் விழா நடத்து கிறார்கள், எவ்வளவு காலமாக நடத்தப்படுகிறது, பெண்கள் ஏன் சாமியாட்டம் ஆடுகிறார்கள். ஆண் சாமியாடி ஒருவர் அவர் களை ஏன் சாட்டையால் அடிக்கிறார். அக்கினிச் சட்டியை ஏன் கடலில் விடுகிறார்கள்' என்பன போன்ற கேள்விகளை எழுப்பிய போது, 'எதனாலன்னு தெரியல. எல்லாம் ஐதிகமா இருக்கு' என்று கூறிய அத்தகவலாளி மேற்கண்ட கதையைத் தன்னுடைய இயல்பான மொழியிலும், சில சந்தர்ப்பங்களில் இலக்கிய மொழி நடையிலும் விவரித்தார்.

துணை நூல்கள்

Dundes, Alan, (Ed.) 1984. Sacred Narrative: Readings in the Theory of Myth, Berkdey: University of California press.

Eliade, 1964: Myth and Reality, London: George Allan and Unwin Ltd. Mircea Herskovits. Melville, 1974: Cultural Anthropology, New Delhi: Oxford and IBH Publishing Ltd.

Kluckhohn, Clyde, 1979: Myth and Rituals: A general Theory in Lessa and vogt (Eds.) Reader in Comparative Religion -An Anthropological Aproach (4th edition) Newyork: Harper and row Publishers.

Mair, Lucy, 1972: An Introduction to Social Anthropology, Delhi: Oxford University Press.

Nagendra, S.P. 1971: The Concept of Ritual in Modern Sociological Theory. New Delhi: The Academic Journals of India.

III
நாடோடியம்:
விளிம்புநிலை மக்கள் வழக்காறுகள்

8 பூம்பூம் மாட்டுக்காரர்கள்: நாடோடி முறையின் தோற்றப்புராணமும் சபிக்கப்பட்ட வாழ்க்கையும்

சமூக ஒழுங்கமைப்பும் செயல்பாடுகளும்

மக்கள் சமுதாயம் என்னும் ஒழுங்கமைப்பு ஒன்றுக்கொன்று நிலையான தொடர்புடைய குடும்பம், சமயம் பொருளாதாரம், அரசு, கல்வி, உள்ளிட்ட பல்வேறு முக்கிய நிறுவனங்கள் என்னும் உள்ளுறுப்புக்களால் ஆனது. சமூக ஒழுங்கமைப்பின் உறுப்புக்களான நிறுவனங்கள், தனிமனிதர்களுடைய கடமைகள் (Roles), பண்பாட்டுத் தோரணிகள், சமூக விதிகள் (Norms), குழுக்கள் போன்றவை தத்தமது செயல்களை ஆற்றுகின்றன. இதன் மூலம்தான் சமூகம்இயங்குகிறது. இங்கு செயல்கள் அல்லது செயல்பாடுகள் என்பன ஓர் ஒழுங்கமைப்பின் தகவமைத்துக் கொள்ளுதலுக்கும், மாறுதலுக்கும் இசைவளிக்கக் கூடிய உற்றுநோக்கப்பட்ட விளைவுகளாகும். ஒரு திருமணச் சடங்கு அல்லது ஏதேனும் ஒரு குறிப்பிட்ட வழக்கம் அல்லது ஒரு குற்றச் செயலுக்கான தண்டனை நிறைவேற்றம் என்பது போன்று தொடர்ந்து நடந்து கொண்டிருக்கும் குறிப்பிட்ட நடவடிக்கையின்

செயல்பாடுகள் என்பன, ஒட்டுமொத்த சமூக வாழ்க்கையில், தாம் ஆற்ற வேண்டிய இன்றியமையாத பங்கினை ஆற்றுகின்றன. அவ்வகையில், ஒழுங்கமைப்பைத் தொடர்ந்து கட்டிக்காப்பதற்கு உரிய தமது பங்களிப்பினை அவை வழங்குகின்றன. அத்தகைய செயல்பாடுகளில், சமூக ஒழுங்கமைப்பின் உறுப்பினர்களுடைய உள்நோக்கம், அறிதல்நிலை ஆகியவற்றிற்கு உட்பட்டவற்றை வெளிப்படையான செயல்பாடுகள் என்றும், இவற்றிற்கு எதிர் மறையானவற்றை மறைமுகமான செயல்பாடுகள் என்றும் மெர்ட்டன் (Merton) முதலிய சமூகவியலர் கூறுவர்.

ஒரு குறிப்பிட்ட பிரதேசப் பரப்பில் வாழ்ந்து, ஒரு பொது வான பண்பாட்டைத் தமக்குள் பகிர்ந்துகொள்ளக்கூடிய மக்கள் திரளாலான சமுதாயமும், பண்பாடும் ஒன்றுக்கொன்று அணுக்கமான தொடர்புடையவை. அந்தச் சமுதாய மக்கள் தங்கள் அனுபவங்களை விளக்குவதற்கும், தங்கள் நடத்தை முறைகளை நெறிப்படுத்திக் கொள்வதற்கும் உதவும் வகையில் பண்பாடு என்பது ஓர் இழைமானம் அல்லது கட்டுமானத்தை (Fabric) அளிக்கிறது. அதே, வேளையில், சமுதாயமோ அம்மக் களிடையே தோன்றும் சமூக உறவுப் பின்னல்களின் தளமாக விளங்குகிறது. (Vander Zanden 1996: 33) பண்பாடு என்னும் அகண்ட தொகுதிக்குள் அடங்கும் மக்கள் வாயிலாக ஒவ்வொன் றும் தத்தமது இடையறாத நிகழ்த்துதல் என்பதன் வாயிலாக நேரிடையாகவோ, மறைமுகமாகவோ புரியும் செயல்பாடுகள் என்பன ஒட்டுமொத்தமாக சமூக வாழ்க்கைக்கான பங்களிப்பு களாக அமைகின்றன. இதன் காரணமாகத்தான் ஒவ்வொரு சமூகம் அல்லது பண்பாட்டில் மக்கள் வழக்காறுகள் ஆற்றும் பணிகள் குறித்து ஆராய்ச்சியாளர்கள் பரவலாக விவாதித்துக் கருத்துக்களை முன்வைத்துள்ளனர்.

வாய்மொழிக் கதைகளும் இனவரைவியலும்

மக்கள் வழக்காறுகளில் குறிப்பாகக் கதைவடிவங்கள் என்பன, குறிப்பிட்ட பண்பாட்டைப் பற்றி ஆராயும் இனவரை வியலர்களுக்கு எத்துணை அளவிற்கு இன்றியமையாதவை என்பது பற்றி ஃப்ரான்ஸ் போவாஸ், மாலினோவ்ஸ்கி முதற்கொண்டு பல்வேறு பண்பாட்டியலர்கள் வலியுறுத்தி யுள்ளனர். "எழுத்தறிவற்ற சமூகங்களிலும், எழுத்தறிவுச் சமூகங் களிலும் வாய்மொழிக் கதைகளுக்கென்று ஒரு முக்கியத்துவம் உள்ளது. ஏனெனில், அக்கதைகள் அறநெறி சார்ந்த விழுமியத்

தையோ, வாழ்க்கை முறையையோ வெளிப்படுத்திக் காட்டு கின்றன. பெரும்பான்மையான பண்பாடுகள், தத்தம் சிக்கலான பண்பாட்டு மதிப்பீடுகள், படிப்பினைகள் போன்றவற்றை, ஒரு தலைமுறையிடமிருந்து மற்றொரு தலைமுறைக்கு எடுத்துச் செல்வதற்கு வாய்மொழிக் கதைகளைப் பயன்படுத்துகின்றன. பொதுவாக அக்கதைகள் நன்கு அறிமுகமான சுற்றுவட்டாரங்கள் மற்றும் அச்சுற்று வட்டாரப் பின்னணிக்குரிய மனிதர்களைப் பற்றிப் பேசுபவையாக இருப்பினும், அவை தம்மளவில் புறவயமான வடிவங்களாகும் (Facades). அவ்வாய்மொழிக் கதைகளின் மெல்லிய மேலடுக்கின் கீழ், மற்றொரு பொருளடுக்கும் உள்ளது. அதாவது, ஓர் உள்ளடுக்கு, இந்த உள்ளடுக்கானது அடித்தளத்தில் பொதிந்திருக்கக் கூடிய அவ்வாய்மொழிக் கதைகளின் விழுமியங்களை வெளிப்படுத்துகிறது. அவ்வகையில், இவ்வாய்மொழிக் கதைகள் குறிப்பிட்ட மக்களுடைய வாழ்க்கை முறையின் பரிமாணங்களான உலோகாயதக் கண்ணோட்டம், புனிதம் பற்றிய அணுகுமுறைகள், அறிவு, உணர்வு ஆகியவை பற்றிய உள்ளார்ந்த நோக்கினை இனவரைவியலர்களுக்கு அளிக்கின்றன (Fetterman, 1989: 70-71).

வாய்மொழிக் கதைகள் பற்றிய மேற்கண்ட கருத்திற்கு இணையான கருத்தினை வேறு அறிஞர்களும் முன் வைத் துள்ளனர். கதைகள், மந்திரக் கதைகள், புராணக்கதைகள், பழமரபுக்கதைகள் என்று பலவாறாக வகைமைப்படுத்தப்படும் இனக்குழு மக்களுடைய வாய்மொழிக் கதைகளை உதாரணங் களாக எடுத்துக் கொண்டு ஆராய்ந்தபோது, அக்கதைகள் குறிப்பிட்ட மக்களுடைய சாதாரணமான இலக்கிய வெளிப் பாடுகள் என்பதனைத் தாண்டியவையாக விளங்குவதனை அவர்கள் அறிந்து கொண்டனர். அதாவது, அந்த வாய்மொழிக் கதைகள், அம்மக்களுடைய இனவரைவியலை ஒருங்கிணைத் துக் கொண்டிருக்கின்றன என்னும் உண்மையே அது. இந்தக் கதைகளை ஆய்வாளர்கள் முறைப்படுத்தி நோக்கினால், ஒரு குறிப்பிட்ட மக்களுடைய வாழ்க்கை முறை பற்றிய உள்நோக்குச் சித்திரத்தை (Penetrating Picture) அவை முன்வைக்கும் (Herskovits, 1974 269). ஷிம்ஷிய இந்தியர்களின் (Tsimshian Indians) புராணங் களைப் பற்றி ஃபிரான்ஸ் போவாஸ் மேற்கொண்ட ஆய்வின் முடிவு இதனை உறுதிப்படுத்துகிறது. ஷிம்ஷிய இந்தியர்களு டைய புழங்கு பொருட்கள், பொருளாதாரம், சமூக அமைப்புகள், சமய நம்பிக்கைகள், மற்றும் வாழ்க்கை வட்டச் சடங்குகள், ரகசிய

சங்கங்கள், கௌரவ மிக்க விருந்து நிகழ்ச்சியில் இடம்பெறும் போட்டிகள், அவர்களின் அறநெறிக் கருத்தாக்கங்கள், உணர்ச்சி மயமான வாழ்க்கை ஆகியவை பற்றிய விவரங்கள் முதலிய யாவும் அம்மக்களுடைய புராணங்களிலிருந்து பிரித்தெடுக்கப்பட்ட சாராம்சங்களாகக் காணப்பட்டன (போவாஸ், 1990: 10). இவ்வாறு, இலக்கியம் என்பது எந்த ஒரு வடிவத்திலிருந்தாலும் அது தனக்குரிய கருத்துக்களை, அதன் படைப்பாளிகளான மக்களுடைய அனுபவங்களிலிருந்தே எடுத்துக் கொள்கிறது; அதனையே நமக்களிக்கிறது. இப்படி இலக்கியம் நமக்களிக்கும் கருத்தையே போவாஸ், "ஆதிவாசியின் சுயவரலாறு" என்று அடையாளப்படுத்துகிறார் (1974: 269).

பொதுவாக வழக்காறுகள், பண்பாட்டை உறுதிப்படுத்தும் செயலைச் செய்கின்றன என்றும், அவை குறிப்பிட்ட மக்களின் சமூக நிறுவனங்களையும் சடங்குகளையும் நியாயப்படுத்தும் வேலையை ஆற்றுகின்றன என்றும் வில்லியம் பாஸ்கம் குறிப்பிடுகிறார் (1965: 292), வழக்காறுகளில் புராணத்தைப் பிரதானப்படுத்தும் மாலினோவ்ஸ்கி, அது ஒட்டுமொத்த சமூக நிறுவனங்களுக்கே நடைமுறை வழிகாட்டியாக விளங்குவது குறித்து விரிவாகப் பேசியுள்ளார்.

இந்தப் பின்னணியோடு, விளிம்பு நிலையில் உள்ளவர்களும், சாதியச் சமூக அமைப்பிற்குப் புறவெளியில் சஞ்சாரம் செய்யும் நாடோடிச் சமூகத்தவர்களுமான "பூம்பூம்மாட்டுக்காரர்" களுடைய வழக்காறுகளில் - குறிப்பாக நாடோடி வாழ்க்கை முறையின் தோற்றம் பற்றிக்கூறும் புராணக் கதைகளை எடுத்துக்கொண்டு, அவை எவ்வாறு பூம்பூம்மாட்டுக்காரர்களின் நிகழ்காலத்திய நாடோடி வாழ்க்கை முறையை நியாயப்படுத்து கின்ற செயலைச் செய்கின்றன என்பதனை விவாதிக்கலாம்.

பூம்பூம்மாட்டுக்காரர்கள் என்னும் பூவிடையார்

ஊர் ஊராகச் சென்று வீட்டக்கு வீடு தேடிப்போய் மேளம் கொட்டிக் கதைப்பாடல்கள் உள்ளிட்ட வாய்மொழிப் பாடல் கள், திரைப்படப் பாடல்கள் ஆகியவற்றைப் பாடி, யாசகம் பெற்று, அதன் மூலம் வாழ்க்கை நடத்துகின்ற ஒருவகை நாடோடி மக்கள் இனமே 'பூவிடையர்', அதாவது, பூக்கட்டும் இடையர் என்று பொருள். இவ்வினத்தைச் சேர்ந்த மக்களைக் குறிப்பிடும் வகையில் 'பூமாட்டுக்காரர்', 'பூம்பூம் மாட்டுக்காரர்', 'பெருமாள்

மாட்டுக் காரர்' என்று ஏனைய மக்கள் வழங்குகின்றனர். ஆனால், இந்நாடோடி மக்களின் சாதியைப் பற்றி வினவியபோது, தாங்கள் "ஆட்டிடையர், மாட்டிடையர் பொன்னிடையர், சாம்பார் இடையர், வன்னியரிடையர் போன்று பூவிடையர் சாதி" என்றே கூறனிர். அதாவது, தங்களைப் "பூக்கட்டும் இடையர்கள்" என்று கூறிக் கொள்கின்றனர். இதற்குச் சான்று அளிக்கும் வகையில் அவர்களிடம் பழமரபுக் கதைகள் வழங்குகின்றன.

பூத்தொடுத்தலும் ராமனுக்குச் சேவையும்

ஒருகாலத்தில் பூவிடையர்கள் பூத்தொடுக்கும் தொழிலைச் செய்து வந்தனர். தற்போது அத்தொழிலைச் செய்பவர்களாகத் தெரியவில்லை. பூக்கட்டும் தொழிலில் ஈடுபட்டு வந்த முன்னோர் பற்றிய ஒரு பழங்கதை பூவிடையரிடம் இன்றும் உலவுகிறது. கதையின் சாராம்சம் வருமாறு:

'எங்களுடைய முன்னோர் அயோத்தியை ஆண்ட ராமனுக்கும் அவனது குலத்தைச் சேர்ந்தவர்களுக்கும் மலர் தொடுத்துக் கொடுத்து, அவர்களுக்கு அடிமைகளைப் போல் சேவை புரிந்து வந்தனர். ராமனுக்கு மலர் மாலைகளைத் தொடுத்துக் கொடுத்து, அவருக்குப் பணிவிடை செய்வதுதான் எங்கள் முன்னோருடைய முக்கிய கடமையாக இருந்தது'. பூவிடையரின் தொடக்க கால வாழ்க்கையைப் பற்றி இப்படித்தான் அவர்கள் குறிப்பிடுகின்றனர். மேலும், ஒரு சில தலைமுறை களுக்கு முன்பு வரை, பூவிடையர்கள் பூக்கட்டிவிற்கும் வியாபாரத்தில் ஈடுபட்டிருந்தனர் என்றும் அச்சமூகத்தைச் சேர்ந்த தகவலாளிகள் தெரிவிக்கின்றனர். தற்போது பூவிடையர்கள் பூ வியாபாரம் செய்யவில்லை. தம்முடைய குலத்தொழிலை முற்றிலுமாகக் கைவிட்டதற்கான காரணங்கள் எவையும் அவர்களிடமிருந்து கிடைக்கவில்லை (தகவல்: மு.கோபாலு (75) குள்ளஞ் சாவடி கடலூர் மாவட்டம்).

பூம்பூம் மாட்டுக்காரர்

பூவிடையர் எனப்படும் இந்நாடோடி மக்களைக் குறித்து 'பூம்பூம் மாட்டுக்காரர்' 'பூ மாட்டுக்காரர்', 'பெருமாள் மாட்டுக் காரர்' என்னும் அடைமொழியோடு கூடிய சாதிப் பெயர்கள் வழக்கில் காணப்படுகின்றன. பெரும்பாலும் அவர்கள் யாசகம் பெறுவதற்காகச் செல்லும் பகுதிகளில் வாழும் மக்களாலேயே இப்பெயர்கள் வழங்கப்பட்டவை எனலாம். பூவிடையர்களும்

தங்களைப் பிறரிடம் அறிமுகப்படுத்திக் கொள்ளும்போது 'பூ மாட்டுக்காரன்', 'பூம்பூம் மாட்டுக்காரர்' அல்லது 'பெருமாள் மாட்டுக்காரர்' என்று சொல்லிக் கொள்வதையும் கவனிக்க முடிகிறது.

தஞ்சாவூர், நாகப்பட்டினம், கடலூர் முதலிய மாவட்டங் களில் இம்மக்களுக்கும் 'பூம்பூம் மாட்டுக்காரர்' என்னும் பெயரே வழங்கி வருகிறது. 'பெருமாள் மாட்டுக்காரர்' என்னும் சாதிப் பெயரையும் வழக்கில் காண முடிகிறது. இவ்விரண்டு வகையான சாதிப் பெயர்களும் மக்கள் வழக்கில் இடம் பெறுவதற்குக் காரணம் இருக்கிறது.

'பூம்பூம் மாட்டுக்காரர்'' என்பதில் உள்ள 'பூம்பூம் என்னும் முன்னொட்டு அடைமொழி, ஒலிக்குறிப்புத் தொடர் (Onomato-poeia) ஆகும். அதாவது, பூவிடையர்கள் யாசகம் பெற வரும் போது, தம்முடன் காளை அல்லது 'கறவை மறந்த' பசு மாட்டை அலங்காரத்துடன் ஓட்டி வருவர். அப்போது, அவர்கள் தம் தோளில் மாட்டியிருக்கும் தோற்கருவியான உறுமி மேளத்தைச் சிறு குச்சியால் உரசித் தேய்த்து ஒலி எழுப்புவர். அவ்வொலி யானது, 'பூம்பூம்' (புரூம் புரூம் எனவும்) என்பது போல் ஒலிக்கும். இந்த உறுமல் ஓசை காரணமாக உறுமி என்றழைக்கப்படும் அத்தோற்கருவியை 'பூம்பூம்மேளம்' என்பர். அந்தத் தோற்கருவி இசையையும், அவர்கள் ஓட்டி வரும் மாட்டையும் இணைத்து இந்நாடோடிக் கலைஞர்களை 'பூம்பூம் மாட்டுக்காரர்கள்' என்றே அழைத்து வந்திருக்கின்றனர்.

'பூமாட்டுக்காரர்' என்பது மேலே கண்ட பொருளிலேயே வேலூர், கடலூர் உள்ளிட்ட தமிழகத்தின் வட மாவட்டங்களில் பூவிடையர்களைக் குறித்து வழங்கும் சாதிப் பெயராகும். 'பெரு மாள் மாட்டுக்காரர்' என்பதும் பூவிடையர்களைக் குறிப்பிடும் மற்றுமொரு சாதிப் பெயராகும். பெருமாளை வழிபடுபவர் களாகிய இப்பூவிடையர்கள், அரியலூர் அருகிலுள்ள கலிய பெருமாள் கோயிலுக்குச் சுற்று வட்டாரத்தைச் சேர்ந்த நிலைக் குடி மக்களால் காணிக்கையாக அளிக்கப்படும் பசு, காளை மாடு களைக் குறைந்த விலைக்கும் வாங்கி வந்து, தம் யாசகத் தொழிலுக்குப் பயன்படுத்திவருவதால், இவர்களைப் 'பெருமாள் மாட்டுக்காரர்கள்' என்று குறிப்பிடுகின்றனர்.

இராமனின் சாபமும் நாடோடி வாழ்க்கை முறையும்

பூவிடையர்கள் நாடோடிகளாக ஊர் ஊராகத் திரிந்து, யாசகம் பெற்று, அதாவது, பிச்சை எடுத்து, இரந்து வாழும் வாழ்க்கையை மேற்கொண்டிருப்பவர்கள். ஆனால், பூவிடையர் களைப் பொறுத்த வரையில், இந்நாடோடி வாழ்க்கை என்பது இடைக்காலத்தில் தம் முன்னோர்களிடம் சந்தர்ப்ப வசத்தால் திணிக்கப்பட்டது என்றே நம்புகின்றனர். மரபாகவே தங்கள் முன்னோர்கள் ஏனைய விவசாயக் குடிகளைப் போன்று நிலபுலன்களோடு விவசாயிகளாக நிலைத்த வாழ்க்கை நடத்திய வர்கள் என்றே கூறுகின்றனர். பூர்வீகத் தொழிலான வேளாண் மையையும், நிலைத்த வாழ்க்கையையும் கைவிட்டு விட்டு, இரவலர் வாழ்க்கையை மேற்கொள்ள வேண்டிய கட்டாயம், முன்னோர்களுக்கு நேர்ந்து விட்டது என்பதே பூவிடையரின் வாதமாகும். இதற்கு ஆதாரமாகப் பூவிடையர்களிடம் ஒரு வாய்மொழிக் கதை உலவுகிறது.

நாடோடிக் கலைஞர்களான பூவிடையர்களில் ஒருவரான அய்யனார், தங்கள் சமூகத்தைச் சேர்ந்த முன்னோர்கள், யாசகன் வடிவம் தாங்கி வந்த இராமனால் சபிக்கப்பட்டதாகத் தலை முறை தலைமுறையாகத் தமது சமூகத்தில் சொல்லப்படும் கதை ஒன்றைக் கூறினார். கதை பின்வருமாறு அமைந்திருந்தது:

ஒருநாள் இராமன், யாசகனைப் போல் வேடம் பூண்டு, பூவிடையர்கள் வாழ்ந்த பகுதிக்கு வந்தான். நிலபுலன்களோடு வசதியாக வாழ்ந்த அவர்களிடம், தனக்குப் பசியாக இருக்கிறது என்று கூறி தர்மம் செய்யுமாறு கேட்டான். ஆனால், பூவிடை யர்கள் உறுதியாகத் தர்மம் செய்யாமல் மறுத்துவிட்டனர். யாசகனோ நின்ற இடத்தைவிட்டு அசையவில்லை. மிகவும் கெஞ்சினான். பூவிடையர்களுடைய நிலத்தில் விளையும் தானியங்களிலிருந்து ஒரு பகுதியைத் தனக்குக் கொடுத்துத் தனது வறுமையைப் போக்குமாறு யாசகன் மன்றாடினான். யாச கனுடைய பிடியில் இருந்து விடுபடுவதற்காக ஒருவகைத் தந்திரத்தோடு, விளைச்சலில் பாதிப் பகுதியைத் தருவதாகப் பூவிடையர்கள் யாசகனிடம் வாக்களித்தனர். "சரி, நாங்க இந்த வருசம் செய்யும் வேளாண்மையில், ஒனக்கு மேல் மாசல் (மகசூல்) வேணுமா? கீழ்மாசம் வேணுமா? எது வேணும்? சொல்...." என்று யாசகனிடம் பூவிடையர்கள் கேட்டனர். அதற்கு அந்த யாசகன், "மேல் மாசல் வேணும்" என்று பதில் அளித்தான். அவ்

வாண்டிலோ பூவிடையர்கள் தந்திரமாக நிலக்கடலையைப் பயிர் செய்தனர். அறுவடைக் காலத்தில் பூவிடையர்கள் முன்னர் யாச கன் தோன்றினான். பூவிடையர்கள் உள்ளுக்குள் தங்கள் திறமையை மெச்சியவாறு சிரித்துக்கொண்டே, "இந்தா, நீ கேட்ட மேல் மாசல்"என்றவாறு நிலக்கடலையின் தழைகளை அள்ளி யாசகனிடம் கொடுத்தனர். ஏமாற்றப்பட்ட யாசகன் வருத்தத்துடன் தழைகளை அள்ளிக்கொண்டு சென்று விட்டான். நிலக்கடலை அனைத்தையும் பூவிடையர் எடுத்துக் கொண்டனர். யாசகன் அவ்விடத்தை விட்டுச் செல்லும் முன், அவனிடம் "வரும் வருசத்திலே ஒனக்கு மேல்மாசல் வேணுமா, கீழ்மாசல் வேணுமா?" என்று கேட்க, "வரும் ஆண்டிலாவது புத்திசாலித் தனமாகக் கீழ்மகசூலைப் பெற்றுவிட வேண்டும்" என்று எண்ணிய யாசகன், தனக்குக் கீழ் மகசூல் வேண்டும் என்று பூவிடையர்களிடம் தெரிவித்தான். ஆனால், மறு ஆண்டிலோ பூவிடையர்கள் தம்முடைய நிலத்தில் நெல் பயிரிட்டனர். அறு வடைக் காலத்தில் வந்து நின்ற யாசகனிடம், அவன் கீழ் மகசூலைக் கேட்டதற்காக, தாம் தந்திரத்தின் மூலம் யாசகனை ஏமாற்றிய மகிழ்ச்சியோடு கீழ் மகசூலான வைக்கோலைத் திரட்டிக் கொடுத்தனர். நெல்லை மட்டும் பூவிடையர்கள் எடுத்துக் கொண்டனர்.

இதுபோல், ஒவ்வொரு ஆண்டும் பூவிடையர்கள் யாசகனை ஏமாற்றினர். இதனால் கோபமுற்ற யாசகன் தன்னுடைய உண்மை யான வடிவத்தைக் காட்டி, ஒரு யாசகனை ஏமாற்றியதற்காக அவர்களுக்கு இராமன் சாபம் கொடுத்தான். பூவிடையர்களிடம் சுரைக்குடுக்கை ஒன்றை க் கொடுத்து, "பசி பட்டினியோடு நீங்கள் இரந்து வாழ்வீர்களாகுக! இந்தச் சுரைக்குடுக்கையைப் பாத்திர மாகக் கொண்டு கோவிந்தா, ராமா என்று நாமத்தைச் சொல்லிய வாறு ஊர் ஊராகத் திரிந்து, இரந்து வாழும் வாழ்க்கையை அடைவீர்களாகுக!" என்று சாபம் கொடுத்து மறைந்தான் இராமன். அன்று முதல் பூவிடையர்கள் தம்முடைய நிலமிழந்து, நிரந்தர வாழ்க்கை இழந்து, சுரைக்குடுக்கையோடு ஊர் ஊராகச் சுற்றித் திரிந்து யாசகம் பெற்றுப் பிழைத்து வருகின்றனர்...

ஆகவே, நாடோடிகளாகச் சுற்றித் திரிந்து இரந்து வாழ வேண்டிய தங்கள் அவலமான வாழ்க்கை, தம் முன்னோர் காலத்தில் விதிக்கப்பட்ட சாபத்தின் விளைவே என்று கருதும் பூவிடையரின் நம்பிக்கையை வெளிப்படுத்துவதாக மேற்கண்ட

புராணக்கதை அமைகிறது. இக்கதையின் வேறுபட்ட வடிவம் ஒன்றும் சிதம்பரம் வட்டத்தினைச் சேர்ந்த வேங்கடக்குப்பத்தில் சேகரிக்கப்பட்டது.

இந்தக் கதையின் வேறுபாட்டு வடிவத்தில் சில மாறுதல் களையும் . இட்டுக்கட்டினையும் காண முடிகிறது. அதாவது, பண்டைக் காலத்தில் வறுமையில் வாடிய நிலமற்ற பூம்பூம் மாட்டுக்காரர்களின் முன்னோர்களுக்கு நிலத்தைக் கொடுத்து, வேளாண்மை செய்து பிழைத்துக் கொள்ளுமாறு உதவியவர் பகவான் வேங்கடாசலபதி என்பது அவ்வேறுபாட்டுக் கூறுகளில் ஒன்றாகும். எனினும் கதையின் சாராம்சத்தில் பெரிய வேறுபாடில்லை. அது பின்வருமாறு:

"ஒரு காலத்தில் ஆதியன் சாதியைச் சேர்ந்த முன்னோர் வறுமையில் வாடினார்கள். அவர்களுடைய துயரநிலையைப் போக்க விரும்பிய பகவான் வேங்கடாசலபதி, அவர்களுக்கு நிலத்தைக் கொடுத்து விவசாயம் செய்யச் சொன்னார். அறுவடைக்காலத்தில் மேல் மகசூலையோ கீழ் மகசூலையோ பகவானுக்குக் கொடுப்பது என்பதே ஒப்பந்தம். ஆனால், மாற்றிப் மாற்றிப் பயிரிட்டுக் கீழ்மகசூல், மேல்மகசூல் என்று தழை களையும், வைக்கோலையும் மட்டும் கொடுத்துத் தானிய விளைச்சலைக் கொடுக்காமல் பகவானை ஏமாற்றியதால், அவர் கோபங்கொண்டார். அவர்களுக்குப் பாடம் புகட்டக் கருதிய பகவான், அவ்வருடத்தில் சுரையைப் பயிரிடுமாறு கூறினார். சுரை முளைத்துக் கொடியாகப் படர்ந்து, பூத்துக் காய்த்து முற்றிய வுடன், அவர்களிடம் சுரையைப் பறித்துக் குடுக்கையாக அமைத்துக் கொள்ளச் சொல்லி, மாட்டையும் கொடுத்தார். அத்துடன் உடுத்துவதற்கு வேட்டியையும் தலையில் கட்டிக் கொள்ள தலைப்பாகையையும் ஒப்பனைக்குப் பயன்படும் நாமக்கட்டி, குங்குமம் மற்றும் அதனை வைத்துக் கொள்வதற்குத் தென்னங்குடுக்கை ஆகியவற்றையும் கொடுத்தார். தனக்காகக் கோயிலில் பக்தர்கள் நேர்ந்துவிடும் மாடுகளைக் கேட்டால் கொடுப்பார்கள் என்றும் அந்த மாடுகளைப் பழக்கினால், சொல்வதற்கெல்லாம் தலையாட்டும். அதைப் பார்த்துவிட்டு ஒவ்வொரு வீட்டிலும் உள்ள மக்கள் பிச்சை இடுவார்கள். கோவிந்தா, நாராயணா என்று தன் பெயர்களைச் சொல்லிப் பிச்சை கேட்டால் ஒவ்வொரு வீட்டிலும் கஞ்சி ஊற்றுவார்கள். அரிசி போடுவார்கள். இனிமேல் அவர்கள் நிலத்தை உழுது பயிர்

வைத்தால், எதுவுமே விளங்காது. எனவே, பெருமாள்மாடு, உறுமிமேளம், பிச்சை வாங்குவதற்குப் பாத்திரமாகச் சுரைக் குடுக்கை ஆகியவற்றோடு தமிழ்நாடு முழுவதும் நாடோடியாகச் சுற்றிவந்து பிச்சை எடுத்துப் பிழைத்துக் கொள்ளுமாறு 'அன்றைக்கு பகவான் தன்னை ஏமாற்றிய ஆதியன் சாதி முன்னோர்களுக்குச் சாபம் விட்டார். அதிலிருந்து, ஆதியன் சாதியினர் பூமாட்டுக்காரர்களாகப் பிறந்து வளர்ந்தனர். அப்படியே இன்றைக்கும் தொடர்கிறது'.

பூவிடையரின் இரவலர் வாழ்க்கைக்குக் காரணமான முன்னோர்களின் காலத்தில் நடந்த சம்பவத்தை விளக்கும் இன்னொரு கதையும்கூட இருக்கிறது. வேங்கடாசலபதியின் கட்டளையின்படியே தங்களுடைய மூதாதையர் 'பெருமாள் மாட்டை வீடுவீடாகக் கொண்டு சென்று இரந்து வாழும் நிலைக்குத் தள்ளப்பட்டனர்" என்பது பற்றிய ஒரு புராணக் கதையே அது. அக்கதை வருமாறு:

'முன்பு திருப்பதியில் உள்ளவேங்கடாசலபதிக் கோயிலுக்கு வரும் காணிக்கைகளில் இயற்கையின் பிறழ்வுப் படைப்புகளான இரட்டை வால் பசுமாடுகள், ஐந்து கால்களை உடைய எருதுகள், நான்கு கொம்புகளை உடைய கன்றுக்குட்டிகள் போன்றவை இடம் பெற்றிருந்தன. அக்காலத்தில் கோயிலுக்கு மலர் தொடுத்துக் கொடுக்கும் தொழிலைச் செய்து பூக்காரர்களாக விளங்கி வந்த பூவிடையர்கள், இயற்கையின் வினோதப் பிறப்புகளான இரட்டைவால் பசுமாடுகள் முதலியவற்றை மேய்க்க வேண்டும் என்று பணிக்கப்பட்டார்கள். ஆனால் நல்ல பசுமாடுகளை மேய்ப்பது என்பதனை ஒரு கௌரவமாகக் கருதிய பூவிடையர்கள், இயற்கையின் பிறழ்வுப் படைப்புகளை ஓட்டிச் சென்று மேய்த்து, அவற்றைக் காத்துப் பேணுவது என்பதைத் தங்கள் தலையில் விடிந்த பாவச் செயல் என்றே கருதலாயினர். எனவே, தங்களுடைய இந்தப் பாவத்திற்குக் கழுவாய் தேடி வேங்கடாசலபதியை வேண்டினர். இவர்களுடைய குறையைக் கேட்க வேங்கடாசலபதி பிரசன்னம் புரிந்தார். பூவிடையர் களுடைய குறையைக் கேட்ட அவர், 'பெருமாள் மாடு' என்று பின்னால் தன்னுடைய பெயரைக் கொண்டே அழைக்கப்பட்ட காளைமாட்டை அவர்களிடம் ஒப்படைத்து விட்டு பாவ விமோசனத்திற்கு வழி கூறினார்.

"பக்தர்களே, உங்கள் குழந்தைகளை எப்படிக் கண்ணுங் கருத்துமாகப் பராமரிப்பீர்களோ அதைப்போல், இந்தக் காளை

மாட்டைப் பராமரித்து வர வேண்டும். இந்தக் காளையை நாள்தோறும் வீட்டுக்கு வீடு கொண்டு சென்று, பிச்சை எடுத்து வந்தால் உங்கள் பாவம் நீங்கும்...” என்று வேங்கடாசலபதி பாவவிமோசனத்திற்கு உபாயம் கூறி மறைந்தார். அன்று முதற் கொண்டு தங்கள் பாவத்தைப் போக்கிக் கொள்வதற்காகப் பூவிடையர்கள் பெருமாள் மாட்டுடன் பிச்சை எடுத்து வாழ்ந்து கொண்டிருக்கிறார்கள்’ (Thurston, 1909 Vol. II 262-263).

பூவிடையர்களின் நிகழ்காலத்திய நாடோடி வாழ்க்கையை நியாயப்படுத்திக் கொள்வதற்கு உதவும் மூலாதாரங்களாக இக்கதைகள் அவர்களாலேயே நினைவு கூரப்படுகின்றன. ஊர் ஊராகச் சுற்றி வருதல், நிரந்தரமான தங்குமிடம் இல்லாமை, அப்படியே இருந்தாலும் ஆண்டு முழுவதும் அங்கேயே தங்க முடியாமை, புறம்போக்கு நிலத்தில் அமைத்துக் கொள்ளும் சிறிய குடிசை அல்லது பாழடைந்த கோயில், மண்டபம், சத்திரம், தோப்பு, வெட்டவெளிக் கூடாரம் ஆகியவற்றில் தங்கி நடத்தும் குடும்ப வாழ்க்கை. பசியோடு ஒருவேளை உணவுக்காக வீடுவீடாகச் சென்று யாசகம் பெறுவதற்குத் தோளில் மாட்டிய சுரைக்குடுக்கை அல்லது அலுமினியப் பாத்திரம், நாமம் தீட்டப்பட்ட நெற்றி, யாசகம் கேட்கும்போது, பெருமாள், இராமன், கோவிந்தன் போன்ற வைணவக் கடவுளர்களின் பெயர்களைச் சொல்லிப் பாட்டிசைக்கும் வழக்கம், பெருமாள் மாட்டை ஓட்டிச் சென்று வேடிக்கை காட்டி உடுக்கத் துணி கேட்டல், அரிசி முதலிய தானியங்கள் பெற்று ஒருவேளை மட்டும் அடுப்பு மூட்டி உலை வைத்துச் சோறு பொங்கிப் பசியாற்றிக் கொள்ளுதல் ஆகியவை நாடோடிகளான பூம்பூம் மாட்டுக்காரர்களின் அன்றாட வாழ்க்கை முறையின் புறக்கோல மாகும்.

இத்தகைய நிரந்தரமற்ற, இடம் பெயரும் தன்மையுடைய நாடோடி வாழ்க்கையை, ஆண்டாண்டுக் காலமாக நடத்திக் கொண்டிருக்கும் பூம்பூம்மாட்டுக்காரர்கள், வேளாண்மை முதலிய தொழில்களில் ஈடுபட்டு ஓரளவு நிரந்தர வருவாயைப் பெற்று, வசதியாக வாழ்ந்து கொண்டிருக்கும் நிலைக்குடி மக்களின் மத்தியில் வளைய வருபவர்கள் என்பதையும் நாம் நினைவிற் கொள்ள வேண்டும். பூம்பூம் மாட்டுக்காரர்களிடம் வழங்கும் மேற்கண்ட இரண்டு கதைகள் மற்றும் அயோத்தியில் இராமனுடைய அரண்மனையில் பூக்காரச் சேவகர்களாகப்

பணியாற்றியது பற்றிய கதை ஆகியவற்றை, வழக்காறுகள் பொதுவாக ஆற்றக்கூடிய செயற்பாடுகளை மனத்திற் கொண்டு அணுக வேண்டும்.

இந்தக் கதைகளில் இடம்பெறும் சம்பவங்கள் யாவும் மிகவும் பண்டைக் காலத்தில் நடந்தவை; சாதாரணமாக நம்ப முடியாதவை. பூவிடையரின் முன்னோரும், புராண மாந்தர்கள் அல்லது கடவுளரும் எதிரெதிரே சந்தித்துக் கொண்ட அதிசய மான நிகழ்வுகள்; பூவிடையரின் தலைவிதியையே மாற்றி அமைத்தவை. இந்தத் தன்மை காரணமாகவே அவை புராணக் கதைகள் என்னும் வகைமைப்பாட்டிற்குள் வைக்கப்படுகின்றன. முற்காலத்தில் ஆதியன் என்றோ பூவிடையர் என்றோ பெயர் தாங்கிய முன்னோரின் மத்தியில் அவர்களுடைய நிலைத்த வாழ்க்கையை வேரறுத்த, நாடோடி வாழ்க்கையாக மாற்றி அமைத்த அசாதாரணமான சூழலை - பூம்பூம்மாட்டுக்காரர் களின் நிகழ்காலத்திய நாடோடிய வாழ்க்கைக்கான காரண விளக்கத்தை இக்கதைகள் அளிக்கின்றன. இத்தன்மை காரண மாகவே, இவை காரண விளக்கக் கதைகளாக (Explanatory/ aetiological narrative) இனம் காட்டப்படுகின்றன.

ஆனால், காரண விளக்கக் கதைகள் என்று கூறுவதோடு, இவற்றின் தேவை பற்றிய விவாதம் முடிந்து விடுவதில்லை. எனவே, இந்த இரண்டு கதைகளும் நம்மைக் கூர்ந்து நோக்கத் தூண்டுகின்றன. கடவுளர்களைச் சாட்சிகளாகக் கொண்டு, தங்கள் முன்னோர்களுடைய காலத்தில் நாடோடி வாழ்க்கை முறை தோற்றுவிக்கப்பட்டதையும். அதன் பின்னணியில் இருந்த தர்க்க நியாயத்தையும் கதைகள் பேசுகின்றன. இந்தக் கதைகளே பூம்பூம் மாட்டுக்காரர்களின் வாழ்க்கை முறையை இயக்கிச் செல்கின்றன. சுருங்கச் சொன்னால், கதைகளில் அடங்கி யிருக்கும் நாடோடி வாழ்க்கை முறை பற்றிய செய்திகள், அம்மக்களின் இன்றைய யதார்த்த வாழ்க்கையில் உயிரோட்டத் துடன் ஆவணப்படுத்தப்பட்டிருக்கின்றன. சிறப்புக் கூறு களையும், அவற்றிற்கு இணையான சமகாலத்திய வாழ்க்கைக் கூறுகளையும் முறையே பின்வரும் அட்டவணைகளில் இணை யொத்துப் பார்க்கலாம்.

அட்டவணை - 1

(அ) கடந்த கால யதார்த்தம் (புராணம்)	(ஆ) நிகழ்கால யதார்த்தம் (வாழ்க்கை)
பூம்பூம் மாட்டுக் காரர்களின் முன்னோர் சொந்த நிலபுலன்களோடு நிலைத்த, திருப்தியான வாழ்க்கையை நடத்தியவர்கள்	சொந்த நிலமோ, வீடோ இல்லாமல் நாடோடி வாழ்க்கையை நடத்திக் கொண்டிருப்பவர்கள்.
புத்திசாலிகள்; ஏமாற்றும் பண்புடையவர்கள்; நிலங்கொடுத்து உதவிய பகவானையே ஏமாற்றியவர்கள்	சூதுவாது அறியாத நாடோடிகள்
இரந்து நின்றவர்க்கு அன்னதானம் செய்ய மனமற்ற உலோபிகள்	வீடுவீடாகச் சென்று நிலைத்த குடியினரிடம் யாசகம் கேட்டு இரந்து நிற்பவர்கள்
யாசகனை அலட்சியப் படுத்தி, அவனை ஏமாற்றி யவர்கள்	கிராம, நகர மக்களால் தினந்தோறும் அலட்சியப் படுத்தப்படுபவர்கள்.
யாசகனை ஏமாற்றியதில் மிகவும் மகிழ்ச்சியுற்றவர்கள்	யாசகன் வடிவில் வந்த ராமனை (அல்லது வேங்கடா சலபதியை) ஏமாற்றியதால் காலங்காலமாகக் கஷ்டப்படுபவர்கள்.
யாசகனாக வந்த ராமன் (அல்லது வேங்கடா சலபதி) பசியும் பட்டினியு மாக நாடோடிகளாகக் காலந்தோறும் அலைய வேண்டும் என்று அவர் களைச் சபித்தான்.	இன்று பசி, பட்டினியோடு பிச்சை எடுத்து ஊர் ஊராக நாடோடி வாழ்க்கை நடத்திக் கொண்டிருப்போர்.

பிச்சை எடுப்பதற்குப் பாத்திரமாகச் சுரைக்குடுக்கையை ராமன் கொடுத்தான்	புராண யுகத்தை நினைவு படுத்தும் விதமாகச் சுரைக் குடுக்கையைத் தம்மோடு வைத்திருப்பவர்கள். (அலுமினிய, சில்வர், பாத் திரங்கள் ஆகியவை இன்று புழக்கத்திற்கு வந்துவிட்டன)
ராமா, கோவிந்தா என்று பெயர் சொல்லிப் பிச்சை எடு என்று ராமன் பணித்தான்	யாசகம் கேட்கும்போது ராமன், கோவிந்தன் பெரு மாள் பெயர்களைச் சொல்லுதல்

அட்டவணை - 2

(அ) கடந்த கால யதார்த்தம் (புராணம்)	(ஆ) நிகழ்கால யதார்த்தம் (வாழ்க்கை)
பூவிடையர்களின் முன் னோர்கள் பூக்காரர்களாக நிலைத்த, அமைதியான வாழ்க்கையை நடத்தினர்.	நாடோடி வாழ்க்கை முறையினர்
இயற்கையின் பிறழ்வுப் படைப்புகளான மாடு களை மேய்க்குமாறு பணித்ததைத் தங்கள் தலையில் விடிந்த பாவச் செயல் என்று முன்னோர் கருதினர்	இரட்டைவால் கொண்ட பசு மாடுகள் போன்ற இயற்கை யின் பிறழ்வுப் படைப்பு களைப் பார்வையாளர்கள் பார்க்குமாறு தெருவில் காட்சிப்படுத்திப் பிழைக்கின்றனர்.
கடவுள், தன் பெயரால் 'பெருமாள் மாடு' என்றழைக்கப்படும் காளை மாட்டினை முன்னோரிடம் கொடுத்து அதனைத் தங்கள் பிள்ளையைப் பராமரிப்பது போல், பராமரிக்கச் சொன்னார்.	பூவிடையரில் ஒவ்வொரு குழுவினரும் 'பெருமாள் மாட்டை'த் தங்களோடு வைத்திருக்கின்றனர்.

பெருமாள் மாட்டை வீடு வீடாக ஓட்டிச் சென்று பிச்சை எடுத்து நாடோடி யாக வாழ்க்கை நடத்தினால் பூவிடை முன்னோர்க்குச் சாப விமோசனம் கிடைக்கும் என்று கடவுள் அறிவுறுத்தினார்.	அலங்கரிக்கப்பட்ட பெருமாள் மாட்டை (பசு அல்லது காளை மாடு) வீடு வீடாக ஓட்டிச் சென்று, உறுமிமேளம் வாசித்து எளிதான வேடிக்கைக் காட்டி யாசகம் பெறு கின்றனர்.

நாடோடி வாழ்க்கை முறையின் தோற்றத்திற்கு வித்திட்ட முற்காலத்திய நிகழ்வுகளை விவரிக்கும் இரண்டு புராணக் கதைகளிலும் காணப்படும். சிறப்புக் கூறுகள், மேற்கண்ட அட்டவணைகள் ஒன்றிலும் இரண்டிலும் உள்ள 'அ' பத்திகளில் நிரல்படுத்தப்பட்டுள்ளன. இரண்டு அட்டவணைகளிலும் உள்ள 'ஆ' பத்திகளில் பூம்பூம்மாட்டுக்காரர்களின் இன்றைய யதார்த்த வாழ்க்கையின் உற்றுநோக்கப்பட்ட நடத்தைக் கூறுகள் வரிசைப் படுத்தப்பட்டுள்ளன. இவ்வாறு அகர, ஆகாரப் பத்திகளில் வரிசைப்படுத்தப்பட்டிருக்கும் புராணகால யதார்த்த வாழ்க் கையின் சிறப்புக்கூறுகளும், நிகழ்கால யதார்த்த வாழ்க்கையின் சிறப்புக் கூறுகளும் ஒன்றோடொன்று முரண்பட்டு அல்லது ஒத்தியைந்து எதிரிணையன்களாக நிற்பவை. இந்த எதிரிணைத் தன்மைதான் புராண யுகத்தையும் நிகழ்காலத்தையும் சமநிலைப் படுத்துகிறது. சரியாகச் சொல்வோமானால், இந்தச் சமநிலைப் படுத்தலின் வாயிலாகப் புராணம் நியாயப்படுத்துதல் என்னும் செயலை ஆற்றுகிறது.

வழக்காறுகளின் செயல்பாடுகள்

பொதுவாக மக்கள் வழக்காறுகள், அவற்றை வழங்கும் சமூகத்தில் நேரிடையாகவும், மறைமுகமாகவும் பல்வேறு செயல்பாடுகளைப் புரிகின்றன. அச்செயல்பாடுகளில் ஒன்றாகப் பண்பாட்டை உறுதிப்படுத்தும் (Validating) செயல்பாட்டைக் குறிப்பிடுவர். அதாவது, வழக்காறுகளை வழங்கும் மக்களிடம், அவர்தம் பண்பாட்டிற்குரிய சடங்குகளையும், சமூக நிறுவனங் களையும் நியாயப்படுத்தக்கூடிய வகையில் வழக்காறுகள் பங்காற்றுகின்றன என்கிறார் வில்லியம் பாஸ்கம் (*1965: 292*). இதற்கு ஆதாரமாகச் செயற்பாட்டியல் சிந்தனைப் பள்ளியின் நிறுவனரான மாலினோவ்ஸ்கியின் புராணம் பற்றிய கருத்தினை அவர் மேற்கோள் காட்டுகிறார்.

புராணம் என்னும் நடைமுறை வழிகாட்டி

த்ரோபிரியாண்ட் தீவுகளில் வாழும் பழங்குடி மக்களின் வாழ்க்கை முறைக்கும் புராணத்திற்கும் இடைப்பட்ட அணுக்க மான தொடர்பை உற்றுநோக்கிய மாலினோவ்ஸ்கி, 'புராணம் என்பது காரண விளக்கத் தன்மையுடையது (Explanatory) அல்ல' என்று அழுத்தம் கொடுத்துக் கூறுகிறார். ஆனால் 'அது ஒரு அத்தாட்சிப் பத்திரமாக (Warrant) ஐதிகப் பிரமாணமாக (Charter) விளங்குவதோடு, பெரும்பான்மையான சந்தர்ப்பங்களில் மந்திரம், வாழ்க்கை வட்டச் சடங்கு, சமயச் சடங்கு, சமூக அமைப்பு ஆகியவற்றிற்கு நடைமுறை வழிகாட்டியாகவே பணியாற்றுகிறது' என்கிறார்.

மரபான சமூகங்களில் புராணம் ஆற்றும் பணியைப் பற்றிப் பின்வருமாறு கூறுகிறார் மாலினோவ்ஸ்கி:

"........பொதுவாகப் புராணம் என்பது, உலகப் பொருட்கள் அல்லது நிறுவனங்களின் தோற்ற மூலங்கள் பற்றிய வெறும் ஊகம் அல்ல. அது, இயற்கை பற்றிய சிந்தனை வெளிப்பாடோ அல்லது அதன் விதிகளைப் பற்றிய கற்பனாவாத விளக்கமோ அன்று. புராணத்தின் செயல்பாடு என்பது வியாக்கியானப் பாங்குடையதோ அல்லது குறியீட்டுத் தன்மையுடையதோஅன்று. மாறாக அது ஒரு அசாதாரணமான நிகழ்வு பற்றிய கூற்றாகும். இந்த அசாதாரணமான நிகழ்வு தான் ஓர் இனக்குழுவின் சமூக ஒழுங்கமைப்பைத் தோற்றுவித்தது. அல்லது அதனுடைய பொருளாதாரத் தேவை நிறைவேற்றங்களில் சிலவற்றையோ, அதன் கலைகள் மற்றும் கைவினைத் தொழில்களையோ அதன் சமயம் அல்லது மந்திர நம்பிக்கைகள் மற்றும் சடங்கு முறைகளையோ அந்த அசாதாரணமான நிகழ்வுதான் தோற்றுவித்தது. புராணம் என்பதோ அதன் கதையில் பொதிந்திருக்கும் இலக்கிய ஆர்வம் காரணமாக உயிரோட்டத்துடன் பாதுகாத்து வைக்கப் பட்டிருக்கும் கவர்ச்சியான கட்டுக்கதையின் ஒரு பகுதி அன்று. அது, பண்டைக் காலத்திய யதார்த்த நிகழ்வு பற்றிய ஒரு கூற்று. அந்நிகழ்வு, ஒரு சமூகத்தினுடைய முன்னோடி நிகழ்ச்சியின் வாயிலாக புராணம், தற்போதைய ஒழுங்கமைப்பை நியாயப் படுத்துகிறது. அம்முன்னோடி நிகழ்ச்சியை அடியொற்றி அமையும் அறநெறி சார்ந்த விழுமியங்களையும், சமூக வேறுபாடுகளையும் கடமைகளையும், மந்திர நம்பிக்கைகளையும் புராணம் வழங்குகிறது. இவ்வாறு, புராணம் தனது முக்கியமான

பண்பாட்டுப் பாத்திரத்தைக் கட்டமைக்கிறது. புராணத்தின் வடிவத்தில் காணப்படும் ஒப்புமையின் அடிப்படையில், அது ஒரு வெறுங்கதையோ, இலக்கிய மூல முன்னோடி வடிவமோ அல்லது அறிவியலின் முன் மாதிரியோ அன்று. கலைப்புலம் அல்லது வரலாற்றின் ஒரு பிரிவும் அன்று. காரண காரிய விளக்கம் அளிக்கும் போலிக் கோட்பாடும் அன்று" (Malinowski: 1979: 45).

ஒவ்வொரு சமுதாயத்தின் முதல் இலக்கு என்பது இருத்தல் அல்லது வாழ்தல் ஆகும். ஒவ்வொரு சமுதாயத்திலும் உள்ள மக்கள் பல்வேறு விதிகள் அல்லது விழுமியங்களைக் கொண்டிருக்கின்றனர். இவை, பொருளியல் உபகரணங்களைக் கண்டறியத் தூண்டுகின்றன. இது செயல்களைப் படைத்தளிக்கிறது. இந்தச் செயல்களே செயற்பாடு (Function) என்பதை நோக்கிச் செலுத்துகின்றன. இங்குப் பொதிந்திருக்கும் செய்தி யாதெனில், அச்சமுதாயத்தின் இலக்கு அல்லது நோக்கம் என்பதாகும். இதனையே மாலினோவ்ஸ்கி "Charter" அல்லது "ஐதிகப் பிரமாணம்" என்கிறார். புராணம் எவ்வாறு ஒரு சமுதாயத்தில் ஐதிகப் பிரமாணமாகச் செயல்படுகிறது என்பதை மாலினோவ்ஸ்கி தொடர்ந்து கூறுகிறார்.

'புராதனப் பண்பாட்டில் புராணம் என்பது ஓர் இன்றியமையாத செயல்பாட்டினை ஆற்றுகிறது. நம்பிக்கையை வெளிப்படுத்தி, அதற்கு மதிப்பூட்டுகிறது; அதனை முறைப்படுத்துகிறது. அறநெறியைப் பாதுகாப்பதுடன் அதனை நடைமுறைப்படுத்துகிறது. சடங்கின் பயனுறுதிக்குப் புராணம் உத்தரவாதம் அளிக்கிறது; மனிதனுக்கு வழிகாட்டுவதற்குத் தேவையான நடைமுறை விதிகளையும் அது உட்கொண்டிருக்கிறது. இவ்வாறு, புராணம் என்பது மனித நாகரிகத்தின் சத்திமிக்க மூலக்கூறாகத் திகழ்கிறது. அது ஒரு வெறும் பயனற்ற கதை அன்று; ஆனால், அது திறமான, செயல்திறன் உடைய சக்தியாகும். அறிவுக்கூர்மை வாய்ந்த வியாக்கியானமோ, கலைநுட்பம் உடைய உருவகமோ அன்று. ஆனால், அது புராதன நம்பிக்கை, அறநெறி சார்ந்த ஞானம் ஆகியவற்றின் நடைமுறை வழிகாட்டியாகும்..'

சுருங்கச் சொன்னால், தொடக்கநிலை நிகழ்வுகளின் உயரிய, சீரிய, மிக இயல்நிலை கடந்த யதார்த்தத்தை நோக்கிப் பின்னோக்கிச் சென்று மரபைக் கண்டறிந்து, அதற்கு வலுவூட்டுவதோடு, அதற்கு மிகப்பெரும் விழுமியத்தையும், கௌரவத்தையும் அளிப்பதுதான் புராணத்தின் செயல்பாடாகும்" (Bascom, 1965: 292).

புராணம் பற்றிய மாலினோவ்ஸ்கியின் இந்தக் கருத்துக்கள் அமைத்துக் கொடுக்கும் தளத்திலிருந்து தமிழகத்தில் காணப்படும் இனக்குழுத்தன்மையுடைய நாடோடிச் சமூகத்தைச் சேர்ந்த பூம்பூம் மாட்டுக்காரர்களின் வாய்மொழிக் கதைகளான புராணங்களையும், அவர்களுடைய நாடோடி வாழ்க்கை முறை என்னும் சமூக ஒழுங்கமைப்பில் அவற்றின் செயல்பாடுகளையும் புரிந்து கொள்ள யத்தனிக்கலாம்.

புராணத்தின் நிகழ்த்துதல் பனுவலாக நாடோடிய வாழ்க்கை

பூம்பூம் மாட்டுக்காரர்களின் புராணக் கதைகளை, அவர்களுடைய நிகழ்காலத்திய நாடோடி வாழ்க்கை முறைக்கான காரண விளக்கம் அளிக்கும் அவற்றின் இயல்பின் அடிப்படையில் காரண விளக்கக் கதைகள் எனக் குறிப்பிட்டோம். ஆனால், மாலினோவ்ஸ்கியின் கண்ணோட்டத்தில் 'புராணங்கள் காரண விளக்கத் தன்மையுடையவை அல்ல. மாறாக, ஒட்டு மொத்த சமூக அமைப்பிற்கே நடைமுறை வழிகாட்டியாகத் திகழ்பவை' ஆகும். இந்த இருவேறு கண்ணோட்டத்திற்கும் அளவுகோல்களாக நிற்பவை முறையே குறிப்பிட்ட நிகழ்வினம் பற்றிய வெளியாரின் அணுகுமுறையும், அது குறித்த உள்ளூர் மக்களின் கண்ணோட்டத்திலிருந்து பார்க்கும் அணுகுமுறையும் ஆகும்.

இந்நாடோடி மக்களின் சமூகம் மற்றும் நாடோடி வாழ்க்கை முறையின் தோற்றம் பற்றிக்கூறும் இந்தக் கதைகளில்வரும் பாத்திரங்களோ, இம்மக்கள் முகமறியாத 'முன்னொரு காலத்து முன்னோர்கள்' மற்றும் இராமன், வேங்கடாசலபதி போன்ற கடவுளர்கள் ஆவர். மனிதர்களும் மண்ணுலகிற்கு வந்த கடவுளர்களும் எதிரெதிரே சந்தித்துக் கொள்ளும் தருணங்களும், விந்தையான சில நிகழ்வுகளும் இன்றைய நடைமுறையில் நடக்கக் கூடியவை என்று எதிர்பார்க்க முடியாதவை. ஆயினும், பூம்பூம் மாட்டுக்காரர்கள் அந்நிகழ்ச்சிகள் தம் பண்டைய முன்னோர் காலத்தில் நடந்தவை என்று அவற்றை நம்புகின்றனர். திரும்பத் திரும்ப அவற்றை நினைவுகூர்கின்றனர். தம்முடைய நாடோடி வாழ்க்கை முறைக்கு வித்திட்ட, எதிர்பாராத திருப்புக் கட்டத்தை விவரிக்கும் அக்கதைகள், அதிசய நிகழ்வுகள் நடைபெற்ற காலத்தைப் பிரதிபலிப்பவை. இந்த அடிப்படையான பண்புக் கூறின் காரணமாக இவ்வாய்மொழிக் கதைகள், 'புராணம்' என்னும் வடிவ வகைமைக்குள் அடங்குகின்றன. ஆனால்,

இக்கதைகளைப் புனிதமாகக் கருதிப் போற்றுகிறார்களா எனில் அப்படித் தெரியவில்லை. ஆனால், இக்கதைகள் என்னும் நிலைத்த பனுவல்களின் நிகழ்த்துதல் பனுவல்களாக அவர் தம் வாழ்க்கை முறை அமைந்திருக்கிறது. எனவே, இந்தக் கதைகள் விவரிக்கும் சம்பவங்களை நம்புகின்றனர். ஆனால், இக்கதை களின் எந்தப் பகுதியும் நாடகமாகவோ, சடங்கியல் நாடக மாகவோ இம்மக்களிடையே எங்கும் நிகழ்த்திக் காட்டப்படுவ தாகத் தெரியவில்லை. எனினும், இக்கதைகள் விவரிக்கும் அந்த அதிசயமான சம்பவங்கள்தாம், தம்முடைய நாடோடி வாழ்க்கை முறையின் ஊற்று மூலங்களாக அமைந்தவை என்பதில் அவர் களுக்கு ஆழ்ந்த நம்பிக்கை உண்டு. இந்தப் புராணக் கதைகளை அடிப்படையாகக் கொண்டு சடங்கோ, நாடகமோ எங்கும் நிகழ்த்தப்படவில்லையாயினும், பூம்பூம் மாட்டுக்காரர்களுடைய இன்றைய மாற்றங்களை ஏற்காத நாடோடி வாழ்க்கை முறை என்பது, அவர் தம் வாய்மொழிக் கதைகளிலிருந்து உயிரூட்டப் பட்ட 'சடங்கியல் நாடகமாகவே' தொடர்ந்து கொண்டிருப் பதையே பார்க்கின்றோம். சுருங்கச் சொல்வோமானால், பூம்பூம் மாட்டுக்காரர்களின் நாடோடி வாழ்க்கை முறையானது, அவர்களிடம் வழங்கும் புராணக் கதைகளின் *சாராம்சமாக* இருக்கிறது எனலாம்.

பண்டைக் காலத்தில் நிகழ்ந்த அசாதாரணமான நிகழ்வு பற்றிய கூற்றுதான் புராணம் என்றும், அந்த அசாதாரணமான நிகழ்வுதான் இனக்குழுவின் சமூக ஒழுங்கமைப்பைத் தோற்று வித்தது அல்லது அதன் பொருளாதாரத் தேவைகளை நிறை வேற்றிக் கொள்வதற்கு உதவும் உபாயங்களைத் தோற்றுவித்தது என்றும், குறிப்பிட்ட சமூகத்தின் நிறுவனங்களிலும், அதன் இலக்குகளிலும் தொடர்ந்து நீடித்திருக்கிறது என்றும், அத்துடன், அம்முன்னோடி நிகழ்வின் வாயிலாகப் புராணம் தற்போதைய ஒழுங்கமைப்பை நியாயப்படுத்துகிறது என்றும் புராணம் மற்றும் அது விவரிக்கும் முன்னோடி நிகழ்வு பற்றி மாலினோவ்ஸ்கி கூறுகிறார்.

இந்தக் கருத்துக்களின் வெளிச்சத்தில் பூம்பூம் மாட்டுக் காரர்களின் புராணக் கதைகள் அவர்களுடைய சமூகத்தில் ஆற்றும் செயல்பாடுகளைப் பற்றிப் புரிந்து கொள்ள இயலும். அடிப்படையில், இக்கதைகள் அவர்களுடைய முன்னோர் வாழ்ந்த பண்டைக் காலத்தில் நிகழ்ந்த மிகவும் அசாதாரணமான

சம்பவங்கள் பற்றிய விவரிப்புகளாகும். நிலைத்த வேளாண்மை பூ கட்டும் தொழில் ஆகிய பொருளாதாரத் தேவை நிறைவேற்ற உபாயங்களையும் நிலைக்குடி வாழ்க்கை முறையையும் முற்றிலும் வேரறுத்து, நிலம், வீடு முதலியவற்றையும் இழந்து, அவர்கள் ஊர் ஊராகச் சுற்றி அலைந்து, இரந்து வாழும்படியான நாடோடி வாழ்க்கை முறையைப் பூம்பூம் மாட்டுக்காரர்களின் முன்னோர் களிடம் சுமத்திய அசாதாரணமான திருப்புக் கட்டத்திற்கு வித்திட்ட முன்னோடி நிகழ்வுகள் அவை. அதாவது, நாடோடி வாழ்க்கை முறையைத் தழுவிய ஒரு சமூக ஒழுங்கமைப்பைத் தோற்றுவித்தவை.

இந்த நாடோடி வாழ்க்கைமுறை என்பது பல்வேறு வகை யான நடத்தைக் கூறுகளால் ஒருங்கிணைக்கப்பட்டதாகும். குறிப்பிட்ட இடத்தில் ஏனைய சமூகங்களைப் போல் வீடுகட்டிக் கொண்டு நிரந்தரமாக வசிக்காமல் ஊர் ஊராகச் சுற்றித் திரிந்து, வீடு வீடாகச் சென்று இரந்து நின்று, யாசகம் பெற்றுப் பசியாற்றிக் கொள்ளும் வாழ்க்கை முறை அது. புராதனக் காலத்தில் கடவுளர்கள் சபித்தவாறு, பெருமாள் மாட்டையும், இயற்கையின் பிறழ்வுப் படைப்புகளையும் ஊர் ஊராக ஓட்டிச் சென்று வித்தை காட்டுவது; அதன் மூலம் சன்மானம் பெற்றுப் பசியாற்றிக் கொள்வது, முன்னோடி நிகழ்ச்சியை ஆதாரமாகக் கொண்டு நடை, உடை, பாவனைகளைப் படைத்துக் கொண் டிருத்தல், அதாவது, நாடோடி இரவலர்களாக ஆகுமாறு கடவுளர்கள் சபித்தபோது, முன்னோர்களுக்குச் சுரைக்குடுக்கை, வேட்டி, தலைப்பாகை, நெற்றியில் நாமமிட்டுக் கொள்வதற்கு நாமக்கட்டி, பொட்டு வைத்துக் கொள்வதற்காகத் தென்னங் குடுவையில் நிரப்பப்பட்ட குங்குமம் ஆகிய அனைத்தையும் ஒப்பனைப் பொருட்களாகக் கொடுத்து, நாடோடி நிகழ்த்துக் கலைஞர்களாகத் தொழில் செய்து பிழைக்குமாறு ஆக்கினர். இதனை அப்படியே பின்பற்றும் விதமாகத் தலைமுறை தலை முறைகளாக நாடோடிக் கலைஞர்களாகப் பிழைப்பு நடத்துதல். இத்தகைய சில கூறுகளை ஒருங்கிணைத்துக் கொண்டிருக்கும் ஒரு வடிவமே அவர்களுடைய நாடோடி வாழ்க்கை முறை.

இந்த நாடோடி வாழ்க்கைமுறை தோன்றுவதற்கு வித்திட்ட அசாதாரணமான முற்காலத்திய நிகழ்வுகள் பற்றிய கூற்று களாகப் பூம்பூம்மாட்டுக்காரர்களின் புராணக் கதைகள் விளங்கு கின்றன. மேற்கண்ட நிகழ்வுகள், அவர்களுடைய இன்றைய

வாழ்க்கை முறையின் ஒட்டுமொத்த பரிமாணத்தில் தொடர்ந்து நீடித்துக் கொண்டிருக்கின்றன. ஆகவே, முற்றிலும் எதிர்பாராத, அதியதார்த்தமான முன்னோடி நிகழ்ச்சிகள் என்பனவற்றின் வாயிலாக அப்புராணங்கள், தற்போதைய நாடோடி ஒழுங் கமைப்பை நியாயப்படுத்துகின்றன.

இந்த முன்னோடி நிகழ்ச்சிகள் பற்றியும் அவற்றிற்குப் பூம்பூம் மாட்டுக்காரர்கள் தற்காலத்தில்கொடுக்கும் முக்கியத் துவம் குறித்தும் நாம் கவனத்தில் எடுத்துக் கொள்ள வேண்டும். த்ரோபிரியாண்ட் தீவுகளின் பழங்குடி மக்கள் மிகவும் தீவிரமாகத் தம்முடைய வழக்கங்களைக் கடைப்பிடித்தலை உற்று நோக்கிய மாலினோவ்ஸ்கி, அதிலிருந்து ஒரு முக்கியமான உண்மையை உய்த்துணர்ந்து கொள்கிறார். அதாவது, "நிகழ்காலத்தை விட, கடந்த காலம் என்பது தான் அவர்களுக்கு மிகவும் முக்கிய மானது" என்கிறார். "புராண நிகழ்வுகளோடு, தற்காலத்திய நடத்தைமுறைகள் இணைத்துத் தொடர்புப் படுத்தப்படுகின்றன. தற்போதுவாழும் மக்களின் நேரிடையான முன்னோர்களின் காலத்துச் சம்பவங்களோடு நிகழ்காலத்திய நடத்தைமுறைகள் இணைத்துப் பார்க்கப்படுவதில்லை என்பதுகுறிப்பிடத்தக்கது. மாறாகப் புராண யுகத்தைச் சேர்ந்த மிகவும் பிரசித்தி பெற்ற முன்னோர்களோடு இணைக்கப்படுகின்றன. இவ்வாறு, புராண யுக நிகழ்வுகளுக்கும், தற்காலத்திய நிகழ்வுகளுக்கும் இடைப்பட்ட தொடர்பு என்பது, மிகப்பெரும் சமூக முக்கியத்துவத்தை வெளிப்படையாக, ஆதாரபூர்வமாகத் தாங்கி நிற்கிறது. முக்கியத்துவம் வாய்ந்த கடந்த காலத்திய நிகழ்வுகள் பற்றிய கதைகள் புனிதமானவையாகக் கொண்டாடப்படுகின்றன. ஏனெனில் அவை தங்களுடைய புராணயுகத்துத் தலைமுறை யினர் பற்றிப் பேசுபவை, இக்காரணம் பற்றியே பொதுவாக அவை உண்மையானவை என்று ஏற்றுக்கொள்ளப்பட்டவை. ஒவ்வொருவரும் அறிந்தவை; சொல்பவை. 'கடந்த காலத்தியவை, மக்களால் ஏற்றுக் கொள்ளப்பட்டவை' என்னும் இரண்டு பண்புக் காரணிகள் காரணமாக, சமூக அறநெறியின் அடிப் படையில் சரியானவை என்னும் அங்கீகாரத்தைப் பெற்றவை." (Young 1979: 237).

மாலினோவ்ஸ்கி முன்வைக்கும் மேற்கண்ட கூற்றின் சாராம்சத்தை உள்வாங்கிக் கொண்டு, பூம்பூம்மாட்டுக்காரர்களின் புராணக்கதைகளை அணுகும்போது, 'புராணயுகம் - நிகழ்காலம்', 'புராணயுகத்து முன்னோடி நிகழ்ச்சிகள் - தற்காலத்திய நடத்தை

முறைகள்' ஆகிய இவ்விரண்டு எதிரிணையன்களுக்கும் இடைப் பட்ட தொடர்பு என்பது, பூம்பூம்மாட்டுக்காரர்களின் நாடோடி வாழ்க்கை முறையை உற்றுநோக்கும்போது, சமூக முக்கியத்துவம் வாய்ந்தது என்பதை வெளிப்படுத்துகிறது. பூம்பூம் மாட்டுக்காரர் களைப் பொறுத்தவரையில் பண்டைக் காலத்திய முன்னோர் களிடையே நடந்த நிகழ்ச்சிகள் பெருமைக்குரியவையா அல்லது சிறுமைக்குரியவையா என்னும் கேள்வியே எழவில்லை. முன்னோர்களின் வாழ்க்கை முறையையே தலைகீழாக மாற்றி அமைத்த, அசாதாரணமான நிகழ்வுகள் என்பன தங்களுடைய முன்னோருடன் தொடர்புடையவை. அவ்வகையில் அவை முக்கியமானவை. அந்நிகழ்வுகளை விவரிக்கும் புராணக் கதைகள் புனிதமானவையோ இல்லையோ திரும்பத் திரும்ப நினைவு கூர்ந்து சொல்லப்படுகின்றன. அந்தக் கதைகளின் அடிப்படை யிலேயே அவர்களுடைய இன்றைய நாடோடி வாழ்க்கை முறை, ஒரு நிகழ்த்துதலைப் போல் நீட்சியடைந்து கொண்டிருக்கிறது. இந்த வாதங்களின் அடிப்படையில் பார்க்கும்போது, அவை உண்மையானவையாகவும், அவர் தம் சமூகஅறநெறியின் அடிப் படையில் ஏற்றுக் கொள்ளப்பட்டவையாகவும் தோன்றுகின்றன. இக்கோணத்தில் அணுகும்போது, இப்புராணக் கதைகள், பண்பாட்டை உறுதிப்படுத்தும் பணியை ஆற்றுகின்றமை வெளிப்படையானது. அவ்வகையில், நாடோடி வாழ்க்கை முறையின் ஒட்டு மொத்த பரிமாணத்திற்கும் ஆதாரமாக அமைந்து, தொழில், வாழ்க்கைமுறை முதலிய அனைத்திற்கும் ஐதிகப் பிரமாணங்களாக (Charters) அல்லது நடைமுறை வழிகாட்டிகளாகப் பூம்பூம்மாட்டுக்காரர்களுடைய புராணக் கதைகள் செயல்படுகின்றன.

கட்டுரையின் முன்னுரையில், பொதுவாக இனக்குழுச் சமூகங்களில் வாய்மொழிக் கதைகள் பெறும் முக்கியத்துவம் குறித்து மதிப்பிடும் போது, சில நுட்பமான கருத்துக்கள் சுட்டிக் காட்டப்பட்டிருந்தன. 'சுற்றுவட்டாரங்களையும் அவற்றில் வாழும் மக்களையும் பற்றிப் பேசுவனவாக அக்கதைகள் விளங்கினாலும், அவை தம்மளவில் புறவயமான வடிவங்களாகும். அவ்வாய்மொழிக் கதைகளின் மெல்லிய மேலடுக்கின் கீழ், மற்றொரு பொருளடுக்கு உள்ளது. இப்பொருளடுக்கானது, அடித்தளத்தில் பொதிந்திருக்கும் அவ்வாய்மொழிக் கதைகளின் விழுமியங்களை வெளிப்படுத்துகிறது' (Fettereman, 1989: 70-71) 'வாய்மொழிக் கதைகளை ஆய்வாளர்கள் முறைப்படுத்தி நோக் கினால், ஒரு குறிப்பிட்ட மக்களுடைய வாழ்க்கை முறை பற்றிய உள்நோக்குச் சித்திரத்தை அவை முன்வைக்கும்' (Herskovits, 1974:

269). அது போலவே வழக்காறுகள் - குறிப்பாகப் புராணம் முதலிய வாய்மொழிக் கதைகள், செய்தி பற்றிய செய்திகளையும் (Meta Messages) சொல்லக்கூடும். எனவே, இந்த அளவுகோலின் துணையோடு பூம்பூம் மாட்டுக்காரர்களின் புராணங்களை மேலும் அலசுவதற்கு வாய்ப்பு இருக்கிறது.

மாலினோவ்ஸ்கி, த்ரோபிரியாண்ட் தீவுகளின் பழங்குடி களை முன்னிறுத்திக் கூறும்போது, அவர்கள் நிகழ்காலத்தைவிட, கடந்த காலத்திற்குத்தான் அதிக முக்கியத்துவம் தருகிறார்கள் என்கிறார். பூம்பூம்மாட்டுக்காரர்கள் கூட, தாம் வழங்கும் புராணங்களிலும் சரி, வாழும் யதார்த்த வாழ்க்கையிலும் சரி, கடந்த காலத்திற்குத்தான் முக்கியத்துவம் தருகிறார்கள். இந்தக் கூறினையும், அவர்களுடைய புராணக் கதைகளில் முதலாவதில் இடம்பெறும் சாபம், இரண்டாவதில் இடம்பெறும் சாபவிமோ சனம் என்னும் கூறினையும் கவனத்தில் எடுத்துக்கொண்டால், அப்புராணங்கள் செய்தி பற்றிய செய்தியாக, ஐதிகப்பிரமாணம் (Charter) என்னும் நிலையில் நடைமுறை வழிகாட்டிகளாகத் திகழ்வதோடு மட்டுமல்லாமல், மற்றொரு உட்பொருளையும் தம்மகத்தே கொண்டிருக்கலாம் அல்லவா என்னும் கேள்வியும் நம்மிடம் எழுகிறது.

கால எல்லையற்ற சாபவிமோசனப் பயணம்

முன்னெப்போதோ ஒரு காலத்தில் கடவுளர்களால் சபிக்கப் பட்ட நிலையில், அந்தச் சாபத்திலிருந்து விடுபடுவதற்காகப் பண்டைய முன்னோர்கள் காலந்தொட்டு, வழிவழியாகச் சாப விமோசன யாத்திரை மேற்கொண்டிருக்கும் இன்றைய நாடோடி களான பூம்பூம் மாட்டுக்காரர்கள், எத்தகைய ஒரு சூழலில் வாழ்கிறார்கள், யாரிடத்துத் தங்கள் கதைகளைத் திரும்பத் திரும்பச் சொல்லிக் கொண்டிருக்கிறார்கள் என்பதையும் பார்க்கவேண்டும்.

ஒரே இடத்தில் நிரந்தரமாக வீடுகள் அமைத்து விவசாயம், தொழில், வணிகம் ஆகியவற்றின் மூலம் நிரந்தர வருவாயுடன் வசதியாக வாழக்கூடிய மக்களிடையே இவ்வசதி வாய்ப்புகள் எவையுமில்லாமல் நாடோடிகளாக வலம் வந்து யாசகம் பெற்றுப் பிழைப்பவர்கள் பூம்பூம் மாட்டுக்காரர்கள். இருவகை மக்களுக்கு இடையே நிலவும் இம்மிகப் பெரிய ஏற்ற இறக்க நிலைகள், எவ்வாறேனும் சமன்படுத்தப்பட்டாக வேண்டும். முன்னோர் களின் காலத்தில் பூவிடையர்கள் நிலவுடைமையாளர்களாகவும், திருப்பதியிலும், அயோத்தியிலும் பூக்காரர்களாகவும் விளங்கிய

வர்கள் எனக் கூறுவதன் மூலம் மேற்கண்ட சமனற்ற நிலை மனரீதியாகச் சமன்படுத்தப்படுகிறது. எனவே இந்தப் புராணக் கதைகள் மறைமுகமாக இச்செயற்பாட்டைப் புரியக்கூடியவை யாக விளங்குகின்றன.

இரண்டு கதைகளிலும் அறுதியிட்டுக் கூறமுடியாத ஒரு காலத்தில் தங்கள் முன்னோரின் வாழ்க்கையில் முறையே இராமன், வேங்கடாசலபதி ஆகிய கடவுளர்கள் நுழைந்து, விதித்த சாபம் மற்றும் சாபவிமோசன உபாயம் ஆகியவை விளக்கப்படுகின்றன.

இந்த இரண்டு கதைகளிலும் இருவகைக் காலங்கள் இடம் பெறுகின்றன. அவை புராணக் காலமும் முன்னோர் தொடர் புடைய பண்டைய வரலாற்றுக் காலமும் ஆகும். இவை முக்கிய மானவை. அதாவது, பூம்பூம் மாட்டுக்காரர்களுடைய முன் னோரின் யதார்த்த வெளி மற்றும் காலத்திற்குள் புராண காலம் பிரவேசிக்கிறது. இவ்விரண்டு காலங்களின் சங்கமிப்பில்தான் அந்தத் திருப்பம் சம்பவிக்கிறது. முன்னோர்களின் பண்டைய வரலாற்றுக் காலத்தில், பூவிடையர்கள் வேளாண்மைத் தொழில் செய்து வாழ்ந்த நிலவுடைமையாளர்களாகவும், புத்திசாலி களாகவும் தந்திர உபாயமிக்கவர்களாகவும் ஏமாற்றுப் பண் புடையவர்களாகவும் தர்மசிந்தைஅற்றவர்களாகவும் நிறுத்தப்படு கின்றனர். அதிசயங்களின் காலத்திற்குரிய புராணமாந்தர்கள் உருமாற்றத்தின் மூலம் யாசகராகத் தோன்றிச் சாமானிய மக்களைச் சோதிப்பவர்களாகவும், சாபமிடுதல் என்னும் மந்திர உச்சாடனம் மூலம் அச்சாமானியர்களுடைய வாழ்க்கை முறையையே தலைகீழாக்கித் தலைவிதியையே மாற்றியமைக்கக் கூடியவர்களாகவும், அத்தலைகீழ் முறையை நேர்ப்படுத்தும் வண்ணம் சாபவிமோசனம் வழங்குபவர்களாகவும் திகழ்கின்றனர்.

இவ்வாறு அதி அற்புத ஆற்றல் படைத்த கடவுள் அல்லது புராண மாந்தர்களும் அவர்களுக்கு இணையான ஆற்றல் அற்ற, பூம்பூம் மாட்டுக்காரர்களுடைய முன்னோர்களும் எதிரெதிராகப் பார்க்க நேர்ந்த அந்தச் சந்திப்பு, இருவேறு காலங்களின் சங்கமமாகும். புதிர்மையும் மயக்க நிலையும் நிறைந்த அத்தகைய காலச்சங்கமம் இன்றும் தொடர்கிறது என்னும் பூவிடையர்களின் நம்பிக்கையின் அடையாளமாக இக்கதைகளும் அவர்தம் வாழ்க்கை முறையும் திகழ்கின்றன.இக்கால மயக்கத்தில் சிக் குண்டவர்களாக மயங்கிக் கிடக்கும் மனப்பாங்கினை, அவர்

களுடைய சாபம் படிந்த வாழ்க்கையை, அவர்கள் அப்படியே எதிர்ப்பின்றி, வெல்லும் முயற்சியின்றி ஏற்றுக்கொண்டு செல்லும் யதார்த்தப் போக்கிலிருந்து அறிந்து கொள்ள வியலும். கடவுளை ஏமாற்றிய முன்னோர் மீது இராமன் விதித்த சாபம் என்பது, தலைமுறை தலைமுறையாகத் தொடர்ந்து வரும் தொடர்வினை என்று ஏற்றுக் கொண்டவர்கள் அவர்கள். இன்னொரு பக்கம், சாபம் என்னும் தண்டனைக் காலத்திலிருந்து மீட்சி அடைவதற்காக, பெருமாள் மாட்டை ஓட்டிக்கொண்டு அவர்கள் எப்போதோ தொடர்ந்த சாபவிமோசனப் பயணம், கால எல்லை ஏதுமின்றித் தொடர்ந்து போய்க்கொண்டிருக்கிறது. ஆனால், ஒன்று மட்டும் தோன்றுகிறது. புராண மாந்தர்களின் காலம், பூம்பூம் மாட்டுக்காரர்களுடைய முன்னோரின் வாழ்காலம் என்னும் இரண்டு காலங்களின் சந்திப்பு மயக்கத்திலிருந்து பூம்பூம் மாட்டுக்காரர்கள் எப்போதுவிடுபடுகிறார்களோ அப்போது தான் அவர்கள் சாபவிமோசனம் அடைவார்கள்.

துணை நூல்கள்

Bascom, william, R. 1965: Four Functions of Folklore in Alan Dundes (ed). The Study of Folklore, London: Prentice -Hall International, INC.

Fetterman, David M. 1989: Ethnography Step By Step, New Delhi: Sage Publications.

Herskovits, Melville. 1974: Cultural Anthropology, New Delhi: Oxford Publishing Company.

Malinowski, Bronislaw, 1979: The Role of Magic and Religion in William A. Lessa, Evon Z. Vogt (eds), Reader in Comparative Religion: An Anthropological Approach, London: Harper & Row Publishers.

Thurston, Edgar, Rangachari, K. 1987: Caste and Tribes of Southern India, Vol. IIC to J, New Delhi: Asian Educational Services.

Vander zanden, James W. 1996: Sociology: The Core, New Delhi: Mc. Graw - Hill, Inc.

Young Michael, W. 1979: The Ethnography of Malinowski: The Trobriand Islands 1915-18 London: Rouledge & Kegan Paul Ltd.

9. எங்கோ தொலைவில் ஒலிக்கும் நாடோடிகளின் இசை

கிராமத்தின் வாழ்க்கை அனுபவத்தைத் தம் முள் தக்க வைத்துக் கொண்டிருக்கும் எந்த ஒருவரும் குறிப்பாகக் கலை சார்ந்த இரண்டு வெவ்வேறு மரபுகளைப் பற்றி எப்போதும் மனதில் இருந்து துடைத்தெறிந்து விடாமல், ஞாபகம் வைத்துக் கொண்டிருப்பார்கள். ஒன்று, தம்முடைய மண் சார்ந்த கலை மரபுகள்; மற்றொன்று, அவ்வப்போது ஊருக்கு வந்து போகும் நாடோடிகள், இரவலர்கள் ஆகியோரின் கலை மரபுகள்; ஒவ்வொருவருடைய வட்டாரத்தின் தன்மைக்கு ஏற்ப, இளம் பருவத்தில் அவரவர் கவனத்தை ஈர்த்த வெவ்வேறு வகையான நாடோடி இனங்களின் நடனம், பாட்டு, தோற் பாவைக்கூத்து முதலிய நிகழ்த்து கலைகள், கைவினைக் கலைகள் உட்பட பல்வேறு கலை மரபுகளை நினைவு கூர்ந்திட இயலும். தற்போதும் கூட அவை உயிர்வாழ்கின்றன.

மோடி வித்தைக்காரர்களின் மந்திர தந்திரங் கள், குறி சொல்லும் ராப்பாடிகளுடைய சிறிய உடுக்கையான குடுகுடுப்பையின் அடுக்கடுக்கான சொடுக்கொலிகள், நரிக்குறவர்களின் உடுக்கை முழக்கத்தோடு ஒலிக்கும் காளி பற்றிய பாட்டு, தாதரின் பாட்டுக்கு இடையே ஒலிக்கும் சேகண்டை

யின் நாதம், குரங்காட்டியின் மந்தமான குடுகுடுப்பை ஒலி, பூம்பூம் மாட்டுக்காரரின் உறுமி மேள இசைக்கு இடையே கேட்கும் அவனுடைய யாசகம் வேண்டும் குரல். 'அம்மா சோறுபோடுவாங்களா' எனக் கேட்கும் அவனுடைய கேள்விக்குக் கழுத்து மணி ஓசை கேட்கத் தலையாட்டும் பெருமாள் மாடு; பூம்பூம் மாட்டுக்காரர்களுள் சிலர் வாசிக்கும் இரட்டை மேளம் அல்லது ரவணா மேளத்தின் உச்ச இசை, தவில் - நாதஸ்வரச் சேர்ந்திசையில் வெளிப்படும் திரைப்படப்பாடல், வீணை நரம்பினைச் சுண்டி, சப்தம் எழுப்பி, 'சோசியம் பார்க்கலியோ' என வரும் வீணை சோதிடன் - இப்படிப் பல்வேறு வகையான இசைக்கருவிகளை வாசித்தும் பாட்டுப் பாடியும் குறி சொல்லியவாறும் இரவலர்களாக வரும் பலவகையான நாடோடிகளின் காட்சிப்படிமங்கள் அப்படியே நமது மனதில் கிடக்கின்றன. தற்போது ஒருசில நாடோடிகள் காணாமல் போய்விட்டாலும் அல்லது நமது கண்ணிற் படாவிட்டாலும் ஆங்காங்கே பலர் இன்றும் வளைய வந்து கொண்டிருக்கிறார்கள்.

தேசியப் பண்பாட்டு வரைபடமும் விளிம்புநிலை மக்களின் பண்பாடும்

பெரும்பாலும், இரவலர்களாக வாழ்க்கை நடத்திக் கொண்டிருக்கும் இத்தகைய நாடோடிகளுடைய இருப்பும், அவர்தம் கலைகளும் கைவினைகளும், தேசிய அளவில் எத்தகைய அங்கீகாரம் கொடுக்கப்பட்டிருக்கின்றன? இந்தியாவின் ஒட்டு மொத்தமான பண்பாட்டு பரிமாணத்தில் நாடோடிகளின் பண்பாடுகள் உள்ளடக்கப்பட்டுள்ளனவா? இவை போன்ற வினாக்களை எழுப்பி நாடோடிகள் பற்றி உடனடியாகச் செலுத்த வேண்டிய அக்கறையின் அவசியம் பற்றிச் சமூகவியலறிஞரான எஸ்.சி. துபே சொல்லுவதைக் கவனிக்க வேண்டும்.

"இந்தியாவின் பலவண்ணப் பண்பாட்டுத் தொகுதிக்குள் கழைக்கூத்தாடிகள், கதைப்பாடகர்கள், இரவலர்கள், காமத்தரகர்கள் (Pimps), பாலியல் பணியாளர்கள், நிகழ்த்துக் கலைஞர்கள், வேடிக்கை காட்டுவோர், ஆட்டம் மற்றும் பாட்டுக் கலைஞர்கள், பாம்பாட்டிகள், விலங்குகளைப் பழக்கி வித்தை காட்டுவோர், கதைசொல்லிகள், சோதிடர்கள், நாடோடிகள், போன்றோர் அடங்குகின்றனர். நாட்டார் மற்றும் வெகுமக்கள் பண்பாட்டின் பன்முகத்தன்மைக்கும் உயிர்ப்புத் தன்மைக்கும், இந்தக் குழுக்கள் மிகப் பெரும் அளவில் பங்களிப்புச் செய்துள்ளன. ஆனால்,

நாட்டின் ஒட்டுமொத்தப் பண்பாட்டுத் தொகுதிக்குள் இந்தக் குழுக்கள் தனித்து இடம்பெறவில்லை. இந்தக் குழுக்கள் கவனத்தில் எடுத்துக் கொள்ளப்பட வேண்டும். செய்து முடிக்கப் படாத பண்பாடு பற்றிய ஆய்வுகளின் திட்ட நிரல்களில் இக் குழுக்கள் இணைத்துக் கொள்ளப்பட வேண்டும்." (S.C. Dube, 1993:v).

பல்வேறு தேசிய இனங்களும் நூற்றுக்கணக்கான எழுத்து மற்றும் எழுத்து வடிவம் அற்ற மொழிகளும், கிளை மொழிகளும் பலவகையான பண்பாடுகளும் நிறைந்த இந்தியாவில் சமுதாயம், பண்பாடு பற்றி ஆயிரக்கணக்கான 'சர்வேக்களும் நூற்றுக் கணக்கான ஆய்வுகளும் இதுவரையில் மேற்கொள்ளப்பட்டிருப் பினும், நாட்டின் பண்பாட்டு வரைபடத்தில் குறிப்பிடத்தக்க அளவில் ஒரு வெற்றிடம் - ஓர் இடைவெளி இருக்கிறது என்று தமது கவலையை வெளிப்படுத்துகிறார் எஸ்.சி.துபே மேற்கண்ட பட்டியலில் உள்ளவர்களைப் போன்ற பல விளிம்புநிலை மக்களின் சமூகம் மற்றும் பண்பாடு பற்றிப் போதிய அளவில் அக்கறை காட்டப்படவில்லை என்பதுதான் துபேயின் வருத்தத் திற்குக் காரணமாகும். தற்போது பண்பாட்டுத் தளத்தில் ஆங்காங்கு விளிம்புநிலை மக்களைப் பற்றிக் கவனம் செலுத்தப் படுகிறது என்பதும் குறிப்பிடத்தக்கது.

பொதுவாக நாடோடி மக்கள் என்றாலே அவர்கள் இசை, நடனம், வாய்மொழி மரபுகள் ஆகியவற்றோடு இணைத்துச் சிறப்பித்துச் சொல்லப்படுவார்கள். குறிப்பாக ஐரோப்பிய நாடுகளில் வாழும் நாடோடிகளுடைய இசைவடிவங்களையும் நிலைக்குடிகளின், இசைமரபில் அவற்றின் பங்களிப்பையும், மிகவும் சிறப்பித்துக் கூறுவர். அதிலும் இந்திய வம்சாவளி யினரான நாடோடிகளுடைய இசைவடிவங்கள் அய்ரோப்பிய இசைமரபினோடு கலந்து விடாமல் தத்தம் தனித்தன்மையைப் பாதுகாத்துக் கொண்டிருப்பதையும் ஆராய்ச்சியாளர்கள் கண்டறிந்துள்ளனர். (D.P.Singhal, 1982: 60-63) இவ்வாறே இந்திய நாடோடி மக்கள் தங்கள் தங்கள் நிகழ்த்துதலின் மூலமாகக் கலைமரபுகளைப் பல்வேறு பகுதிகளுக்குப் பரப்பும் பணியைச் செய்வதோடு விதவிதமான கலைவடிவங்களின் வாயிலாகப் பல்வேறு மொழிகளில் பழமரபுக் கதைகள், புராணங்கள் போன்றவற்றை எடுத்துரைத்தல், பாடல் வடிவில் நிகழ்த்துதல் என்பனவற்றின் மூலம் வட்டாரப் பண்பாடுகள் தமக்குள்

சங்கமித்துக் கொள்ளும் வண்ணம் பெரும்பங்காற்றியுள்ளமையும் குறிப்பிடத்தக்கது (Aparna Rao, Michael J. Casimir, 2003: 27).

தமிழக நாடோடிகளின் இசை மரபுகள்

வாய்மொழிப் பாடல், தோற்கருவிகள், குழற்கருவிகள் போன்றவற்றின் இசை வடிவங்கள், ஆட்டக்கலைகள் என்று தத்தம் கலைத் திறனை வெளிப்படுத்தும் நாடோடிகள், தமிழகத்தில் பரவலாக உள்ளனர். சிங்கக் கொடியையும் குலத்தோற்றத்தைக் குறிக்கும் கொடியையும் ஏந்தி, 'வாங்கா' இசைக் கருவியையும் வீரவெண்டையத்தையும் இசைத்தவாறு வாழ்த்துப் பாடல் பாடி ஊரை வலம் வரும் சாதிப்பிள்ளைகள், (இரத்தின புகழேந்தி *2001: 15*), சேமக்கலம் (சேகண்டி) என்னும் வெண்கலத் தாளத்தை அடித்தும், சங்கு ஊதியும் பக்திப் பாடல்களைப் பாடியவாறு யாசகம் பெறும் ஆண்டிகள்; உறுமிக் கார நாயக்கப் பெண்ணின் உறுமி மேள முழக்கத்திற்கேற்ப, கால்களில் சதங்கைகள் கட்டிய ஆடவன் ஒருவன் சாட்டையால் தன்னைக் குருதி வெளிப்படும் அளவிற்கு அடித்துக் கொண்டு வீதியில் ஆடும் சாட்டையடிக்காரன். (இ, முத்தையா, *2003: 223*).

'திருப்பதி வேங்கடாசலபதிக்கு அடிமைகளாக நேர்ந்து விடப்பட்டவர்கள்' என்னும் ஐதிகப் பின்னணியோடு, தப்பு, சேகண்டி ஆகியவற்றை இசைத்தும் சங்கு முழங்கியும் பெருமாளைப் போற்றித் துதிக்கும் பக்திப் பாடல்களைப் பாடி, யாசகம் பெறுவோர் தாசரிகள் (பக்தவத்சலபாரதி, *2003 19*).

பாம்புகளைப் பிடித்து வந்து தாம் இசைக்கும் மகுடி இசைக் குத் தக்கவாறு அவற்றை அசைய வைப்பதாகப் பாவித்து, பார்வையாளர்களைக் கவர்ந்து சன்மானம் பெறும் பாம்பாட்டிகள்.

'சிவன் கொடுத்த மணி'யை ஆட்டி இசைத்தவாறு ஒவ்வொரு வீடாகச் சென்று சிவன், முருகன், காமாட்சி போன்ற தெய்வங்களைப் போற்றிப் பாடியும் நெல் வகைகளைப் பற்றிய பாடல்களைப் பாடியும் யாசகம் பெற்றுப் பிழைப்பு நடத்தும் நாழிமணிக்காரர்கள் (ஓ.முத்தையா. *2003: 112*).

ராமர், ஆஞ்சநேயர், கிருஷ்ணர் முதலிய வைணவ சமய மரபுக்கு உட்பட்ட தெய்வங்களின் வேடம் தரித்து, கஞ்சிரா, ஆர்மோனியம், ஜால்ரா, மிருதங்கம், கட்டை முதலிய இசைக் கருவிகளை இசைத்தவாறு பாடல்களைப் பாடிக் குழுவாகச்

சென்று யாசகம் பெறும் பகல் வேடக்காரர்களான ஜங்கமப் பண்டாரங்கள். (சோ. சேகர், 1991) ஜக்கம்மாவை முன்னிறுத்திக் குடுகுடுப்பை ஒலிக்க, நள்ளிரவைக் கடந்து அல்லது அதி காலையில் நல்ல சேதி சொல்லிச் செல்லும் குடுகுடுப்பைக்காரன் - கதைப்பாடல் பாடியோ, பெருமாள் மாடு தலையாட்ட உறுமி மேளம் வாசித்தோ, சிறுவர் - சிறுமியர் பொய்க்கால் குதிரை ஆட்டம் ஆட, ரவணா மேளம் அடித்தோ ஊரைவலம் வரும் பூம்பூம் மாட்டுக்காரர்கள்... (ஆ. தனஞ்செயன், 2003: 83). இவ்வாறு பல்வேறு இசைக்கருவிகளை வாசித்தும், வாய்மொழிப் பாடல்களைப் பாடியும் யாசகம் பெறுவதன் வாயிலாக வாழ்க்கை நடத்தும் மக்களைக் கொண்ட பல்வேறு நாடோடிச் சமூகங்கள், வெகு மக்கள் ஊடகச் சூழல் எங்கும் வியாபித்த நிலையில், இன்றும் தமிழகத்தில் காணப்படுகின்றன.

புரவலர் ஆதரவும் நாடோடிகளும்

இச்சமூகத்தினருடைய இசை நிகழ்த்துதல்களை ஒட்டு மொத்தமாகத் தொகுத்துப் பார்க்கும்போது, இந்த மண்ணின் நிலைக்குடிச் சமூகங்களுடைய பண்பாட்டுச் சூழலில், நாடோடி களுடைய இசை வடிவங்கள் எத்தகைய இடத்தைப் பெறுகின்றன என்னும் ஒரு கேள்வி எழுகிறது. இந்தக் கேள்விக்கு விடை காணு வதற்கு, நாடோடிகள் இதுவரையில், பாரம்பரியமாக அனுபவித்து வரும் புரவலர்த் தன்மையின் (patronage) அடிப்படையிலேயே முயல வேண்டும். அவ்வகையில் பின்வருமாறு நாடோடிகளை வகைப்படுத்தலாம்:

1. சாதிச்சார்புடைய புரவலர் ஆதரவு

சாதித் தோற்றம் பற்றிய புராணத்தின் அடிப்படையில், நிலைக்குடியான ஏதேனும் ஒரு குறிப்பிட்ட சாதியோடு இணைப் புறவை ஏற்படுத்திக்கொண்டு, பாரம்பரியப் புரவலர் ஆதரவை (Traditional Patronage) அனுபவித்துக் கொள்வதற்கு உரிமை கோரும் நாடோடிச் சமூகங்கள், சில தமிழகத்தில் காணப்படு கின்றன. இவ்வகைக்கு உதாரணமாக, வன்னியர் எனப்படும் மிகவும் பிற்பட்ட வகுப்பைச்சேர்ந்த குறிப்பிட்ட நிலைக்குடிச் சாதியாரிடமிருந்து, நெல் முதலிய தானியங்களைப் பெறு வதற்குப் பாரம்பரியமாக உரிமையுடையவர் என்றெழுதப்பட்ட செப்புப் பட்டயத்தினை ஆதாரம் காட்டிப் புரவலராதரவு பெற்று வரும் 'சாதிப்பிள்ளை' அல்லது 'பள்ளிக்குப் பிள்ளை பிறந்தோர்' என்னும் நாடோடிச் சமூகத்தை இங்குக் குறிப்பிடலாம்.

2. சமயச்சார்புடைய புரவலராதரவு

மேற்குறிப்பிட்டவாறு ஒரு குறிப்பிட்ட சாதி என்றில்லாமல், சைவம் அல்லது வைணவம் என்று மதம் சார்ந்த நம்பிக்கை மற்றும் புராணப் பின்னணியில் ஒரு தொடர்பை நிறுவிக் கொண்டதன் அடிப்படையில், அம்மதம் சார்ந்த நிலைக்குடி மக்களிடம் சென்று தம்தம் கலையை நிகழ்த்திக் காட்டி யாசகம் பெற்று வாழும் நாடோடிகள் தமிழகத்தில் காணப்படுகின்றனர். கண்டஜங்கம் என்னும் நாழிமணிக்காரர் (சைவம்) ஜங்கமப் பண்டாரம் என்னும் பகல்வேடக்காரர் (வீரசைவம்) முதலிய சமூகத்தினர் இவ்வகையில் அடங்குவர்.

3. வரையறையற்ற புரவலர் ஆதரவு

மூன்றாவது வகையானது, மேற்கண்ட இரண்டு வகையான புரவலர்த் தன்மையையும் சார்ந்திராமல், தம்முடைய கலை வடிவங்களை எங்கு, யாரிடம் வேண்டுமானாலும் நிகழ்த்திக் காட்டிவிட்டு, அவர்களிடமிருந்து யாசகம் பெற்று வரையறை யற்ற புரவலர்த் தன்மையைச் சார்ந்து வாழ்க்கை நடத்தும் நாடோடிகளை உள்ளடக்கியது. தொழில் மற்றும் சாதித் தோற்றம் பற்றிய புராணத் தொடர்புகளைப் படைத்துக் கொண்டிருந்தாலும் பரவலான புரவலராதரவைப் பெற்று வரும் பூம்பூம் மாட்டுக்காரர்கள், குடுகுடுப்பை நாயக்கர் (காட்டு நாயக்கர்) நரிக்குறவர், உறுமிக்காரன் நாயக்கர் அல்லது சாட்டையடிக்கார நாயக்கர், பாம்பாட்டிக் குளுவர், குரங் காட்டிக் குளுவர் ஆகிய வகுப்பினர் இம்மூன்றாம் வகைப் பாட்டிற்குள் அடங்குகின்றனர்.

நாடோடிகளின் இசைக்கருவிகள்

பொதுவாக இசைக்கருவிகள் நான்கு வகைகளாக வகைப் படுத்தப்படும். அவை நரம்புக் கருவிகள், துளைக் கருவிகள், தோற்கருவிகள், கஞ்சக் கருவிகள் என்பன. நாடோடிகளுடைய இசைக்கருவிகள் அனைத்தும் இந்த நான்கு பெரும் வகை களுக்குள் அடங்குவன. நரம்புக் கருவியில் வீணையும் (மலைப் பண்டாரம்) அல்லது வீணை சோதிடன்) துளைக் கருவியில் நாகஸ்வரம், ஒத்து, முகவீணை, சங்கு, எக்காளம், மகுடி, வாங்கா ஆகியவையும், தோற்கருவியில், உறுமி தவில், இரட்டைச் சட்டி மேளம் (ரவணா மேளம்), குடுகுடுப்பை (சிறிய உடுக்கை)தப்பு, மிருதங்கம் போன்றவையும், கஞ்சக் கருவியில், சேகண்டி, வெண்டையம், சேமக்கலம் (சேகண்டி), ஜால்ரா போன்றவையும் அடங்குகின்றன.

நாடோடிகளுடைய ஒவ்வொரு நிகழ்த்துதலையும் அடிப் படையாகக் கொண்டு பார்க்கையில், அதனில் இடம்பெறும் இசைக்கருவிகள் முறையே வாய்மொழிப் பாடல்களுக்குப் பக்க இசையாகவும் தனி இசையாகவும் விலங்குகளின் உடலியக்கங் களோடு ஒத்தியைந்து போவதாகவும், நடன அசைவுகளுக்கு உந்து சக்தியாகவும் நடனமல்லாத உடலசைவுகளுக்குப் பின்னணி யாகவும் (உதாரணம்: கழைக் கூத்தாடிகள்) செயல்படுகின்றன என்பதை அறிந்து கொள்ளலாம்.

வாய்மொழி இசை என்று எடுத்துக் கொண்டால், பெரு மாள் மாட்டுக்காரனின் கதைப்பாடல்கள் பாடும் வாய்மொழி நிகழ்த்துதலை இங்கு முக்கியமாகச் சொல்லலாம். நாடோடி களுள் கதைப்பாடல்கள் பாடுவோர் இவ்வகுப்பினைச் சேர்ந்த மக்களே எனலாம். வீடுவீடாகச் செல்லும் பெண்கள் தாலாட் டினையும், நல்லதங்காள் கதையையும் பாடுகின்றனர். நல்ல தங்காள் கதைப்பாடலை முழுமையாகப் பாடக்கூடிய பெண் பாடகர்கள் இச்சமூகத்தில் இன்றும் காணப்படுகின்றனர் என்பதும் குறிப்பிடத்தக்கது.

இச்சமூகத்தின் ஆண்பாடகர்களில், பலர் வீரமல்லாரியை முழக்கி, அதன் பின்னணி இசையில் திரைப்படப் பாடல்களையே பாடுகின்றனர். இவர்களைப் பொறுத்தவரையில், வாய்மொழிப் பாடல் ஏறக்குறைய மறைந்துபோய்க்கொண்டிருக்கிறது என லாம். ஏனெனில் அவ்விடத்தைத் திரைப்படப்பாடல் ஆக்கிர மித்து விட்டது. தாசரிகள், நாழிமணிக்காரர்கள், பகல்வேடக் காரர்கள் போன்றோர் வைணவ, சைவ சமயங்கள் சார்புடைய ஒருவகை பக்தி இசைமரபினைப் பேணி வருகின்றனர். மேலும், தெலுங்கைத் தாய்மொழியாகக் கொண்ட பல நாடோடிகள், நிலைக்குடிகளை நாடிச் சென்று பொருள் தேடும் போது, தமிழிலேயே தங்கள் பாடல்களைப் பாடுகின்றனர். ‘வாக்ரி போலி’ என்னும் இந்தோ - ஆரிய மொழியைப் பேசும் நரிக்குறவர் கள் காளியைப் பற்றித் தமிழில்தான் பாடுகின்றனர்.

பொதுவாக நாடோடிகளுடைய இசை வடிவங்களைப் பற்றி, அவற்றின் அமைப்பு, நுட்பம், நயம் முதலிய கூறுகளை மையப்படுத்தி, ஆராய்வதன் வாயிலாக அவற்றின் தனித் தன்மையை வெளிப்படுத்த இயலும். வேறொரு சந்தர்ப்பத்தில் இம்முயற்சி சாத்தியமாகலாம்.

நாடோடிகளின் இசைவடிவங்கள் நிகழ்த்துநர்களின் சமூகங் களிலும், ஆதரவுச் சமூகங்களிலும் ஆற்றுகின்ற செயல்பாடுகள்

எத்தன்மையானவை என்று யோசிக்கையில், அவை ஒரே தன்மையுடையவை அல்ல என்பதை அனுமானிக்க முடிகிறது.

நாடோடிகளைப் பொறுத்த வரையில், அவர்களுடைய இசை முதலிய நிகழ்த்துதல் கலைவடிவங்கள் அவரவர்களுக்கான இன அடையாளத்தை வழங்குகின்றன. நாடோடிகளின் தோற்றப் புராணக்கதைகளின் வாயிலாக இசைக் கருவிகள் முதலியவை புனிதத் தகுதியைப் பெற்றவையாகத் திகழ்கின்றன. சிவன், பெருமாள், ராமன், காளி, ஜக்கம்மா முதலிய தெய்வங்களைப் புகழ்ந்து பக்திப் பாடல்களைப் பாடுவதென்பது சாபத்தின் காரணமாக ஏற்பட்ட விளைவென்றும் அதே சமயத்தில் அது சாபவிமோசனத்திற்கான உபாயமாகவும் கருதப்படுகிறது. கடவுளர்கள் இவ்வாறாகத் தத்தம் திருநாமங்களை உச்சரித்துப் பாடிப் பிழைத்துக் கொள்ளுமாறு உபாயம் சொல்லிச் சென்றனர் என்ற வியாக்கியானமும் கூட, நாடோடிகளுள் சிலரிடையே வழங்கும் புராணக்கதைகள், நம்பிக்கைகளில் வெளிப்படையாகவோ பொதிந்தோ உள்ளது (ஆ. தனஞ்செயன், 2004: 22-23).

நிலைக்குடிச் சமூகங்களின் பண்பாட்டுஅக-புறவெளிகளும் நாடோடிக் கலைமரபுகளும்

இந்நிலையில், நாடோடிகளின் இசை மரபுகள் நிலைக்குடிச் சமூகங்களின் பண்பாட்டில் பெறும் இடத்தினைத் தெளிவு படுத்திக்கொள்வது தேவை. ஏதேனும் ஒரு குறிப்பிட்ட மரபு, குறிப்பிட்ட பண்பாட்டில் வகிக்கும் பங்கினை அடிப்படையாகக் கொண்டே அதன் மதிப்பை எடைபோட முடியும். அவ்வகையில், நிலைக்குடிகளின் பண்பாட்டு நிகழ்த்துதல்களில் (Cultural Performances) குறிப்பிட்ட கலைமரபுகள் இன்றியமையாத, ஒருங் கிணைந்த பகுதியாக அமையும் நிலையில், அப்பண்பாட்டில் அவற்றிற்கான இடம் நிச்சயிக்கப்பட்டுவிடுகிறது. காதணி விழா, பூப்புச் சடங்கு, பரிசம், திருமணம், வளையல் காப்பு மற்றும் இறப்பைத் தொடர்ந்து நிகழ்த்தப்படும் இறுதிச் சடங்கு, பால் தெளியல், கருமாதி முதலியவை உட்பட்ட வாழ்க்கை வட்டச் சடங்கு நிகழ்வுகள் மற்றும் குலதெய்வங்கள், ஊர்த்தெய்வங்கள் ஆகியவற்றை முன்னிலைப்படுத்தி நடத்தப்படும் காப்புக்கட்டு, கொடை விழா, காமன் பண்டிகை, மார்கழி பஜனை முதலிய கோயில் திருவிழாக்கள், இனமுன்னோர்களைக் கொண்டாடி நடத்தப்படும் பிறந்த நாள், நினைவு நாள் விழாக்கள், பொங்கல் முதலிய பருவகால மற்றும் ஆண்டு விழாக்கள், அரிதாகத்தேவை

கருதி நடத்தப்படும் 'கொடும்பாவி கட்டுதல்' முதலிய மழைச் சடங்குகள் போன்றவை பண்பாட்டு நிகழ்த்துதல் என்னும் கருத்தாக்கத்தை வெளிப்படுத்தும் சில உதாரணங்கள். இவை ஒவ்வொன்றிலும் நிலைக்குடிச் சமூகங்களின் 'எஜமானிய முறை' (Jajmani System) என்பதற்குள் அடங்கும் அல்லது அடங்காத சடங்கியலர்களும், இசைக்கலைஞர்களும், நிகழ்த்துநர்களும் பங்கேற்கின்றனர். நிலைக் குடிகளின் சமூக ஒழுங்கமைப்பிற்குள் இவர்கள் தவிர்க்க முடியாத அங்கமாக இருக்கின்றனர். ஆகவே தான், நிலைக்குடிச் சமூகங்களுடைய பண்பாட்டின் அகவெளிப் பரப்பில் அடங்கக்கூடியவையாக அவர்களுடைய கலைமரபு களும் சேவையும் அமைந்து, தத்தமது பங்களிப்பைச் செய் கின்றன. ஆனால், நாடோடிகளுக்கும் அவர்களுடைய கலை களுக்கும் நிலைக்குடிப் பண்பாட்டில் எத்தகைய இடம் கொடுக்கப்பட்டிருக்கிறது என்பதைப் பார்க்க வேண்டும்.

நாடோடிகள், தொடர்ந்து நிலைக்குடிச் சமூகங்களுடைய பண்பாட்டின் புறவெளிப்பரப்பிலேயே இயங்கிக் கொண்டிருக் கின்றனர். அகவெளிப் பரப்பிற்குள் நாடோடிகள் இடம்பெற முடியவில்லை. சாதிப்புராணத்தின் வாயிலாக ஒரு சில நாடோடி இனங்கள் (உதாரணம் சாதிப்பிள்ளை) சாதிய ஒழுங்கமைப் பிற்குள் வந்து விட்டது போல் தோற்றம் அளித்தாலும், அது முழுமையானதாகத் தெரியவில்லை, ஆனால், நோக்கர் என்னும் பிரிவினர் மட்டுமே சாதி அமைப்பிற்கு உட்பட்ட யஜமானியர் முறைக்குள் இருக்கின்றனர். வன்னியர் உட்பட பிற்பட்ட வகுப் பினரான நிலைக்குடிச் சமூகங்களின் வாழ்க்கை வட்டச் சடங்கு களிலும், அவர்களுடைய கோயில் திருவிழாக்களிலும் நோக்கர் தங்களுடைய சங்கு, கொம்பு, எக்காளம் முதலிய காற்றுக் குழற் கருவிகளை இசைக்கின்றனர். அறுவடைக் காலங்களில் நெல்லைப் 'படியாக' அல்லது சன்மானமாகப் பெறும் உரிமை ஏனைய ஊர்ப்பணியாளர்களைப்போல் நோக்கர்களுக்கும் உண்டு. எனவேதான், நோக்கரை ஏனைய நாடோடி இனங் களோடு சேர்ப்பது பொருத்தமானது அல்ல எனச் சொல்ல முடிகிறது. அதாவது, அவர்களும் நிலைக்குடிகளே என்பதுதான் பொருத்தமானது.

நிலைக்குடிச் சமூகங்களின் பண்பாட்டு நிகழ்த்துதல்களில் இடம்பெறும் கலைஞர்களுடைய கலைமரபுகள் பற்றி மேற் கண்ட சமூகத்தினர்க்குச் சடங்கியல் ரீதியிலான, அழகியல்

ரீதியிலான அல்லது சமூக அந்தஸ்து பற்றிய கண்ணோட்டங்கள் உண்டு. ஆனால், இச்சமூகங்களுக்கு நாடோடிகளுடைய இசை முதலிய கலை மரபுகளின்பால், மேற்குறிப்பிட்டவாறு சடங்கு மற்றும் அழகியல் ரீதியிலான உணர்வுகள் மற்றும் கண்ணோட்டங்கள் கிடையாது. ஆனால் இச்சமூகங்களின் சிறுவர் - சிறுமியர்க்கு என்னவோ நாடோடிகளுடைய கலைமரபுகளின் பால் எப்போதும் ஒரு ஈர்ப்பு இருந்து கொண்டே இருக்கிறது. ஏனெனில் அவர்கள் நிறுவனமயப்படுத்தப்படாதவர்கள். அவர்களுடைய ரசனைத் தேவையை நாடோடிக் கலைஞர்களின் கலைகள் பூர்த்தி செய்வனவாக உள்ளன. பெரியவர்களுக்கும்கூட, நாடோடிக் கலைகளின்பால் ஆர்வம் இருந்தாலும், அது தனி மனிதர்களைப் பொறுத்தது; வரையறுக்கப்பட்டது. அதனால் தான், நிலைக்குடிச் சமுதாயத்தினர், நாடோடிக் கலைஞர்களைத் தேடிச் செல்லாமல், அக்கலைஞர்களே பார்வையாளர்களை நோக்கிச் செல்ல வேண்டியதாக உள்ளது. அவர்கள் கொடுக்கும் சொற்பமான சன்மானத்தைப் பெற்றுக்கொண்டு, ஒரு வீட்டிலிருந்து மற்றொரு வீடு, ஒரு தெருவிலிருந்து, மற்றொரு தெரு, ஊர் என்று நாடோடிக் கலைஞர்கள் தொடர்ந்து தங்கள் கலைகளை நிகழ்த்திக்கொண்டே பயணத்தைத் தொடர்கின்றனர்.

நிலைக்குடிச் சமூகங்களுடைய பண்பாட்டின் புறவெளிப் பரப்பில் இயங்குவோராக இருப்பினும், நாடோடிகளுடைய கலைமரபுகள், முன்னவர்களின் கலை, இலக்கியம் மற்றும் ஊடகங்களில் தத்தம் தாக்கத்தைச் செலுத்தி வந்திருக்கின்றன. அல்லது அவை நகலெடுக்கப்பட்டிருக்கின்றன. இந்நிலையில், அவற்றை மதிப்பீட்டு நோக்கில் அணுக வேண்டியுள்ளது.

வெகுமக்கள் கலை இலக்கியப் படைப்புகளில், நாடோடிகளின் கலை மரபுகள்

நாடோடிகளின் இசைக்கருவிகள், வாய்மொழிப் பாடல்கள், நடனங்கள் போன்ற கலைமரபுகள், காலந்தோறும் நாடோடி அல்லாத, நிலைக்குடி மக்களின் கலை, இலக்கியப் படைப்புகளில் நேரடியாகவோ நகலெடுத்தோ, பயன்படுத்தப்பட்டிருக்கின்றன. நாடோடிகள், அவர் தம் பண்பாட்டுக் கூறுகள் முறையே நாயகன் நாயகிகளாகவோ, நகைச்சுவைப் பாத்திரங்களாகவோ முக்கிய பாத்திரங்கள் சந்திக்கும் தருணத்தை ஏற்படுத்துபவர்களாவோ, முகாமைப் பாத்திரங்களின் மனநிலையைப் பிரதிபலிக்கும் உருவகங்களாகவோ குற்றாலக் குறவஞ்சி போன்ற இலக்கிய

நூல்கள் மற்றும் நாட்டார் நடனம், நாட்டார் நாடகம் (இசை நாடகம்), பரதநாட்டியம், நாட்டிய நாடகம், திரைப்படம் தொலைக்காட்சித் தொடர் போன்றவற்றில் பயன்படுத்தப் பட்டிருக்கின்றன. தஞ்சாவூர் உட்பட தமிழகத்தின் பல மாவட்டங்களில் கோயில் திருவிழாக்கள் நடைபெறும் போது அரிச்சந்திரன்/ பவளக்கொடி, கோவலன் - கண்ணகி, நல்லதங் காள் போன்ற நாடகங்களை நடத்துவது வழக்கம். நாடகம் பார்க்கும் பார்வையாளர்களை உறக்கம் தழுவும் பின்னிரவில் அவர்களை விழித்திருக்கச் செய்யும் உத்தியாக நாடகத்தின் இடைச் செருகலாக குறவன் குறத்தி ஆட்டம் நடத்தப்படுவது வழக்கம். நரிக்குறவர்களைப்போல் வேடம் தரித்த குறவன், குறத்தியையும் குறத்தி குறவனையும் தேடிப் போவது போல் அமையும் காட்சியில், இடையே நகைச்சுவைக் கதாபாத்திரம் ஏற்று நடிக்கும் ஒருவன் எதிர்ப்படுவான். அவன், குறத்தியைப் பார்த்துப் பேசும் உரையாடல்கள், இரட்டை அர்த்தச் சொற் களால் நிரம்பி, பார்வையாளர்களுக்குப் பாலியல் ரசனையையும், சிரிப்பையும் ஊட்டக்கூடியவையாக அமையும், இந்தக் காட்சிக் கேற்றாற் போல்,

> “கட்டக் கொறத்தி, கருங்கொறத்தி - மாமா
> கைநெறைஞ்ச வளைவிக்காரி
> கண்டா வரச்சொல்லுங்க - மாமா
> கடலூரு டேசனுக்கு”

என்று குறவன் தெம்மாங்கு மெட்டில் பாடுவான். இந்த மேடை நாடகக் காட்சி மூலம் குறவன் - குறத்திப் பாட்டு என்னும் தனி ஒரு பாடல் வடிவம் தோன்றியது. கும்பாட்டம் (கரகாட்டம்) நடைபெறும் போதும், இடைக்காட்சியாகக் குறவன் குறத்தி ஆட்டம் இடம்பெறுவதும் வழக்கமாயிற்று. ஆனால், இந்த இருவேறு நிகழ்த்துதல்களிலும் நரிக்குறவர் சமூகமும், அவர் களுடைய பாடலும் உரியமுறையில் பிரதிநிதித்துவம் செய்யப் படவில்லை என்பது கவனத்திற்குரியது. குறைந்த ஆடையில் உடலைக் காட்டும் ஒப்பனையும், பாலியல் ரீதியிலான உடல் நடத்தைகளும், கொச்சையான பேச்சும் பாட்டும் நிறைந்த குறவன் - குறத்தி பாத்திரங்கள் மலிவான, ரசனைக்குரிய அம்சங்களாகவே பயன்படுத்தப்பட்டன. (N.Radhakrishnan, 1982: 51-53). மோடி வித்தைக்காரர்களும் குடுகுடுப்பைக் காரர்களும் மேலும் பல நாடோடிச் சமூகத்தினரும் வெகுமக்கள் ஊடகங்களில்

கையாளப்பட்டிருக்கும் விதமும் அதன் நோக்கமும் இயல்பான தாகவோ சாதகமாகவோ இருந்ததில்லை. நிலைக்குடிச் சமூகங் களின் மேலோட்டமான வெகுமக்கள் ரசனைத் தேவையைப் பூர்த்தி செய்யக் கூடியனவாகவே இருந்திருக்கின்றன. இதற்கு ஒரு பொருத்தமான எடுத்துக்காட்டு, திரிகூட ராசப்பக் கவிராயர் இயற்றிய திருக்குற்றாலக் குறவஞ்சி என்னும் நூலாகும்.

சிங்கன், தன்னுடைய சிங்கியைத் தேடிப் பல இடங்களில் அலைந்து திரிந்து, இறுதியில் அவளைக் கண்டடைகிறான்.

"இத்தனை நாளாக என்னுடன் சொல்லாமல்
எங்கே நடந்தாய் நீ சிங்கி
கொத்தார் குழலார்க்கு வித்தாரமாகக்
குறிசொல்லப் போனனடா சிங்கா"

என்று சிங்கனும் சிங்கியும் கேள்வி - பதில் அமைப்பில் உரை யாடல் செய்து கொள்கின்றனர். ஒரு கட்டத்தில் அவ்வுரையாடல் பாலியல் உணர்வுகள் கொப்பளிக்க பின்வருமாறு தொடர்கிறது:

"குன்றத்தைப் பார்த்தாற் கொடியிடை தாங்குமோ சிங்கி - தன்
கொடிக்குச் சுரைக்காய் கனத்துக் கிடக்குமோ சிங்கா
பெட்டகப் பாம்பைப் பிடித்தாட்ட வேண்டாமோ சிங்கி-இந்த
வெட்ட வெளியிலே கோடிப்பாம் பாடுமோ சிங்கா"

(திருக்குற்றாலக் குறவஞ்சி, 7-9)

குறி சொல்வதிலும் கைவினைக் கலையிலும் தேர்ச்சி பெற்ற குறவர் சமூகத்தைச் சேர்ந்த சிங்கன் - சிங்கி உரையாடலாகக் குற்றாலக் குறவஞ்சியில் இடம்பெற்றிருக்கும் மேற்கண்ட பாடற் கண்ணிகள், செவ்விலக்கியம் அல்லது எழுத்திலக்கியப் படைப்பு களில் விளிம்புநிலை மக்கள் பொதுவாக எத்தகைய மலிவான ரசனையூட்டலுக்குப் பயன்படுத்தப்பட்டுள்ளனர் என்பதற்கு ஓர் எடுத்துக்காட்டு. இதன் படியிறக்க நிலையையே இன்று இசை நாடகம், கரகாட்டம் முதலிய நிகழ்த்துதல் கலைகளில் இடம்பெறும் குறவன் - குறத்தி ஆட்டத்தில் பார்க்கிறோம்.

தோற்கருவிகளுள் வித்தியாசமான ஒலி நயத்துடன் தனித்து நிற்பது உறுமி. ஒன்றுக்கு மேற்பட்ட நாடோடிச் சமூகங்களில், பொதுவானதாக இடம் பெற்றிருக்கும் இசைக்கருவி எதுவென் றால் அது இந்த உறுமிமேளம்தான். புராணப் பின்னணியின் அடிப்படையில் சில்லவார் சமூகத்தினரால் தேவதுந்துபி என்று சிறப்பித்துக் கூறப்படும் உறுமி, அவர்களுடைய தேவராட்டம்

என்ற நடனத்தின் உந்து சக்தியாக அமைவது. இந்த நடனத்தின் போதுஉறுமியைக் கம்பளத்து நாயக்கரின் ஊழியச் சமூகமான தொளுவா நாயக்கர் பிரிவைச் சேர்ந்த கலைஞர்களே இசைக் கின்றனர். தேவராட்டக்கலை மட்டுமல்லாமல் அவர்களுடைய திருமணம் முதல் இறப்பு வரையிலான அனைத்து வாழ்க்கை வட்டச் சடங்குகளிலும் உறுமிமேளத்திற்கு முக்கிய இடம் உண்டு. மங்கல நிகழ்ச்சிக்கும், அமங்கல நிகழ்ச்சிக்கும் ஒரேஇசைக்கருவி பயன்படுத்தப்படுகிறது என்பது கவனிக்கத்தக்கது. ஆனால், நிகழ்ச்சிகளுக்குத் தக்கவாறு உறுமியின் சொற்கட்டுகள் வேறுபடுகின்றன; வெவ்வேறு பொருள் தருகின்றன. எனினும், பூம்பூம் மாட்டுக்காரர், சாட்டையடிக்காரர் போன்ற வேறு சில நாடோடிக் குழுவினரும் தத்தம் இசைக்கருவியாக உறுமியைக் கொண்டிருக்கின்றனர். இவர்கள் அனைவருமே தெலுங்கைத் தாய்மொழியாகக் கொண்டவர்கள். பூம்பூம் மாட்டுக்காரர்களும், சாட்டையடிக்காரரும் வைத்திருக்கும் உறுமி மேளத்திற்கும், கம்பளத்து நாயக்கரின் உறுமி மேளத்திற்கும் இடையே வித்தி யாசம் உண்டு. அதாவது, கம்பளத்து நாயக்கரின் தேவராட்டம் முதலிய நிகழ்வுகளுக்குத் தொளுவா நாயக்கர் இசைக்கும் உறுமியின் தட்டு அகலமானதாக இருக்கும். மற்ற நாடோடி வகுப்பினரின் உறுமியின் தட்டு அகலம் குறைந்ததாக இருக்கும். நையாண்டி மேளக்குழுவிலும் இவ்வுறுமி இடம்பெறுகிறது. அருந்ததியர் இசைக்கும் இவ்வுறுமிக்கும் மேற்கண்டவை பொருந்தும். இனக்குழு இசை வடிவமான உறுமி இசை, தேவராட்டம் போலவே, தானும் எல்லை கடந்து வியாபகம் கொண்டுவிட்டது.

தற்போது, உறுமியின் இசை வடிவம், திரைப்படப் பாடல் கள், படக்காட்சிகள் ஆகியவற்றில் அடிக்கடி, இடம்பெறும் பின்னணி இசையாக ஆகிவிட்டது. நவீன நாடகப் படைப்புகள் சிலவற்றிலும், உறுமி இசை, இடம்பெற்றது. மேடையில் மரபான இசைக்கலைஞர்களே தேவதுந்துபியை வாசித்தார்கள். குறிப் பிட்டுச் சொல்ல வேண்டுமானால், மு.இராமசாமியின் ‘சாபம் விமோசனம்’ நாடகப் படைப்பில் உறுமி இசை பயன்படுத்தப் பட்டிருந்த விதத்தை நினைவு கூரலாம்.

பொதுவாக, நாடோடிகளுடைய இசைக்கலை வடிவங்கள் அனைத்தையும், தொகுத்து நோக்கும்போது, அவையாவும் தனித்துவமான பண்பாட்டுச் செல்வங்களாகத் திகழ்பவை

என்பதைப் புரிந்து கொள்கிறோம். வாய்மொழி இசை, கருவி இசை என்னும் வகைமைகளுக்குள் அடங்கும் ஒவ்வொன்றும், அந்தந்த நாடோடிச் சமூகத்தின் அடையாளத்தையும், அதன் உலகக் கண்ணோட்டத்தையும் இயல்பாகப் பிரதிபலித்துக் கொண்டிருக்கிறது. நிலைக்குடிச் சமூகங்களின் மக்களைப் பார்வையாளர்களாக ஆக்கிக்கொள்ள அவர்களைத் தேடிப் போய் வலையவரும் நாடோடிகளின் இத்தகைய கலைவடிவங் களை வெகுமக்கள் ஊடகங்கள் தத்தம் நோக்கத்திற்கேற்பப் பயன்படுத்திக் கொள்வதும் தொடர்ந்து நடந்து கொண்டுதான் இருக்கிறது.

துணை நூல்கள்

Aparna Rao, Michael J. Casimir 2003: Nomadism in South Asia, New Delhi: Oxford University Press.

Dube S.C. 1993: Forword in S.K. Pramanik, Fishermen Community of Coastal Villages in West Bengal, New Delhi: Rawat Publications.

Radhakrishnan, N. 1982: The Beating drum and the dancing feet: An Introduction to Inidan Folk performing Arts, Mitrapuram: National Centre for Development Education & Performing Arts, Kerala.

Singhal, D.P. 1982: Gypsies: Indians in Exileï Meerut: Archana Publications.

இரத்தின புகழேந்தி 2001: வன்னிய சாதிப்பிள்ளைகள், ஈக்காட்டுத் தாங்கல் - சென்னை: அண்ணல் வெளியீடு.

சேகர், சோ. 1991: பகல் வேடம்: ஒரு நடமாடும நிகழ்கலை வடிவம்; மதுரை: அரசு பதிப்பகம்.

தனஞ்செயன். ஆ. 2003: 'பூம்பூம் மாட்டுக்காரர்கள்' (பக். 67-87), தமிழகத்தில் நாடோடிகள், பக்தவத்சல பாரதி (பதி), புதுச்சேரி: வல்லினம்.

தனஞ்செயன், ஆ. 2004: பூம்பூம் மாட்டுக்காரர்கள்: நாடோடி முறையின் தோற்றப் புராணமும் சபிக்கப்பட்ட வாழ்க்கையும், உரைமொழி, சென்னை: அகம் புறம்.

திரிகூட ராசப்பக் கவிராயர், 1957: திருக்குற்றாலக் குறவஞ்சி, மூலமும் உரையும், சென்னை: திருநெல்வேலித் தென்னிந்திய சைவ சித்தாந்த நூற்பதிப்புக் கழகம், லிமிடெட்.

பக்தவத்சலபாரதி (பதி) 2003: தமிழகத்தில் நாடோடிகள் சங்க காலம் முதல் சமகாலம் வரை, புதுச்சேரி: வல்லினம்.

முத்தையா, இ. 2003: 'சாட்டையடிக்காரர்', தமிழகத்தில் நாடோடிகள், (பக். 218-225) பக்தவத்சல பாரதி (பதி), புதுச்சேரி: வல்லினம்.

முத்தையா, ஓ. 2003: 'நாழிமணிக்காரர்', தமிழகத்தில் நாடோடிகள், (பக்.112-129), பக்தவத்சல பாரதி (பதி) புதுச்சேரி: வல்லினம்.

IV
நிகழ்த்துதலும் கருத்துப் புலப்படுத்தமும்

10. வாய்மொழிக்கலை நிகழ்த்துதலில் கருத்துப்புலப்படுத்தம் பற்றிய கருத்துப்புலப்படுத்தமும் சட்டகமும்

மக்கள் வழக்காறுகளை நிகழ்த்துதல் நோக்கில் அணுகுவதென்பது இருபதாம் நூற்றாண்டின் பிற் பகுதியில், மக்கள் வழக்காற்றியலில் ஏற்பட்ட முக்கிய வளர்ச்சிக் கட்டமாகக் கருதப்படுகிறது. ஆராய்ச்சியாளர்கள் - குறிப்பாக மானிடவியல், மக்கள் வழக்காற்றியல், இலக்கியம் ஆகிய புலங் களைச் சேர்ந்த மேற்கத்திய அறிஞர்கள், மக்கள் மரபுகளைப் பற்றிய தீவிரமான ஆய்வில் ஈடு பட்டனர். இவர்களுடைய ஆய்வுப் படைப்புகளில் நிகழ்த்துதல் பற்றிய கருத்துருவம் மையமான இடத்தைப் பெற்றது. இத்தகைய ஆய்வு நூல்களில் "நிகழ்த்துதல்" (Performance) என்பது, கலைச்செயற் பாட்டின் இரண்டுவகைப்பொருளை வெளிப் படுத்தும் வகையில் பயன்படுத்தப்பட்டது. ஒன்று மக்கள் வழக்காற்றுச் சொற்பாடு (Doing of Folklore) மற்றொன்று, கலைத்திறன் நிகழ்வு (Artistic event) கலைத்திறன் நிகழ்வு என்பது நிகழ்த்துநர், கலை வடிவம், பார்வையாளர், பின்னணி ஆகியவற்றை ஒருங்கிணைத்துக் கொண்டிருக்கும்' நிகழ்த்துதல் தருணத்தைக் குறிப்பதாகும் (Bauman. 1977:4) அதாவது, வில்லுப்பாட்டு என்னும் வாய்மொழிக்

கலை வடிவத்தை உதாரணமாக எடுத்துக்கொள்வோமானால், அதன் நிகழ்த்துதலில் அவ்வாய்மொழிக் கலையின் வாயிலாகக் கதைப்பாடலைப் பாடுதல் என்னும் வினைப்பாடு இடம் பெறுகிறது. இதனை அடுத்து, வில்லிசைக் கலைஞர், குடக் கலைஞர் முதலிய இரண்டாம் நிலைக் கலைஞர்கள், கலை வடிவம், பார்வையாளர்கள், கொடை விழா நடைபெறும் கோயிற் பின்னணி ஆகியவற்றை ஒருங்கிணைத்துக் கொண்டிருக்கும் நிகழ்த்துதல் தருணம் இடம்பெறுகிறது. ஆக, நிகழ்த்தப்படும் கலை வடிவத்தையும், நிகழ்த்துதல் தருணத்தையும் குறிக்க நிகழ்த்துதல் என்னும் கலைச்சொல் பயன்படுத்தப்படுகிறது என்பதைப் புரிந்து கொள்கிறோம். இந்த இரண்டும் இன்று வளர்ந்து வந்திருக்கும் மக்கள் வழக்காறுகள் பற்றிய நிகழ்த்துதல் அணுகு முறைக்கு (Performance approach) மிகவும் அடிப்படை யானவையாகும்.

வழக்காறுகள் குறித்த நிகழ்த்துதல் அணுகுமுறை

மக்கள் வழக்காறுகள்பற்றி மேற்கொள்ளப்படும் நிகழ்த் துதல் அணுகுமுறை என்பது, பல்வேறு அம்சங்களைத் தனக்குள் உள்ளடக்கியுள்ளது. முதலாவதாக, இவ்வணுகுமுறை பனுவல் களை அவற்றின் சூழல்களிலிருந்து பிரித்தெடுத்து-தனிமைப் படுத்திப் பார்ப்பதில்லை. மேலும், யதார்த்தத்திற்கு அப்பாற்பட்ட கற்பனையான பனுவலையோ சூழலையோ எடுத்துக்கொண்டு ஆய்வுக்கு உட்படுத்துவதில்லை. மாறாக, யதார்த்தமான உலக நிகழ்வுகளையே நிகழ்த்துதல் ஆய்வு தனது கவனத்திற்கொள் கிறது. நிகழ்த்துதலின் ஏதேனும் ஒரு கூறினை மட்டுமே எடுத்துக் கொண்டு ஆராயும் என்றும் சொல்ல முடியாது. அதன் ஒட்டு மொத்த வடிவத்தையும் உள்ளடக்கியே பார்க்கிறது. அதாவது, நிகழ்த்துதலின் முழுமையான உருவாக்கத்தை (Total configuaration) இது குறிக்கிறது. இதற்குள் நிகழ்த்துநர்கள் குழு, அக்குழுவினரின் அனைத்து வகைச் செயற்பாடுகள் ஆகியவை அடங்குகின்றன. மேலும், நிகழ்த்துதல் அணுகுமுறை, தன்னுடைய விவாதத்திற்கு, நேர்த்தியான இனவரைவியலை (Professional ethnography) எப்போதும் எதிர்நோக்குகிறது. அதாவது, மாலினோவ்ஸ்கியின் இனவரைவியல் படைப்பிற்கு இணையானதையே இது குறிப்பிடு கிறது. தன்னுடைய கவனம் முழுவதையும் நிகழ்த்துநர்கள் மீது குவிமையப்படுத்துகிறது. ஏனென்றால், நிகழ்த்துதல் கட்டுமானத் தைத் தமது கட்டுப்பாட்டிற்குள் வைத்திருப்பவர்கள் அவர்களே.

இவ்வாறு மேலும் பல நிகழ்த்துதற் கூறுகளை நிகழ்த்துதல் அணுகுமுறை மிகவும் கவனமாக எடுத்துக் கொள்கிறது. (Claus, peter, J. FrankJ.Koram, 1991: 161).

மக்கள் வழக்காறுகளே கருத்துப் புலப்படுத்தமாகும்

மக்கள் வழக்காறுகள் பற்றிய "நிகழ்த்துதல்" அல்லது நிகழ்த்துதல் அணுகுமுறை என்பது இந்தத் துறையில் ஒரு புதிய கண்ணோட்டத்தை ஏற்படுத்தியுள்ளது. அதாவது, மக்கள் வழக்காறுகளைத் 'தரவுகளாகப் பார்க்கும் பார்வையிலிருந்து அப்பாற்பட்டு, வழக்காறுகளைக் கருத்துப்புலப்படுத்தமாகப் பார்க்கும் அணுகு முறையை உருவாக்கியிருக்கிறது. வாய்மொழிக் கலைகளின்பால் ஆர்வம் கொண்டு மக்கள் வழக்காற்றியலரும் மானிடவியலர்களும் அதிகமாகவும், தீவிரமாகவும் செயல்பட்டு வந்த நிலையில், மக்கள் வழக்காற்று நிகழ்த்துதல் என்ற கருத்துருவத்தைக் கருத்துப்புலப்படுத்த நிகழ்வினமாக (Communicative Phenomenon) விரிவுபடுத்த வேண்டிய தேவை ஏற்பட்டது. (Richard Bauman, 1977: 4).

இந்தப் பின்னணியில், மக்கள் வழக்காறு, நாட்டுப்புற வழக்காறு அல்லது நாட்டார் வழக்காறு என்று தமிழில் மொழியாக்கம் செய்து வழங்குவதற்குக் காரணமான ஆங்கிலச் சொல்லான 'ஃபோக்லோர்' (Folklore) என்னும் சொல்லாட்சியைக் கையாளுவது பொருத்தமற்றது என்கிறார் ரிச்சர்ட் பாமன். ஏனெனில் இந்தச் சொல்லாட்சி மிகவும் நீர்த்துப்போனது, சிக்கலானது என்கிறார் அவர். இதற்கு மாற்றான கலைச் சொற்களையும் அவர் முன் வைக்கிறார். நிகழ்த்துதல் அணுகு முறை என்பது சமூக மொழியியல் மற்றும் மானிடவியல் அறிவுப் புலங்களின் வேர்களில் நிலை கொண்டிருப்பதன் காரணமாக 'வாய்மொழிக்கலை', "வாய்மொழி இலக்கியம்' (Verbal Art and Oral Literature) என்னும் கலைச்சொற்கள் பொருத்தமானவை என்று கூறும் பாமன், 'பேச்சுக்கலை' (Spoken Art) என்பதும்கூட இன்னும் பொருத்தமான கலைச்சொல்லாக அமையக்கூடியது என்றும் கூறுகிறார். (Ibid.4).

நிகழ்த்துதல், நிகழ்த்துதல் அணுகுமுறை, கருத்துப்புலப் படுத்தம் என்று தொடராகக் கலைச் சொற்களையும் அவற்றின் கருத்தாக்கங்களையும் விவாதித்து வரும்போது, வாய்மொழிக் கலை என்று ஒரு புதிய கலைச் சொல்லை ரிச்சர்ட் பாமன்

குறிப்பிடுவதன் பின்னணியை இங்குச் சுட்டிக்காட்டுவது அவசியம்.

வாய்மொழிக் கலை

'வாய்மொழிக் கலை' என்னும் கலைச்சொல்லை முதன் முதலில் பயன்படுத்தியவர் வில்லியம் பாஸ்கம் (1955). நாட்டார் கதைகள், புராணங்கள், பழமரபுக் கதைகள், பழமொழிகள், புதிர்கள் ஆகியவற்றையும் ஏனைய இலக்கிய வடிவங்களையும் குறித்துக் காட்டுவதற்குரிய வசதியான, பொருத்தமான சொல், 'வாய்மொழிக் கலை' என்பதேயாகும். என்று அவர் எழுதிய Verbal Art என்னும் கட்டுரையில் கூறியிருந்தார். இந்தக் கலைச்சொல்லை மேற்கத்திய ஆய்வாளர்கள் பலர் அப்படியே ஏற்றுக் கொண்டு தம்முடைய எழுத்துக்களில் பெருமளவில் கையாண்டனர். குறிப்பாக அமெரிக்க மானிடவியலர்கள், மக்கள் வழக்காற்றியலர்கள் இச்சொல்லை அதிகம் பயன்படுத்தினர். தற்போது இச்சொல், பாடல்கள், கதைகள் மற்றும் பெயரிடுதல், நாப் பிறழ்ச்சிப் பாடல்கள் போன்ற வாய்மொழி அம்சங்களைக் குறிக்கப்பயன்படுத்தப்படுகிறது. (Ruth Finnegan, 1992: 10).

வாய்மொழிக் கலையைப் பற்றிப் புரிந்து கொள்ளவும், அதனை ஆராய்வதற்கும் உரிய வழிகாட்டியாக அமையக்கூடியது ரிச்சர்ட் பாமென் எழுதிய வாய்மொழிக் கலை நிகழ்த்துல் (Verbal Art as performance) என்னும் நூலாகும். 'பேசும் முறையே நிகழ்த்துதல்' என்னும் புரிதலின் அடிப்படையில், வாய்மொழிக் கலையே நிகழ்த்துதல் என்பது பற்றிய கருத்தாக்கம் முன் வைக்கப் பட்டிருக்கிறது. வாய்மொழிக் கலைக்கு உரிய நிகழ்த்துதலை அடிப்படையாகக் கொண்ட அணுகுமுறைக்கான மாதிரி வடிவம் ஒன்றை உருவாக்குவது பற்றிய அறிஞர்களுடைய முயற்சியைக் குறிப்பிடும் ரிச்சர்ட் பாமன், இந்தக் கருத்தாக்கம் பற்றிய ஆய்வுச் சட்டகத்திற்கு மானிடவியல், மொழியியல், இலக்கியத் திறனாய்வு போன்ற பல துறைகள் பயன்படுத்தப் பட்டிருப்பதையும் விளக்குகிறார். மேற்குறித்த ஒவ்வொரு துறையும் வாய்மொழிக்கலை பற்றித் தமக்கே உரிய தனித்தன்மை யுடைய அணுகுமுறையைக் கொண்டிருக்கின்றன. அத்துறைகள் ஒவ்வொன்றும் தத்தமது ஆய்வில் சுதந்திரமான அறிவுத்திறன் என்னும் ஒரு நீண்ட மரபினைக் கொண்டிருக்கின்றன. ஏறக் குறைய ஹெர்டர் காலந்தொட்டு வாய்மொழிக்கலை பற்றிய ஆய்வில் ஓர் ஒருங்கிணைந்த மரபு இருந்து வந்திருக்கிறது.

எட்வர்ட் சப்பீர், ரோமன் யாக்கப்சன், டெல் ஹைம்ஸ் போன்ற அறிஞர்களுடைய படைப்புகளில் மேற்குறித்த ஒருங்கிணைந்த மரபு வெளிப்பட்டது. மொழியைப் பயன்படுத்துவதன் மூலமாக வெளிப்பட்ட மனித சமூகங்களின் சமூகப் பண்பாட்டு வாழ்க்கை யினுடைய அழகியல் பரிமாணம் பற்றித் தமது கருத்துக்களைப் பகிர்ந்து கொள்வதில் பல்கலைக்கழகக் கல்வித் துறைகளிடையே பிளவை ஏற்படுத்தும் தடைகளை எல்லாம் மீறி ஓர் அறிவுலகத் தளத்தில் மேற்குறித்த அறிஞர்கள் செயல்பட்டுள்ளனர் என்பதைக் குறிப்பிடுகிறார் பாமன்.

வாய்மொழிக் கலை பற்றிய கருத்தாக்கத்தைத் தம்முடைய நூலில் விரிவாக விவாதிக்கும் பாமன், நிகழ்த்துதலின் இயல்பு, நிகழ்த்துதலின் தூண்டல், நிகழ்த்துதலின் வடிவமைப்பு, நிகழ்த்து தலின் வெளிப்பாட்டுத் தரம் போன்ற தலைப்புகளில் முன் வைத்துள்ள கருத்துக்கள், வாய்மொழிக் கலையின் பரிமாணங் களைப் புரிந்து கொள்வதற்கும் ஆராய்வதற்கும் உதவுபவை.

வாய்மொழிக் கலையைப் பற்றிக் கூறும்போது, அதனோடு ஒருங்கிணைந்து கொண்டிருக்கும் மொழிக்கூறுகள் - மொழி சாராக் கூறுகள் ஆகியவற்றை உட்கொண்டுள்ள கருத்துப்புலப் படுத்தம் பற்றிய கருத்துப்புலப்படுத்தம் (Meta- Communication) சட்டகம் (Frame) போன்றவை குறித்த அறிமுகமும், அதனைத் தாண்டிய விவாதங்களும் இன்றியமையாதவை. முதற்கண், பொதுவான நிலையில் கருத்துப் புலப்படுத்தம் பற்றியும், அதனுள் செயல்படும் கருத்துப் புலப்படுத்தம் பற்றிய கருத்துப் புலப்படுத்தத்தையும் அறிந்து கொள்ளலாம்.

கருத்துப்புலப்படுத்தம் பற்றிய கருத்துப்புலப்படுத்தம்

அனுப்புவோர் - பெறுவோர் என்னும் இருவருக்கும் இடையில் எப்போதெல்லாம் தகவல் பரிமாறிக் கொள்ளப்படு கிறதோ, அப்போதெல்லாம் கருத்துப்புலப்படுத்தம் நடைபெறு கிறது. அனுப்புவோன் மூலம் தகவலானது பாடல், வாக்கியம், மார்புப்புடைப்பு முதலிய உடல் மொழிச் செயற்பாடுகள், நறு மணம் போன்ற பல வகைப்பட்ட குறியீடுகள் வாயிலாக அனுப்பப்படுகின்றன. பிறிதொரு முனையில் இருக்கும் பெறு வோன் அத்தகவலை ஒரு செய்தியாகப் பெற்றுக் கொள்கிறான். இங்கு ஒன்றைக் குறிப்பிட வேண்டும். அதாவது, கருத்துப்புலப் படுத்தம் பற்றி அறிந்துகொள்வதென்பது, மொழியின் வாக்கியங்

கள் பக்கமாக அல்லாமல், நமது கவனத்தைச் செய்திகளின் பக்கமாகத் திருப்பக் கூடியதாகும். ஏனெனில், கருத்து அல்லது செய்திகள் மொழியின் மூலமாக மட்டுமே அனுப்பப்படுவ தில்லை. மாறாகச் செய்கைகள் (Gestures) உணர்ச்சி வெளிப்பாடு அல்லது பாவம் (Expression) குரலின் தொனி, வெளியில் செய்யப் பட்டிருக்கும் ஏற்பாட்டு ஒழுங்கு ஆகியவற்றின் மூலமாகவும் அனுப்பப்படுகின்றன. பெரும்பான்மையான நமது கருத்துப்புலப் படுத்தம் என்பது உலகைப் பற்றியது அல்ல. ஆனால், நமது அகக்கிடக்கைகள், மனிதர்கள் தங்களுக்கிடையே கொண் டிருக்கும் உறவுகள் ஆகியவை பற்றியே ஆகும். இந்தக் கருத்துப் பரப்புகள் மிகவும் முக்கியமானவை. இப்பொருள் பரப்பு களிலேயே விலங்குகளின் கருத்துப்புலப் படுத்தமும் ஆராயப்பட வேண்டும். செய்திகள் எவ்வாறு விளக்கம் அளிக்கப்பட வேண்டும் என்பதையே பல செய்திகள் நமக்குச் சொல்லுகின்றன. அதாவது அந்தச்செய்திகள் உண்மையானவையா, தீவிரத் தன்மையுடையவையா (Serious)? நகைச் சுவையானவையா? அச்சுறுத்துபவையா? என்று செய்திகளின் இன்னொரு உள் ளார்ந்த செய்திகளை நமக்குச் சொல்லுகின்றன. கருத்துப்புலப் படுத்தவியலில் துறைபோன அறிஞர், கிரிகோரி பேட்சன் (Gregory Bateson) அதன் முன்னோடியம் ஆவார். இவர் செய்தி களுக்குள் இருக்கும் செய்திகளைப் பற்றிக் கூறுகையில், ‘செய்திகள் பற்றிய இந்த இரண்டாம் வரிசைச் செய்திகள் என்பவை (Second order messages about messages) கருத்துப் புலப்படுத்தம் பற்றிய கருத்துப் புலப்படுத்தமாகும்’ (Meta communication) என்கிறார். ‘கருத்துப் புலப்படுத்தம் பற்றிய கருத்துப் புலப்படுத்தம் என்பதன் பொருள் என்னவென்றால், செய்திகளைச் சுற்றிச் சில சட்டகங்களை (Frames) இடுகின்றோம். இந்தச் சட்டங்கள் அச்செய்திகள் எவ்வாறு விளங்கிக் கொள்ளப்பட வேண்டும் என்பதை நமக்கு உணர்த்துகின்றன. இது போன்று ஃபிரேமிங் அல்லது சட்டகப்படுத்துதல் என்பது பாலூட்டிகளின் விளையாட்டைப் (Mammalian Play) போன்று மிகவும் பழமையானது. இது பரிணாம அடிப்படையில் புதிய மற்றும் உட்சிக்கல் தன்மைகளுடன் மனிதனை வந்தடைந் திருக்கிறது என்று கூறுகிறார் பேட்சன் (Keesing, 1981: 88-89).

செய்தியைச் சட்டகப்படுத்துதல் என்றால் என்ன என்பதை முதற்கண் புரிந்துகொள்ள வேண்டும். முரண்பொருளாகத் தோன்றும் இப்புதிரில் செய்திகளைச் சட்டகப்படுத்துதல்

(Framing Message) என்பது, சட்டகத்திற்குள்ளேயே செய்திகளை எதிர்மறைப்படுத்துதல் என்பது தான் இந்தப் படிமுறையின் அடிப்படையாகும். இதனைப் பற்றிப் புரிந்து கொள்வதற்கு ஓர் உதாரணத்தைப் பார்க்கலாம். விலங்குகள் ஒன்றை ஒன்று கவ்விக் கடித்துக் கொள்கின்றன. அவ்வாறு கடித்துக் கொள்ளும்போதே 'இது உண்மையல்ல'. 'விளையாட்டுக்குத்தான்' (Just Play) என்று அக்கடித்தலை விலங்குகள் தமக்குள் 'சட்டகம்' அல்லது அடையாளம் (Labeling) செய்துகொள்கின்றன. இது மேற்குறிப்பிட்ட எதிர்மறைக்கு எளிய வடிவிலான ஓர் உதாரணமாகும். அதாவது ஒன்றை ஒன்று கடித்துக்கொள்ளும் அச்செயல் உண்மையானதல்ல. வெறும் பாசாங்கு என்பதைப் புரிந்து கொள்ளலாம்.

ஆனால், மனிதனிலும் அவனுடைய கலை, கற்பனைப் படைப்புகள் குறியீட்டியல் (Symbolism) மற்றும் சடங்கு முதலிய நிகழ்த்துதல் வடிவங்களிலும் இந்த முரண்கள் (Paradoxes) மிக ஆழமாக வளர்ந்திருக்கின்றன.

திரைப்படங்களில் இம்முரண்கள் மிகவும் நுணுக்கமாகக் கையாளப்படுகின்றன. குறிப்பாக இங்க்மர் பெர்க்மேன் (Ingmar Bergman) என்னும் இயக்குநரின் திரைப்படங்களில் காணப்படும் கருத்துப்புலப்படுத்தம் பற்றிய கருத்துப்புலப்படுத்தத்தின் பன் முகச் சட்டகங்கள் (Multiple Frames of meta Communication) இங்குக் குறிப்பிடத்தக்கவை. அவருடைய திரைப்படங்களில் இடம்பெறும் காட்சிகள், உலக நிகழ்வுகளாக இருக்காது. ஆனால், அவை புறநிலைப்படுத்தப்பட்ட திரைப்படப் படிமங்கள் ஆகும். எல்லாப் படங்களுக்கும் பொதுவான முதல் வரிசைக் கற்பனை (first order fiction) மற்றும் முன் வரிசைப்படுத்தப்பட்ட செய்தி களைக் கொண்ட செய்திப்படம் போல் அல்லாமல், பெர்க் மேனின் படங்கள் இரண்டாம் வரிசைமுறைப் பொருளில் கற்பனை ஆனவை (Fiction in a second order sense). ஆயினும், அவருடைய படங்களில் சித்திரிக்கப்படும் காட்சிகள் எப்படி இருக்கின்றனவோ அவை அப்படிப்பட்டவை அல்ல. உதாரண மாக ஒரு கெடிகாரத்திலேயே கேமிரா சுற்றி வட்டமிட்டுத் தயங்கி நிற்கிறது என்றால், அது காலத்தை உணர்த்தும் ஒரு உருவகம் (Metaphor of time) ஆகும். அல்லது நிகழவிருக்கும் ஒரு மரணம் பற்றிய உருவகமாக இருக்கும். இதுபோல இன்னும் பல குறியீட்டியல் அடுக்குகள் ஒவ்வொன்றும் புதிய சட்டகங் களையும் முரண்களையும் தன்னோடு இணைத்துக்கொண்டு

தொடர்ந்து இடம்பெறும், இறுதியில்சட்டகப்படுத்துதல் அர்த்தப்படுத்துதல் (Framing) என்பது வந்து விடுகிறது. இதன் மூலம், குறியீட்டியலை விளங்கிக் கொள்ள முற்படுதல் என்பது இயக்குநர் பெர்க்மேனுக்கும் பார்வையாளர்களுக்கும் இடையே ஓர் ஓடிப்பிடித்து விளையாடும் விளையாட்டாக ஆகிவிடுகிறது. அர்த்தப்படுத்தும் இந்த விளையாட்டு பார்வையாளர்களிடையே தொடர்ந்து நடந்து கொண்டிருக்கும்போது, வெளிச்சம் படரப் படர, ஏனைய சட்டகங்கள் தேய்ந்து கரைந்துபோய் விடு கின்றன.

பண்பாட்டு அமைப்பின் பெருவாரியான செறிவு அல்லது வளமை என்பது, மேற்குறித்தது போன்ற 'சூழல்களைச் சட்டகப் படுத்துதல்' (Framing of Contexts) என்பதிலேயே பொதிந்திருக் கிறது. நம்முடைய பண்பாட்டு உலகின் நிகழ்வுகளில் பங்கேற் பதற்கு உரிய நம்முடைய திறமை, என்ன நடந்து கொண்டிருக் கிறது என்பதை அறிந்து கொள்ளக்கூடிய அறிவாற்றல் ஆகியவை எவற்றை அடிப்படையாகக் கொண்டிருக்கின்றன? அடுத்து என்ன நிகழப்போகிறது என்பதையே பொறுத்தது அது என்று சொல்ல முடியாது. மாறாகச் சரியான சட்டகங்களை அறிந்து கொள்வது என்பதைப் பொறுத்தே அமையும். ஓர் இனவரை வியலாளன் தனக்கு அந்நியமான ஒரு பண்பாட்டுலகில் தற்காலிக மாக வாழும் போது தனக்கு அப்பாற்பட்ட மொழியையும் பழக்க வழக்கங்களையும் புரிந்துகொள்ளும் நிலையில், அவன் அவ்வுலகை ஒரு பகுதி அளவுதான் கடந்திருக்கிறான் என்று உணர்ந்துகொள்ள வேண்டும். ஏனெனில், அவன் கடக்காத மற்றொரு பகுதியும் உண்டு. கடினமான அந்த அரைப்பகுதி எது என்றால், எப்போது சிரிக்க வேண்டும் என்பதை அறிந்திருப்பது.

கருத்துப்புலப்படுத்தம் பற்றிய கருத்துப்புலப்படுத்தம், சட்டகப்படுத்தல் என்பன மனிதர்களோடு தொடர்புடைய அனைத்து வகையான நடத்தைகளிலும், நிகழ்ச்சிகளிலும் செயல்படுகின்றன. இலக்கியம், ஓவியம், நாடகம், திரைப்படம், சடங்கியல் நிகழ்த்துதல்கள், வழக்காற்று வடிவங்களை எடுத் துரைத்தல், மேடைப்பேச்சு, அன்றாட மக்கள் நடத்தைகள் என்று சகலவிதமான களங்களிலும் இவற்றின் செயல்பாடுகளும், இவற்றை இனம் கண்டு இவற்றின் மூலம் அர்த்தத்தைக் கண்ட றிந்து, அதன் அடிப்படையில் மக்கள் தகவல் தொடர்பு செய்து கொள்ளுதலும் தொடர்ந்து நடந்து கொண்டிருக்கின்றன. எனவே, கருத்துப்புலப்படுத்தம் பற்றிய கருத்துப் புலப்படுத்தமும்,

சட்டகமும் வாய்மொழிக்கலை என்று மட்டுமல்லாமல், மொழி சாராத தகவல் தொடர்புத் தளங்களிலும், செயல்படுகின்றன என்பதையே மேற்கண்ட பகுதியில் பார்த்தோம்.

வாய்மொழிக் கலையின் இயல்பு பற்றிய கோட்பாடுகள்

வாய்மொழிக் கலைக்கு முக்கியத்துவம் கொடுத்து, அதனை அணுகும் ஆராய்ச்சியாளர்கள், பனுவல் உருவாக்கத்திற்காக மொழியைப் பயன்படுத்தும் முறையின் அடிப்படையில், எடுத்துரைக்கப்படும் கூற்றின் கலைத்திறன், அழகியல் பண்பு போன்றவை பொதிந்துள்ள விதம் குறித்து அக்கறை காட்டுகின்றனர். 'நிகழ்த்துதலின் இயல்பு' என்னும் தலைப்பில் மேற்குறித்த பொருள் குறித்து ரிச்சர்ட் பாமன் பேசும்போது, மானிடவியல், மொழியியல், இலக்கியம் முதலியவற்றில் எந்த ஒரு துறையாக இருந்தாலும், அத்துறையில் உருவாக்கப்படும் வாய்மொழிக் கலையின் இயல்பு பற்றிய தற்காலத்துக் கோட்பாடுகள் பனுவல்களுக்குள்ளிருந்தே உருவக்கூறுகளின் தோரணி என்பனவற்றை அடிப்படையாகக் கொண்டே கட்டி எழுப்பப்பட வேண்டும் என்கிறார்.

"செய்தியின் பொருட்டு, அச்செய்தியை முகாமை நிலையில் குவிமையப்படுத்துதல்' (யாக்கப்சன்) அல்லது 'வெளிப்பாட்டு வடிவம் என்பது முக்கியத்துவம் வாய்ந்தது; அதனிலும் மேலானவை கருத்துப்புலப்படுத்தத்தின் தேவைகள்" (வில்லியம் பாஸ்கம்) - ஆகியவை வாய்மொழிக் கலையின் சாராம்சமாகும் என்று பொது வாய்பாடுகள் சுட்டிக்காட்டுகின்றன. ஏனைய கோட்பாடுகள், மேற்குறிப்பிடப்பட்டவை போன்ற குவிமையப் படுத்தல் அல்லது முக்கியத்துவம் ஆகியவற்றின் இயல்பு மற்றும் விளைவுகள் ஆகியவற்றிற்கே அழுத்தம் தருகின்றன. அதாவது, வாய்மொழிக் கலையின் உரைகல் (Touch Stone) எதனில் பொதிந்துள்ளதோ அதற்கே முக்கியத்துவம் தருகின்றன.என்ன வெனில், "வழக்கத்திற்கு மாறுபட்ட நிலையில் அமைந்துள்ளது என்று உணரும் வகையிலும், பார்வையாளர்களுடைய கவனத்தை ஈர்க்கும் வண்ணமும் அமையுமாறு மொழியின் அணி இலக்கணக் கூறுகளை மேலதிகமாகப் பயன்படுத்துதல் என்பதில்தான் வாய்மொழிக் கலையின் உரைகல் என்பது பொதிந்திருக்கிறது" (ஹல்ரானக்)."ஒரு சமூகத்தின் உறுப்பினர்கள் என்னும் வகையில், மொழியை எவ்வாறு கையாள வேண்டும் என்பது பற்றி நாம் தெரிந்து வைத்திருக்கிற மரபின் விதிகளிலிருந்து விலகிச்

செல்வதுதான் வாய்மொழிக்கலை" (லீச், துர்பின்) என்னும் கருத்து மொழியியலர் சிலரிடம் காணப்படுகிறது. வேறு சிலர் "மேலதிகமான கூடுதல் உருவ விதிகள், கவிஞனுடைய வெளிப் பாட்டின் சுதந்திரமான தெரிவினைக் கட்டுப்படுத்துகின்றன" (ஃபொனாகி) எனக் கூறுகின்றனர்.

மேற்கண்ட அறிஞர்களின் கருத்துகளில் ஒன்றிற்கொன்று வேறுபாடுகள் காணப்பட்டாலும், ஒன்றில் மட்டும் கருத் திணக்கம் கொள்கின்றன. அதாவது, வாய்மொழிக்கலை, பனு வலையே மையப்படுத்தியுள்ளது என்பதுதான் அக்கருத்திணக்க மாகும். மேலும் பனுவல் உருவாக்கத்திற்காகமொழி எவ்வாறு பயன்படுத்தப்படுகிறதோ அம்முறையின் அடிப்படையில்தான் சொல்லப்படும் கூற்றின் கலைத்திறன், அழகியல் பண்பு ஆகியவை அடங்கியுள்ளது என்ற முடிவு, அறிஞர்கள் அனைவருக்கும் பொதுவாக அமைந்த கொள்கையாகும். பிரிட்டனைச் சேர்ந்த மொழியியல் அறிஞரான ஜே.எல். ஆஸ்டின் பேசும் விதம் குறித்து முன் வைத்துள்ள கருத்துக்களை ஆராயும் ரிச்சர்ட் பாமன், அவரிடமிருந்து சாதகமான கருத்தினை எடுத்துக்கொள்கிறார். அதாவது, 'நிகழ்த்துதல் என்பது, அடிப்படையான நேர்ப் பொருள் தரக்கூடிய மொழிப்பயன்பாட்டில் படிநிலை மாற்றத் தினை ஏற்படுத்துகிறது' என்பதுதான் அது. இதனை மேலும் விளக்கமாகச் சொல்லலாம். மேற்குறிப்பிட்டது போன்ற அழகியல் பாங்குடைய நிகழ்த்துதலில் கருத்துப்புலப்படுத்தப் பரிமாற்றத்தில் ஏதோ நடந்து கொண்டிருக்கிறது என்பதை அது பார்வையாளர்களுக்குத் தெரிவிக்கிறது. மேலும் "நான் சொல்வதை விசேடமான பொருளில் விளக்கம் செய்து கொள். சொற்கள் தம்மளவில் நேரடியாக என்ன பொருளைத் தருமோ, அந்த அர்த்தத்தில் புரிந்துகொண்டு விடாதே" என்று பார்வையாளர் களுக்கு அது அறிவுறுத்துகிறது. இதனை மேலும் விளக்குகிறார் பாமன். அதாவது, நிகழ்த்துதல் என்பது ஒரு விளக்கச் சட்டகத்தை (Interpretive Frame) உருவாக்குகிறது அல்லது அதனை முன்னிலைப்படுத்துகிறது. இந்தவிளக்கச் சட்டகம் மூலம், செய்திகள் கருத்தப்புலப்படுத்தம் செய்யப்பட்டு, அதன் மூலம் தான் அவை புரிந்துகொள்ளப்படுதல் வேண்டும். அத்துடன் இந்தச் சட்டகம், குறைந்த பட்சம் நேரிடைப் பொருள் தரக்கூடிய மற்றொரு சட்டகத்தோடு முரண்படக்கூடியதாகும். (Richard Bauman, 1977:9).

இங்குதான் கருத்துப்புலப்படுத்தம் பற்றிய கருத்துப்புலப் படுத்தம், சட்டகம் ஆகியவற்றின் அடிப்படைகளை அறிந்து கொள்ள வேண்டியதன் அவசியம் ஏற்படுகிறது. ஏற்கனவே இவற்றைக் குறித்து விளக்கப்பட்டுள்ளது. இந்தக் கருத்தாக்கங்களை அறிமுகப்படுத்திய கிரிகோரி பேட்சன், இர்விங் காஃப்மன் (Erving Goffman) ஆகியோரின் பங்களிப்பைப் பற்றி விவரிக்கும் பாமன், வாய்மொழி நிகழ்த்துதலில் இவற்றை இனம் கண்டு ஆராயும் முறை பற்றித் தளம் அமைத்துக் கொடுக்கிறார்.

சட்டகக் கோட்பாடு

ஃப்ரேம் என்னும் சொல்லை கிரிகோரி பேட்சன், இர்விங் காஃப்மன் ஆகிய இருவர்தாம் முதலில் கையாண்டனர். கிரிகோரி பேட்சன், கருத்துப்புலப்படுத்தம் பற்றிய கருத்தப் புலப்படுத்தம் என்னும் கருத்துருவத்தோடு இணைத்து முதன்முதலில் சட்டகம் பற்றிய கருத்தாக்கத்தை முறையாக வளர்த்தெடுத்தார். "சட்டகம் என்பது கருத்துப்புலப்படுத்தம் பற்றிய கருத்துப் புலப்படுத்த மாகும். எந்த ஒரு செய்தியும் தானே வெளிப்படையாகவோ மறைமுகமாகவோ ஒருசட்டகத்தை வரையறுக்கிறது. அவ்வாறு வரையறுத்துக் காட்டுவதன் வாயிலாகவே, செய்தியைப் பெறுவோன், சட்டகத்திற்குள் இருக்கும் செய்திகளைப் புரிந்து கொள்ள மேற்கொள்ளும் முயற்சியில் அவனுக்கு வழிகாட்டும் குறிப்புகளையோ உதவிகளையோ செய்கிறது" (Bateson, 1972: 188) என்று சட்டகம் பற்றி அவர் விளக்கம் கொடுத்தார். "சட்டகம் என்பது ஒரு வரையறுக்கப்பட்ட விளக்க முறைச் சூழல் ஆகும். அது செய்திகளுடைய வரிசை ஒழுங்குகளுக்கு இடையே வேறு பாட்டைக் காண்பதற்கு வழிகாட்டும் குறிப்புகளைத் தருகிறது" என்றும் கூறினார். ('விளையாட்டு, கற்பனை ஆகியவை பற்றிய கோட்பாடு" 1972: 177-193).

பேட்சனுக்குப் பின்னர் வந்த இர்விங் காஃப்மன் உள்ளிட்ட பலர் சட்டகத்தில் பல வகைகளை முன்வைத்தனர். நேர்ப் பொருள் சட்டகம் (Literal Frame), வியாக்கியான சட்டகம் (Interpretive Frame) என்பன அடிப்படையான சட்டகங்களாகும். நிகழ்த்துதல் என்பது கூட ஒரு சட்டகமாகும் என்கிறார் பாமன். அதாவது, ஒரு குறிப்பிட்ட சமூகத்தைச் சேர்ந்த உறுப்பினர் களுக்கு, சாத்தியப்படும் ஏனைய கருத்துப்புலப்படுத்த (Communicative Framae) சட்டகங்களுள் நிகழ்த்துதல் சட்டகம் என்பதையும் ஏற்றுக்கொள்வது அவசியம் என்கிறார் பாமன்.

நிகழ்த்துதல் என்பது ஒரு சட்டகம் என்று ஏன் சொல்லப் படுகிறது என்றால் அதற்குக் காரணம் உண்டு. ஒன்றின் நேர்ப் பொருளோடு (Literal Communication) முரண்பட்டு அமைவது தான் சட்டகம். இவ்விதிக்கு இணங்குவது நிகழ்த்துதல் ஆகும். அதனால், நிகழ்த்துதல் என்பதே ஒரு சட்டகம் எனப்படுகிறது. நேரிடைப் பொருளோடு இணங்காமல் முரண்பட்டு அமையும் இந்தச் சட்டகத்தை அடுத்து, வேறு சில சட்டகங்களும் அடை யாளப்படுத்தப்பட்டுள்ளன. அவை வருமாறு:

மறைமுகமாகக் குறிப்பிடுதல்

மறைமுகமாகக் குறிப்பிடுவது (Insinuation) என்பதும் கூட ஒரு சட்டகமாகும். பேசப்பட்ட வார்த்தைகள் கொண்டிருக்கும் அர்த்தத்தோடு மறைமுகமான மற்றும் நேரிடையற்ற பொருள் தொடர்பைக் கொண்டிருக்கின்றன என்று அவ்வார்த்தைகள் விளக்கம் அளிக்கப்படும் தன்மை உடையது இது. (Austin, 1962: 121).

நகைச்சுவை செய்தல்

நகைச்சுவையும் (Joking) கூட ஒரு சட்டகமாகும். இந்தச் சட்டகத்தில், பேசப்படும் சொற்கள், வினயமான பொருளில் விளக்கப்படக் கூடாது. ஆனால், அவை அவற்றுக்கு நேரெதிராக என்ன அர்த்தத்தைக் கொடுக்குமோ அப்பொருளிலேயே அவை விளக்கப்படுதல் வேண்டும். (Austin, 1962: 121).

போலச் செய்தல்

பிறரைப் போல் பாவனை செய்து பேசும் பேச்சு முறையைக் குறிப்பது போலச் செய்தல் (Imitation). இங்குப் பேசும் முறை யானது. அடுத்தவருடைய பேசும் முறையை, பாணியை நகல் செய்து பேசப்படுகிறது என்ற வகையில் புரிந்து கொள்ளப்படுதல் வேண்டும்.

மொழிபெயர்ப்பு

ஒரு மொழியில் பேசப்படும் வார்த்தைகள், மற்றொரு மொழியில் பேசப்படும் இணையான வார்த்தைகளில் வியாக்கி யானம் செய்யப்படுதல் வேண்டும்.

மேற்கோள்

பிறர் பேசியதை எடுத்தாளுதல், மேற்கோளாகும். குறிப்பிட்ட தருணத்தில் யாரோ ஒரு பேச்சாளரால் பேசப்படும் வார்த்தைகள், அப்பேச்சாளருடையவை அல்ல. மாறாக வேறு யாரோ ஒருவருடையவை என்று புரிந்து கொள்ளப்படுதல் வேண்டும். (Weinreich, 1966 162).

இவையே மட்டுமல்லாமல், வேறு பல வியாக்கியானச் சட்டகங்களும் இருக்கலாம். மேற்குறிப்பிட்டவை போதுமானவை அல்ல. எனினும் இவை போன்ற வியாக்கியானச் சட்டகங்களில்தான் கருத்துப்புலப்படுத்தம் என்பது நிகழ்கிறது. சட்டகங்களைக் கூட்டாகவும், தனியாகவும் பயன்படுத்தலாம் என்பது கவனத்திற்குரியது. இவ்வாறு சட்டகங்கள் பல இருப்பினும், அவற்றை விடவும் நேர்ப்பொருள் சட்டகத்திற்குத்தான் முன்னுரிமை உண்டு என்று ஆஸ்டின் போன்ற கோட்பாட்டாளர்கள் கூறுவதும் நம்முடைய கவனத்திற்குரியது.

துணை நூல்கள்

Bauman, Richard, 1974 Verbal Art as performance, Illinois: Wakeland Press.

Claus, Peter, J.Frank, J.Koram, 1991: Folkloristics and Inidan Folklore, Udipi: Regional Resources for Folk Performing Arts.

Keesing, Roger, M. 1981 Cultural Anthropology Contemporary Perspective, Folk Worth: Car Court Brace College Publishers.

Finnegan, Ruth, 1992: Oral Traditions and Verbal Arts - A Guide in Research Practices, London: Routledge.

11. நவீன நாடகத்தில் நிகழ்த்துவோனும் பார்வையாளனும்

நாடித்துடிப்பைப் போல, மனிதர்களிடமும் விலங்குகளிடமும் இடைவிடாது நிகழும் ஒரு செயல் கருத்துப்புலப்படுத்தம். அனுப்புவோன், பெறுவோன் என்னும் இருவருக்கிடையே எப்போ தெல்லாம் பரஸ்பரம் புரியக்கூடிய சங்கேதங்கள் பரிமாறிக்கொள்ளப்படுகின்றனவோ, அப்போ தெல்லாம் கருத்துப்புலப்படுத்தம் என்னும் நிகழ்வு இடம்பெறுகிறது. பேச்சு., பாடல், வாக்கியம் என்னும் மொழிக்கூறுகள் மட்டுமல்லாமல் நிறங்கள், சடப்பொருட்கள், சப்தம், அசைவுகள், நறுமணம், அமைதி, வெளி இப்படிப் பல்வேறு வகைப்பட்ட சங்கேதங்கள் மூலமாக அனுப்பு வோனால் ஏதோ ஒன்று அனுப்பப்பட, மறுமுனை யில், பெறுவோனால் அது ஒரு கருத்தாக அல்லது செய்தியாகப் பெற்றுக் கொள்ளப்படுகிறது. இது கருத்துப்புலப்படுத்தத்தின் படிமுறை நிகழ்வாகும்.

இக்கருத்துப்புலப்படுத்தம் பல அடையாளங் கள் அல்லது ஊடகங்கள் வாயிலாக நிகழ்கிறது. அவ்வூடகங்களுள், மனிதனுடைய நுண்ணிய கண்டு பிடிப்பான கலை முக்கியமானது. கலை என்று கூறும்போது, அது தூலமான, அரூபமான ஊடகங்கள் பலவற்றைக் குறிக்கிறது. கட்புலன்

ஈர்ப்புக்குரிய கலைகள், செவிப்புல ஈர்ப்புக்குரிய கலைகள், இவ்விரண்டின் துணையோடு நுகரப்படும் கலைகள்-என்று கலையாகிய ஊடகங்கள் பல திறத்தன. இவ்வூடகங்கள், வாய்மொழிக் கூறுகள் வாய்மொழிசாராத கூறுகள் என்னும் இவ்விரு வகைமைகளின் பல துணைக் கூறுகளால் வடிவமைக்கப் பட்டவை. வாய்மொழிக் கூறுகள், வாய்மொழிசாராத கூறுகள் - என்னும் இவ்விரு வகைமைகளின் ஒன்றினுள் ஒன்று ஊடுருவிய கட்டுமானங்களோடு, பார்வையாளர் எனப்படும் பெறுபவரின் முன்னே, அவர்களுடைய மனப்பங்கேற்பினைத் தூண்டி ஈர்த்துக் கொள்ளும் வகையில் நிகழ்த்தப்படுவன நிகழ்த்துக் கலைகளாகும். இவற்றுள் நவீன நாடகமும் ஒன்று.

இந்நவீன நாடகம் உட்பட அரங்கக்கலைகள் யாவும், கட்புலன் செவிப்புலன் ஆகியவற்றை ஈர்த்துக்கொண்டு தம் பார்வையாளர்களுக்குக் கருத்துப்புலப்படுத்தம் செய்யக் கூடியவை. அதாவது, அரங்கக்கலைகள் என்னும் ஊடகங்கள் வாயிலாக நிகழ்த்துவோர் தங்கள் பார்வையாளர்களுக்குக் கதை சொல்கிறார்கள் அல்லது ஒரு கருத்தை எடுத்துரைக்கின்றார்கள். ஒரு கருத்து, கதை சொல்லப்படும் போதோ நிகழ்த்தப்படும் போதோ, அது எப்படி நிகழ்த்தப்படுகிறது என்னும் படிமுறை யின் வாயிலாகத்தான் அது பார்வையாளரைச் சென்றடைய முடியும். பார்வையாளரும் நிகழ்த்துவோரும் சமவிகிதத்தில் பொறுப்பேற்றுக் கொண்டு, பங்கேற்கும் போதுதான் ஒரு நிகழ்த்துதல் வெற்றி பெறுகிறது என்பது நிகழ்த்துதல் பற்றிய கோட்பாடுகள் சொல்லும் உண்மை. (Susan Wadley, 1986: 196).

இங்கு, 'நிகழ்த்துதலின் வெற்றி' என்பது, ஒரு கருத்து சரியான முறையில் பார்வையாளனைச் சென்றடைதல் என்பதைக் குறிக்கிறது. ஒரு கருத்து பார்வையாளனிடம் சேர வேண்டு மென்றால் அதைச் சொல்லும் விதம், பார்வையாளனின் தளத்திற்கு எட்டக் கூடியதாகவும், அவனுக்குப் புரியக்கூடிய பரிச்சயமான குறியீடுகளை உடையதாகவும், அவனுக்குச் சோர் வூட்டும் எதிரிடையான அம்சங்களைக் களையக் கூடியதாகவும் இருக்க வேண்டும். இந்தத் தடைகள் எல்லாம் உடைக்கப்படும் போதுதான் கருத்துப்புலப்படுத்தப் படிமுறை சரியாக நிகழும். இப்படிக் கூறும்போது, நிகழ்த்துதலின் வெற்றிக்குப் பார்வை யாளனுடையதைவிட நிகழ்த்துவோனுடைய பொறுப்பே பன்மடங்காக உள்ளது என்பது புரியும். நிகழ்த்துதலில் ஒன்றை

நிகழ்த்துவோன் அல்லது நடிகன் 'எப்படி', 'எவ்வாறு', சொல்கிறான் வெளிப்படுத்துகிறான் என்பதுதான் முக்கியமானது. 'எப்படி', 'எவ்வாறு' என்பன, கருத்துப்புலப்படுத்த வழிமுறைகள். இவை, பார்வையாளனை 'என்ன?' என்னும் ஒன்றைப் பற்றிக் கேட்க அல்லது பார்க்க வைப்பதற்காக, அவனுடைய கவனத்தை முழுவதுமாக ஈர்க்கச் செய்யும் முயற்சியை உள்ளடக்கியவை.

எனவே, நாட்டுப்புறக் கலைகளை நிகழ்த்தும் கலைஞர்கள், தமது பார்வையாளரின் ஆர்வமுடைய பங்கேற்பைத் தொடர்ந்து தக்க வைத்துக் கொள்வதற்காக, நிகழ்த்தும் முறையில் பல உத்திகளைப் பிரக்ஞை பூர்வமாகக் கையாள வேண்டியவர்களாக உள்ளனர் என்பதைப் புரிந்து கொள்கிறோம். பார்வையாளனைத் தக்க வைத்துக் கொள்வதற்காகச் சில சமரசங்களைச் செய்து கொள்வது நாட்டுப்புற நிகழ்த்துதல் கலைஞர்கள் கடைப் பிடிக்கும் மரபான வழிமுறையாகும்.

நிகழ்த்துதலின் வெற்றிக்கு, நிகழ்த்துநர்களும் பார்வையாளர் களும் சம அளவில் பொறுப்பேற்க வேண்டும் என்னும் கொள்கை பரதக்கலை போன்ற சாஸ்த்திரீய நிகழ்த்துக் கலைஞர்களுக்கு மிகவும்பொருந்தும். ஏனெனில், அது தனது ஆங்கிக, ஆஹார்ய, வாச்சிக, சாத்விகாபிநயங்கள் என்னும் மொழி மற்றும் மொழி சாராத மொழிக்கூறுகளைப் பற்றி நர்த்தகி எத்துணை அளவிற்கு அறிந்து கொண்டிருக்கிறாரோ அத்துணை அளவிற்குப் பார்வை யாளர்களும் அறிந்திருக்க வேண்டும் என்று எதிர்பார்க்கிறது. நல்ல பார்வையாளர்களைக் கொண்ட அவையின் இலக்கணம் பற்றி இயம்பும் அபிநய தர்ப்பனத்தின் நூற்பா இதற்குச் சான்று. (பத்மா சுப்பிரமணியம், 1985:8) ஒரு கதை, அல்லது நிகழ்ச்சி தரும் உணர்ச்சியை உள்வாங்கி அனுபவித்து, ஆங்கிக, ஆஹார்ய, சாத்விகாபிநயங்கள் எனப்படும் மொழி சாரா கருத்துப்புலப் படுத்தக் கூறுகளின் துணையால் நர்த்தகி வெளிப்படுத்தும்போது உண்டாகும் ரசஉற்பத்தி, பார்வையாளர்களிடமும் தோன்ற வேண்டும். அப்போதுதான் நிகழ்த்துதல் வெற்றிபெறும். இங்கு, தனது மொழிக்கூறுகளை நன்கறிந்த ஒருங்கிணைந்த பார்வை யாளர்களையே பரதக்கலை எப்போதும் சார்ந்திருக்க வேண்டிய தேவை ஏற்படுகிறது என்பதை நாம் புரிந்து கொள்கிறோம். அதனால்தான், கலைஞர்க்கு இணையான படைப்பாளிகள் என்னும் பொருளில், பார்வையாளர்களை 'சஉற்ருதயர்' என்று நாட்டிய சாஸ்திரம் கூறுகிறது.

இங்கு ஒரு கேள்வி எழுகிறது. பரதக்கலை தனது நிகழ்த்து தலின் வெற்றிக்கு 'சஹ்ருதயர்' எனப்படும் தனது பார்வையாளர் களிடமிருந்து எதிர்பார்க்கும் ரச உற்பத்தி, நவீன நாடகத்தின் வெகுஜனப் பார்வையாளர்களுக்குச் சாத்தியமானதுதானா? இது தனக்கென ஒரு பொதுமொழியற்ற இன்றைய நாடகம் பற்றிப் போதுமான அனுபவங்கள் ஏதுமற்ற சமூகத்தில் சாத்தியமல்ல. அதனால் நாடகத்தை எடுத்துக்கொண்டு வெகுஜனங்களிடம் வரும் கலைஞர்களுக்குத் தடங்கலற்ற கருத்துப் புலப்படுத்தத் திற்குப் பாதைபோடும் இன்றியமையாத கடமை இருக்கிறது. அதாவது, ஒருங்கிணைந்த பார்வையாளர்கள் (Integral audience) என்னும் சிறுவட்டத்தை மீறிய, வெகு ஜனங்கள் என்னும் பார்வையாளர் தளத்தை எட்டக்கூடிய பொதுவான நாடக மொழியைப் படைக்க வேண்டிய முயற்சியை இது குறிக்கிறது.

இன்று, நவீன நாடகம் என்னும் இந்த அரங்கக்கலை, கலை ஞனுக்காகவா, மக்களுக்காகவா என்னும் மிகப் பழைய கேள் வியையே மீண்டும் எழுப்பும் ஒரு சூழலை உருவாக்கியிருக்கிறது. ஏனென்றால், நவீன நாடகம் என்பது, 'கலைஞன் தன்னைத் தேடித் தன் வாழ்வின் அர்த்தம் தேடிப் புறப்பட்டுப் போகும் மனவழிப்பயணமாகச் சித்திரிக்கப்பட்டுக் கொண்டிருக்கிறது. இது கருத்தப்புலப்படுத்தத்தின் வாயிலை அடைத்துவிட்டு, ஒரு மிகக் குறுகிய பார்வையாளர்களை மட்டும் (அதாவது 'அறிவு ஜீவிகள்' என்னும் அடைமொழி கொண்ட ஒருங்கிணைந்த பார்வையாளர்) அடைந்தால் போதும் என்று கருதுகிறவர்களின் கொள்கை. இந்தக் கருத்தின் சார்பினர். இதுவரையில் நிகழ்த்தி யுள்ள பல நாடகங்களின் நிகழ்த்துதல்கள், சொல்லும் முறையில் பல அழகியல் கூறுகளை, யுத்திகளைக் கையாண்டிருப்பினும், அவை ஊடகத்தை (வடிவத்தை) செழுமைப்படுத்தியதோடு நின்றுவிட்டன; கருத்துப்புலப்படுத்தத்தின் வீச்சை அதிகரிக்கச் செய்ய இவை உதவவில்லை. மேலும், அவை சொல்லும் செய்திகள், பரந்துபட்ட சமூகத்தின் பிரச்சினைகளைத் தீண்டா தவையும் ஆகும். ஏனெனில், நாடகம் என்பது இவர்களுடைய கொள்கையில், நாடகக் கலைக்காகவே - அல்லது கலைஞர்களுக் காகவே கலை இலக்கியங்களில் சமகாலத்திய பிரச்சினைகளைப் புகுத்துவதும் அவற்றை அரசியல் தொடர்பான நடவடிக்கை களுக்குப் பயன்படுத்துவதும் அருவருக்கத்தக்க செய்கை என்பது போன்ற மனோபாவம் கடந்த பல ஆண்டுகளாகத் தூய கலை இலக்கியவாதிகளிடம் இருந்து வந்திருக்கிறது. இந்த மனோ

பாவம் இன்றைய உயர் வர்க்கத்தைச்சார்ந்த அல்லது தங்களை அவ்வாறாகக் கருதிக் கொண்டிருக்கும் நவீன நாடக இயக்குநர் களிடம் ஒருவிதத் தற்செருக்கோடு காணப்படுகிறது.

இவ்வகை நவீன நாடக இயக்குநர்கள், தமது நாடகங்களில் செயல்படும் கருத்துப்புலப்படுத்தம் பற்றிக் கொண்டுள்ள மனப்பான்மை வினோதமானது'. 'நாடகங்கள், அவற்றைப் பார்க்கும் பார்வையாளர்களுக்கு உடனே புரிந்தாக வேண்டிய கட்டயாம் ஏதுமில்லை. கலைஞன் தன்னுடைய தளத்திலேயே இயங்குவான். அவனுடைய தளத்திற்குப் பார்வையாளர்கள் தாம் வரவேண்டுமே தவிர, பார்வையாளர்கள் இருக்கும் தளத்திற்குக் கலைஞன் இறங்கிச் செல்ல வேண்டும் என்று அவசியமில்லை. அப்படிப் பார்வையாளன் தளத்திற்கு இறங்கிச் செல்வது ஒரு சமரசம். இதில் தமக்கு உடன்பாடில்லை' என்பது போன்ற நிகழ்த்துதற் கொள்கையை உடையவர்கள் சிலர் இங்கு இருக்கின்றனர். ஆனால், இந்தச் சமரசத் தீண்டாமை' என்பது நாட்டுப்புற நிகழ்த்துக் கலைஞர்களிடம் காண முடியாதது. நாட்டுப்புற நிகழ்த்தல் கூறுகளைப் பிய்த்தெடுத்துத் தங்களுடைய நவீன நாடகப் படைப்புகளில் ஒட்டிச் சேர்த்து அழகு பார்க்கும் இப்படைப்பாளர்கள், மரபுக் கலைஞர்கள் தம் கலைகளை நிகழ்த்தும்போது கடைப்பிடிக்கும் பார்வையாளனை நோக்கிய சமரசப் போக்கினை மட்டும் ஏற்க மறுப்பது ஏனென்று புரியவில்லை.

இது ஒருவிதமான பிடிவாதம். பார்வையாளர் தளத்திற்கு இறங்கி வர மறுப்பதென்பது, பார்வையாளர்களின் வெவ்வேறு பண்பாட்டுச் சூழலை, புதிய நாடகமொழி பற்றிய அவர்களுடைய பரிச்சயமில்லாத நிலையைப் புரிந்துகொள்ள மறுக்கும் பிடி வாதம். மரபான மக்கள் கலையாயினும், நவீன நாடகமாயினும் அவை அவற்றுக்கே உரிய பண்பாட்டுச் சூழலை விடுத்து, வேறொரு பண்பாட்டுச் சூழலில் நிகழ்த்தப்படுமாயின், அங்கு கருத்துப்புலப்படுத்தப் பிரச்சினை எழுந்தே தீரும் ஏனெனில், எந்த ஒரு பண்பாட்டுச் சூழலிலும் தங்களுக்கு மிகவும் பரஸ்பரம் பரிச்சயமான சங்கேதங்கள் மூலமே ஒரு குழுவினர் தமக்குள் தங்கு தடையற்ற கருத்துப் புலப்படுத்தம் செய்து கொள்வர். பரிச்சயப்பட்ட சங்கேதங்கள் இல்லாது போயின், கருத்துப்புலப் படுத்தம் தடைப்பட்டு விடும். இது ஒரு மலிவான உண்மை உலகப் பண்பாடுகள் அனைத்திலும் பலவகைப்பட்ட நாட்டுப்புறக் கலை

வடிவங்கள் வாழ்கின்றன. அவை ஒவ்வொன்றும் தத்தமது பண்பாட்டுச் சூழலில் ஏதோ ஒருவகைச் செயற்பாட்டை (Function) அளித்துக் கொண்டிருக்கின்றன. ஒரு குறிப்பிட்ட நாட்டுப் புறக் கலைவடித்தின் இந்தச் செயற்பாட்டை அனுபவப்பூர்வமாக உணர்ந்து கொண்டிருக்கும் ஒரு குறிப்பிட்ட மக்கள் குழுவுக்கே அல்லாது, அவர்களுடைய கலைவடிவம் வேறொரு பண்பாட்டுச் சூழலில் நிகழ்த்தப்படுமாயின் அங்குவாழும் மக்கள் குழுவிற்கு அது அந்நியப்பட்ட ஒரு கலைவடிவமாகி, அதன் மொழியானது கருத்துப்புலப்படுத்தம் செய்யத் தவறிவிடும். இதனை ஒரு நடைமுறை உதாரணம் மெய்ப்பிக்கிறது.

கடந்த ஆண்டு (1990) ஆகஸ்ட் மாதம், பாளையங்கோட்டை தூய சவேரியார் கல்லூரியின் நாட்டார் வழக்காற்றியல் துறையும், ஃபோர்ட் ஃபவுண்டேஷன் நிறுவனமும் இணைந்து நடத்திய நாட்டார் வழக்காற்றியல் பற்றிய இரண்டாவது சர்வதேசக் கருத்தரங்கிற்காக இரண்டு நாள் தெருக்கூத்து நிகழ்ச்சி நடத்தப் பட்டது. நெல்லை மாவட்டம் பாளையங்கோட்டைக்கு அருகில் உள்ள இலந்தைக்குளம் கிராமத்தில், 'தெருக்கூத்து' என்னும் நாட்டுப்புற அரங்கக்கலை வடிவம் பற்றிய பெயரைக்கூட கேட்டறியாத மக்கள் மத்தியில் வடஆற்காடு மாவட்டம் பெருங் கட்டூர் இராஜகோபால் குழுவினர் 'திரௌபதி வஸ்திராபகரணம்' 'நளாயினி' ஆகிய பாரதக் கதைகளைத் தம் தெருக்கூத்து வடிவம் மூலம் நிகழ்த்திக் காட்டினர். இவ்விரண்டு கதைகளும் கிராமத்தில் வெகு சில பார்வையாளர்களுக்கு மட்டுமே தெரிந்திருந்தாலும் முழுமையாகப் பார்வையாளர்களுக்குப் போய்ச் சேரவில்லை. தெருக்கூத்து நிகழ்த்துதல்களைப் பார்த்த கிராமவாசிகளிடம் பேசியபோது, இவ்வுண்மை வெளிப்பட்டது. ஏனெனில் அம்மக்களுடைய பண்பாட்டுச் சூழலில் தெருக்கூத்தின் பயன் பாடு இதற்கு முன் உணரப்படாதது. எனவே, வட ஆற்காடு, தென்னார்க்காடு மாவட்டங்களின் மக்கள் பண்பாட்டுக்கே உரிய தெருக்கூத்தின் நாட்டுப்புற அரங்கக்கலை மொழியானது வில்லுப்பாட்டு, கணியான் கூத்து (மகுடாட்டம்) போன்ற நிகழ்த்துக்கலைகளை மட்டும் அறிந்திருக்கும் ஒரு பண்பாட்டுச் சூழலில் வாழும் நெல்லை மாவட்ட இலந்தைக்குளம் கிராம வாசிகளுக்குக் கதை சொல்லும் திறனற்றுப் பூரணமான கருத்துப் புலப்படுத்தம் செய்வதற்கு இயலாமற் போய்விட்டது. இதைப் போலவே ஆர்க்காடு மாவட்டங்களின் மக்களுக்கு வில்லுப் பாட்டு, கணியான்கூத்து போன்ற நிகழ்த்துக் கலைகளைப்

பார்க்க நேர்ந்தால், அவற்றின் மொழியும் முழுமையான கருத்துப் புலப்படுத்தம் செய்வதற்குத் தவறிவிடும்.

மேற்குறிப்பிட்ட அனுபவங்கள் உணர்த்தும் உண்மை என்ன? ஒரு நிகழ்த்துக்கலை அல்லது நாடகம், தனது பார்வை யாளர்களிடம் நிகழ்த்துதலின் மூலம் பூரணமான கருத்துப்புலப் படுத்தம் செய்ய வேண்டுமானால், தனது பார்வையாளர்களின் பண்பாட்டுச் சூழலுக்குப் பழக்கமான ஒரு பொதுமொழியைக் கொண்டிருப்பது அவசியம் என்பதே அவ்வுண்மை.

இவ்வுண்மை, தனது நியாயத்தை வலியுறுத்திக் கொள்வதற்கு உதவும் மற்றொரு உதாரணத்தையும் பார்க்கலாம். குறிப்பிட்ட சில நாட்டுப்புற வாய்மொழிக் கலைகள், நிகழ்த்துக் கலைகளின் மொழிக்கு மட்டுமே காலங்காலமாகத் தங்களைத் தயார் செய்து கொண்டிருக்கும் பார்வையாளர்களிடம் மேலை நாட்டு நாடக வியல் சிந்தனைத் தாக்கங்களால் வடிவமைக்கப்பட்ட நவீன தமிழ்நாடகப் படைப்பு ஒன்றின் நிகழ்த்துதலை முன் வைத்தால், அப்பார்வையாளர்களிடம் பிரதிபலிக்கும் அனுபவம் எப்படி இருக்கும்? இதனைப் புரிசையில் நிகழ்ந்த கோடை விழாவில் (பிப்ரவரி, 1990) நேரிடையாகப் பார்வையாளர் மத்தியிலிருந்தே பார்க்க முடிந்தது.

புரிசைக் கிராமத்தில் நாடக விழாவில் தளிர், நிஜ நாடக இயக்கம், சங்கரதாஸ் சுவாமிகள் நாடகப்பள்ளி, கூத்துப்பட்டறை போன்ற அமைப்புகள் தத்தம் நவீன நாடகப் படைப்புகளை நிகழ்த்தின. இவ்விழாவுக்குத் திரண்டிருந்த பார்வையாளர்கள் தெருக்கூத்து மொழிக்குப் பழக்கப்பட்ட ஏராளமான புரிசைக் கிராமவாசிகள், அக்கிராமத்தின் சமூகப் பண்பாட்டுச் சூழலுக்குச் சற்றும் பழக்கப்படாத அல்லது ஓரளவுக்குப் பழக்கப்பட்ட பத்திரிகையாளர்கள், சினிமாத் துறையினர், நவீன நாடகத் துறையினர், கலை இலக்கியத் துறைகளில் பரவலாக ஆர்வம் கொண்டிருக்கின்ற அறிவு ஜீவிகள், ஆய்வாளர்கள், வெளிநாட்டு ஆராய்ச்சியாளர்கள் மற்றும் சிலர்.

நவீன நாடகமொழியின் கருத்துப்புலப்படுத்த வீச்சு, வெகுஜனங்களிடையே எந்த அளவிற்குச் சாத்தியம் என்பதை அறிந்துகொள்ள புரிசை நாடகவிழா ஓர் உரைகல் போல் அமைந்திருந்தது. உதாரணத்திற்குக் கூத்துப்பட்டறையின் ‘தூதக்கடோத்கஜன்’ நாடகத்தை எடுத்துக் கொள்ளலாம்.

இந்நாடகத்தில் பயன்படுத்தப்பட்டிருந்த மொழி சாராக் கருத்துப் புலப்படுத்தக் கூறுகளுள் களரிஃபயட்டின் அடவுகளும் ஒன்று,. நான்கு திசையினின்றும் பாத்திரங்கள் பறக்கும் பாவனையில் குதித்துக் குதித்து வரும் காட்சி ஒன்றினைப் பார்த்துக் கொண் டிருந்த பார்வையாளருள் ஒருவரான புரிசைக் கிராமத்து மூதாட்டி என்ன நினைத்தாரோ பக்கத்திலிருந்தவரிடம், "ஏன் இப்படி எருமை மாடு மாதிரிக் குதிக்குறாங்க?" என்றார். இது சற்று நம்மை அதிர்ச்சிக்குள்ளாக்கினாலும் கதையை விவரிக்கும் படைப்பாளன், அதற்குப் பயன்படுத்தியுள்ள அரங்கக் கலை மொழி, அது பற்றிய பரிச்சயமற்ற பார்வையாளருக்குக் கருத்துப் புலப்படுத்தம் செய்வதற்கு உதவவில்லை என்பதையே உணர்ந்து கொள்கிறோம். இங்கு, தூத கடோத்கஜத்தின் முழுமையான கருத்துப் புலப்படுத்தத்தின் வீச்சு எந்த அளவினது என்று விவாதிக்கத் தேவை இல்லை. உதாரணத்திற்கு அதன் ஒரு ஃப்ரோம் நல்கும் கருத்துப் புலப்படுத்தம் போதுமானது - 'ஒரு பானை சோற்றுக்கு ஒரு சோறு பதம்' என்பது போல. இதைப் போலவே மு. இராமசாமியின் 'ஸ்பார்டகஸ்' (நாடகத்திலும் பிரச்சினைகள் இருக்கின்றன.

இது ஒருபுறமிருக்க, புரிசை கண்ணப்பத் தம்பிரானின் 'அனுமன் தூது' வின் ஒரு காட்சியை எடுத்துக் கொள்ளலாம். அது, சீதை இருக்கும் அசோகவனத்திற்குச் செல்லும் அனுமன் மரத்தில் ஏறி உலுக்குவதுதான் அக்காட்சி. அனுமன் வேஷத்தில் இருக்கும் கூத்துக் கலைஞரான சம்பந்தம், ஆடுகளத்திலுள்ள பெரிய பந்தலின் மீதேறி, அதனை வேகவேகமாக உலுக்குகிறார். அப்போது "பந்தலைப்போட்டு ஏண்டா இப்படி உலுக்குறான்?" என்று புரிசைக் கிராமத்துப் பார்வையாளரி ।ரிருந்து கேள்வி எழவில்லை. காரணம், அனுமன் பயன்படுத்தும் நிமிர்தளம் என்னும் கற்பனைத் தளத்தின் அர்த்தம், அந்தப் பார்வையாளர் களுக்கு இயல்பாகப்புரியக்கூடியது. அதாவது தெருக்கூத்து என்னும் நாட்டுப்புற அரங்கக்கலை மொழி, மரபு வழிப் பயிற்சியின் மூலம், அவர்களுக்கு மிகவும் பழக்கமானதாக இருக்கிறது. ஆகையால், அங்குக் கருத்துப் புலப்படுத்தம் எந்தத் தடையும் இன்றி நிகழ்கிறது. கிரிகோரி பேட்சனின் வார்த்தை களில் சொன்னால் சட்டகப்படுத்துதல் என்பதில் அப்பார்வை யாளர்களுக்குச் சிக்கல் ஏதும் எழவில்லை.

எனவே, நிகழ்த்தப்படும் ஒரு நாடகத்தில் நிகழ்த்துவோன் - பார்வையாளன் இருவருக்கும் பழக்கமான சங்கேதங்கள்

பயன்படுத்தப்படும் போதுதான், தடங்கலற்ற கருத்துப்புலப் படுத்தப் படிமுறைக்கு வழி உண்டாகிறது. இதன் மூலமே நிகழ்த்துதல் வெற்றி பெறுகிறது. இந்த நிகழ்த்துதலின் வெற்றிக்கு இருவரும் சம அளவில் பொறுப்பேற்கிறார்கள். ஆனால், நவீன நாடகத்தினுடையவை போன்ற, நிகழ்த்துவோனுக்கு மட்டுமே பழக்கமான சங்கேதங்கள் பயன்படுத்தப்படும் போது உண்டாகும் நிகழ்த்துதலின் தோல்விக்கு நிகழ்த்துநர்கள் மட்டுமே பொறுப் பேற்கிறார்கள்.

நவீன நாடகம் - சமூக அந்தஸ்துக்கான அடையாளமா, விடுதலைக்கான ஆயுதமா?

ஒரு கலைப்படைப்பை மிகவும் சிக்கலாக்குவது, இருண் மைப்படுத்துவது ஆகியவற்றின் மூலம், இரண்டு வகைக் காரியங்கள் நிறைவேற்றப்படுகின்றன. ஒன்று, மிக மிகச் சுருங்கிய, 'அறிவுஜீவி' களான ஒருங்கிணைந்த பார்வையாளர்களுக்கு மட்டுமே உரியது என்றாக்கி, ஒரு படைப்பின் கருத்துப்புலப்படுத்த வீச்சைக் குறுக்கிக் கொள்வது. மற்றொன்று, குறிப்பிட்ட கலை வடிவ நடவடிக்கைகளில் தொடர்புடையவர்களும், அக்கலை வடிவம் பற்றி, வியாக்கியானம் செய்வோரும் அதன் குறுகிய பார்வையாளர்களும் தத்தமது செயல்பாடுகள் மூலமாக அக்குறிப்பிட்ட கலைப்படைப்பை, தமது சமூக அந்தஸ்துக்குரிய அடையாளமாக ஆக்கிக் கொள்வது. இவை தமிழகத்தின் இன்றைய நவீன நாடக இயக்கத்தில் முகம் காட்டுவதை, அதன் செயல்பாடுகளை உன்னிப்பாகக் கவனிப்போர் புரிந்து கொண் டிருப்பர். ஆகவே, ஒரு கலைவடிவம் குறிப்பிட்ட வகுப்பினரின் அல்லது குழுவினரின் சமூக அந்தஸ்தைப் புலப்படுத்தும் சாதனமாக அமைந்துவிட்டதென்றால், ஒரு குறிப்பிட்ட குறுங்குழுவுக்கு மட்டுமே மேற்காட்டிய பயன்பாட்டை நல்குவதோடு நின்றுவிடுகிறது. பரந்துபட்ட மக்கள் பரப்புக்குக் கருத்தறிவித்தும், மகிழ்வித்தும் பயன்பாடு நல்கும் ஊடகமாக அது செயல்படுவதில்லை. பொதுவாகக் கருத்துப் புலப்படுத் தத்தின் பயன்பாடுகள் தாம் என்ன? தகவல் அளித்தல், சமூகவய மாதல், செயல் ஊக்கம் தருதல், விவாதம் மேற்கொள்ளல், கல்வி, பண்பாட்டு வளர்ச்சி, பொழுதுபோக்கு, ஒருங்கிணைப்பு போன்றவை கருத்துப் புலப்படுத்தத்தால் உண்டாகும் பயன் பாடுகள் (Sean Mac Bride, 1982) கருத்துப் புலப்படுத்தத்தின் வீச்சை, ஒரு குறுங்குழுவுக்குள்ளேயே சுருக்கிக் கொள்ளும் நவீன நாடகம்

அல்லது மிகவும் இருண்மைப்படுத்தப்படும் நவீன நாடகம் மேற்சுட்டிய பயன்பாடுகளில் எதை எதை அளிக்கிறது என்பது கேள்விக்குறி. குறுங்குழுவான ஒருங்கிணைந்த பார்வையாளர் வட்டத்திலிருந்து விடுபட்டு, வெகுமக்கள் ஊடகமாக ஒரு கலைவடிவம் அமைய வேண்டுமானால், அது உட்கொள்ளும் செய்திகள் பரவலான மக்களுடைய வாழ்க்கையோடு தொடர் புடைய பிரச்சினைகளாக இருந்தே ஆதல் வேண்டும். அத்துடன், அதன் நிகழ்த்துமுறைக் கூறுகள், தான் எதிர்கொள்ளும் பார்வை யாளர்களுடைய சமூக, அரசியல் பண்பாட்டுச் சூழலைக் கவனத்திற் கொண்டதாகவும் இருக்க வேண்டும்.

ஒரு நாடகம் நிகழ்த்துவோன், பார்வையாளனிடம் மிக அணுக்கமாகச் சென்று, "உன் பிரச்சினையைப் பற்றி உன்னிடம் உனக்குப் புரிந்த மொழியிலேயே பேச வந்திருக்கிறேன்" என்று தனது கலைவடிவத்தின் வாயிலாகச் சொல்வதும், 'ஆமாம், நீ என் பிரச்சினையைத்தான் பேசுகிறாய்' என்று பார்வையாளன் உணர்ந்து கொள்வதும் ஒரு நிகழ்த்துதலின் வெற்றியில் நிகழ்த்துவோன் பார்வையாளன் என்னும் இருவரும் சம அளவுக்குப் பொறுப்பேற்கிறார்கள் என்பதை உணர்த்துவன. இவ்விடத்தில், இலங்கைக்காரரான இளையதம்பி பத்மநாபனின் அனுபவத்தைக் குறிப்பிடுவது பொருத்தமானதாக இருக்கலாம். அவருடைய குழுவின் படைப்பான 'கந்தன் கருணை' நாடகம் இலங்கையில் நிகழ்ந்தபோது, பார்வையாளருள் முதியவர் ஒருவர். 'ஓ! இந்த நாடகம் எங்களுடைய பிரச்சினையை எடுத்துக் கொண்டு பேசுகிறது. இது எங்கள் மக்களுடைய கோயில் நுழைவுப்போராட்டம் பற்றியது....' என்று மொழிந்த வார்த் தைகள், ஒரு நாடக நிகழ்த்துதலில் வெற்றியை அளவிடப் போதுமான உரைகல்' (Mangai, 1990).

இது போன்ற அனுபவங்கள் சொல்லும் உண்மை என்ன? நவீன நாடகம், பார்வையாளன் எனப்படும் இன்றைய மனிதனை, அவனுடைய பிரச்சினைகளை, அவனுடைய சமூகத்தை அவன் வாழும் காலத்தை அவனுக்குப் புரியக்கூடிய மொழியில் பிரதி பலிக்க வேண்டும் என்பதுதான். ஏனெனில், அவனையும் அவனுடைய போராட்டத்தையும் உலகக் கண்ணோட்டத்தையும் பிரதிபலிக்கச் செய்தலின் வாயிலாகவே ஒரு நாடகம் நிகழ்த்து வோன், வெகுஜனப் பார்வையாளர்களோடு நெருங்கிய தொடர்பு கொள்கிறான். அவ்வாறே, தன்னை நெருங்கி வந்து, தன்னிடம்

அக்கறை காட்டும் கலைஞனைத்தான் பார்வையாளனும் அங்கீகரிக்கிறான்.

இவ்விடத்தில் எழும் ஒரு பிரச்சினையையும் சொல்லி ஆக வேண்டும். இன்றைய மனிதனின் சமகாலத்திய பிரச்சினை களையும், அவன் வாழ்க்கைத் தடத்தை மாற்றக்கூடிய அரசிய லையும் மையமாகக் கொண்டு நிகழ்த்தப்படும் நாடகங்கள், சில நாடகப் படைப்பாளர்களுக்கு சலிப்படையச் செய்யும் நாடகங் களாகவும் காலங் கடந்து நிற்கக்கூடியவை அல்ல என்பதாகவும் அபிப்பிராயங்கள் இருக்கின்றன. ந. முத்துச்சாமி போன்றோர் இவ்வகைக் கருத்துக்களின் தரப்பில் அணிவகுத்து நிற்பவர்கள். (ரெங்கராஜன், 1990 :17-18).

வெகுஜனங்களை நோக்கிய, அவர்களுக்குக் கல்வி புகட்டுகிற நாடகங்கள் பற்றிய மேற்படி, விமர்சனங்கள் கவனத்திற்குரியவை. பட்டினி, வறுமை, கல்வியறிவின்மை, பெண்ணடிமை, சுகாதார மின்மை, குழந்தைகளின் பிரச்சினை, நிறவெறிவாதம், சாதி மதவாதம், ஆதிக்க சக்திகளின் சுரண்டல், வலிமையற்ற நாடுகள் மீதான வளர்ந்த நாடுகளின் ஆதிக்கம், அந்நிய சக்திகளின் தலையீடுகள் இப்படிப் பல்வேறுபட்ட பிரச்சினைகளை எதிர் கொள்ளும் இந்தியா போன்ற மூன்றாம் உலக நாடுகளில் இப்பிரச்சினைகளையும் அவை மறைமுகமாகவும் நேரடியாகவும் விளைவிக்கும் தீமைகள் பற்றியும் வெகுமக்களுக்கு உணர்த்தி, முடிவு காண முற்படும் பணியில் கலை இலக்கியங்கள் என்னும் நடவடிக்கைகள் நிகழ வேண்டுவது ஓர் அவசியம். இதனை ஒதுக்கிவிட்டு ‘அரசியலை மையமாகக் கொண்டு முன் வைக்கப் படும் நாடகம் முதலிய கலை வடிவங்கள் தற்காலிகமானவை’ - என்பது அவற்றின் இன்றியமையாத உடனடிப் பயன்பாட்டை மலிவுப்படுத்திவிட்டு, மறைமுகமாக ஆதிக்க சக்திகளுக்குத் துணை போகும் வாதமாகவே அமையும். இது போன்ற வாதங்களை முன்வைக்கும் நாடகவியலர்களுக்கு அகுஸ்டோ போல் (Augusto Boal) என்னும் இலத்தீன் அமெரிக்க நாடகவிய லாளர் தனது ‘ஒடுக்கப்பட்டோரின் நாடகம்’ நூலில் அளித் துள்ள பதில் நமது கவனத்திற்குரியது; அவர் கூறுகிறார்:

“தியேட்டர் என்பது அரசியல் சார்ந்ததாக அவசியம் இருந்தே ஆக வேண்டும். ஏனென்றால், மனிதனுடைய அனைத்து நடவடிக்கைகளும் அரசியல் சார்ந்தனவாகவே இருக்கின்றன; அந்த நடவடிக்கைகளில் தியேட்டரும் ஒன்று. அரசியலிலிருந்து

தியேட்டரைப் பிரிக்க முனைவோர், நம்மை ஒரு தவறான பாதையில் செலுத்துவதற்கு முயற்சி செய்கின்றனர்.

தியேட்டர் என்பது ஓர் ஆயுதம்; மிகவும் சக்தி வாய்ந்த ஆயுதம். இந்த ஒரு காரணத்திற்காகவே ஒருவர் போரிட வேண்டும். தியேட்டர் ஒரு சக்தி வாய்ந்த ஆயுதம் என்பதாலேயே ஆளும் வர்க்கம், அதனைத் தம்கட்டுப்பாட்டுக்குள் நிரந்தரமாக வைத்திருந்து, அதனைத் தம் ஆதிக்கத்திற்கான கருவியாகப் பயன்படுத்திடவும் முயன்று வருகிறது. இம்முயற்சியில் ஈடுபடும் ஆளும் வர்க்கத்தினர் தியேட்டர் என்பதன் கருத்தாக்கத்தைத் (Concept) திரிக்கவும் செய்கின்றனர். ஆனால், தியேட்டர் என்பது விடுதலைக்கான ஓர் ஆயுதமாகும். அதனால், சரியான தியேட்டர் வடிவங்களை உருவாக்க வேண்டும்" (Augusto Boal, 1979: 1 X).

ஆன்ம விடுதலையை நாடுவோரின் தேடல் சாதனமாகவும், அறிவு ஜீவிகளின் சமூக அந்தஸ்துக்குரிய அடையாளமாகவும் நாடகம் ஆக்கப்பட்டுக் கொண்டிருக்கும் இந்தியச் சூழலில் அகுஸ்டோ போலின் இந்தக் கருத்துக்கள் நாடகப்படைப் பாளிகள், ஆர்வலர்கள் ஆகியோரின் சிந்தனைக்குரியவை.

நவீன நாடகங்களில் மரபுக்கலைக் கூறுகள்: புத்துருவாக்க முயற்சி

தமிழகத்தில் நவீன நாடகம், பண்பாட்டு உள்வாங்குதல், பண்பாட்டுப் பரவல் ஆகிய படிமுறைகளால், ஏனைய கலை மற்றும் இதர பண்பாட்டுப் படைப்புகளைப் போலவே, நாளுக்கு நாள் புதிய பரிமாணங்களைப் பெற்று வருவதைப் பார்க்கிறோம். வட்டார, தேச சர்வதேச அளவில் நடத்தப்படும் நாடகப் பயிற்சிப் பட்டறைகள், கருத்தரங்குகள், மற்றும் நாடகப் பள்ளிகள், சங்கீத நாடக அகாடெமி, இயல் இசை நாடக மன்றம் போன்றவை நடத்தும் நாடக விழாக்கள் ஆகியவை நாடகம், வடிவம் மற்றும் உள்ளடக்க ரீதியிலான பல பரிமாணங்களை அடைவதற்கு உதவி வரும் சூழல்களாகக் கருதலாம். இந்தப் பின்னணியில் தமிழகத்தில் இதுவரையில் நிகழ்த்தப்பட்ட நவீன நாடகங்கள் சிலவற்றைக் கவனத்திற் கொண்டு வரும்போது அவற்றின் ஒரு வகை கொல்லாஜ் (collage) வடிவம் செயல்படுவதை அறிய முடியும். அதாவது, நிகழ்த்தப்படும் நாடகப் படைப்பு ஒன்றைப் பல்வேறு நாட்டுப்புறக்கலை வடிவங்களி லிருந்து எடுக்கப்பட்ட சிற்சில கூறுகளைக் கொண்டு உருவாக்கும் கலப்பு வடிவ முயற்சியை இது குறிக்கிறது.

இதன் பொருட்டு, தமிழகத்தின் வாய்மொழிக் கலைகள், நிகழ்த்துக் கலைகள் ஆகியவற்றை உற்று நோக்கி ஆராய்ந்தும் அவற்றை நிகழ்த்தும் கலைஞர்களிடம் கலந்துரையாடியும் அவற்றின் நுட்பங்களை அறிந்து கொள்கிறார்கள். மேலும், அக்கலைகளில் காணப்படும் நிகழ்த்துமுறை நுட்பங்களைக் கற்றுக் கொள்ளும் முயற்சியில் சில நவீன நாடகக் கலைஞர்கள் தொடர்ந்து ஈடுபட்டு வருகின்றனர். மாறி வரும் பண்பாட்டுச் சூழல் தரும் நெருக்கடிகளால், வேர்களை இழந்து கொண்டிருக்கும் சில நிகழ்த்துக்கலைகள், நவீன நாடகக் கலைஞர்களின் மேற்சுட்டிய ஈடுபாடு காரணமாகப் புத்துயிர் பெற்று வருவதையும் இங்குச் சுட்டிக் காட்டுவது அவசியமே.

தமிழகத்தின் பல்வேறு பகுதிகளிலும் அந்தந்த வட்டாரப் பண்பாட்டைப் பிரதிபலிக்கும் சடங்கியல் மற்றும் சடங்கியல் சாராத நாட்டுப்புறக் கலை வடிவங்களான தெருக்கூத்து, தேவராட்டம், மெலட்டூர் பாகவதமேளாவின் இசை நாட்டிய நாடகம், நார்த்தேவன் குடிக்காடு கூத்து, மற்றும் தப்பாட்டம், தேவராட்டம், கும்மி முதலிய நடன வகைகள் போன்ற நிகழ்த்துகலைகள், செந்நெறிக் கலையான பரதநாட்டியம் மற்றும் களரி ஃபயட்டு, மல்யுத்தம் முதலிய வீரக்கலைகள், சிறுவர் விளையாட்டுக்கள், நாட்டுப்புறப் பாடல் வடிவங்களான பல்வேறு வாய்மொழிக் கலைகள் ஆகியவற்றின் நிகழ்த்துமுறைக் கூறுகளைக் கொண்டு இன்றைய நவீன நாடக இயக்குநர்கள் தங்கள் தங்கள்படைப்புகளைச் செழுமைப்படுத்தி வருகின்றனர். 'நிஜநாடக இயக்கம்' மு. இராமசாமி, 'தளிர்', ராஜு, 'கூத்துப் பட்டறை', ந. முத்துசாமி, பேராசிரியர் செ. இராமானுஜம், கே.ஏ.குணசேகரன், முருகேசன், பிரளயன், மங்கை போன்றோரின் இயக்கத்தில் உருவான கடந்த காலத்திய படைப்புகள் நாட்டுப்புற நிகழ்த்துக் கலைகள் மேற்சுட்டிய கலைஞர்களிடம் ஏற்படுத்தி யிருக்கும் தாக்கத்தை நமக்கு உணர்த்துகின்றன.

நவீன நாடகங்களில் பயன்படுத்தப்படும் மரபுக்கலை வடிவங்களின் கூறுகள் இரு வகைப்பட்டவை. அவை வாய் மொழிக் கூறுகளும், மொழி சாராத கருத்துப்புலப்படுத்தக் கூறுகளும் ஆகும். உலகின் அனைத்து மக்களுடைய வாழ்வியலிலும், கலைவடிவங்களிலும் இம்மொழி சாராத கருத்துப்புலப் படுத்தக் கூறுகள் தவிர்க்க முடியாத இடத்தை வகிக்கின்றன.

கண் அசைவுகள், கைகளால் அசைவுகள், உருத்தோற்றங்கள் இருக்கும் நிலைகள், தனிநபர்களுக்கு இடையேயும், தனிநபர்கள் - பொருட்களுக்கு இடையேயும் உள்ள வெளி பயன்படுத்தப்படும் முறை, பாவனை, முகபாவம், பார்க்கும் கோணம், வரிவடிவப் படுத்த முடியாத குரல் ஒலிகள், உச்சரிக்கும் விதம், மவுனம், பேச்சினூடாகச் சொல்லாமல் விடப்படும் செய்திகள், கருவி களின் இசை ஆகியவை மொழி சாராத கருத்துப்புலப்படுத்தக் கூறுகளில் சில.

பொதுவாக நாட்டுப்புற நிகழ்த்து கலைகளில் வாய்மொழி மற்றும் வாய்மொழி சாராத கூறுகளை நவீன நாடகங்களில், கருத்தறிவித்தலுக்காக மிகவும் நுட்பமாகக் கையாளும் முயற் சிகள் காணப்படுகின்றன. ஆயினும், இவற்றில் எழும் சில சிக்கல்கள், கருத்துப்புலப்படுத்தத்திற்குத் தடையாகிவிடுகின்றன.

ஒரு கருத்தை உள்ளடக்கிச் சொல்வதற்கு இலகுவான ஊடக மாகச் செயல்படும் எந்த ஒரு கலைவடிவமும் மாற்றங்களை ஏற்கிறதென்றால், அதற்குத் தூண்டுதலாகச் சில காரணங்கள் இருக்க வேண்டும். உள்ளடக்கத்தின் இயல்பு, திரும்பத் திரும்ப ஒரே வடிவத்தைக் கையாளுவதால் உண்டாகும் சலிப்பு, நாட கத்தை உருவாக்குவோரின் தனித்திறமை, மற்ற குழுவிலிருந்து ஒரு குழு தன்னை வேறுபடுத்திக்கொள்ள நாடும் விழைவு - போன்றவை நாடக வடிவத்தில் காணப்படும் தினுசுகளுக்கு அடிப்படையாகும். நாடகவியலாளர் வேறு காரணங்களையும் சொல்லலாம். ஆனால், ஒரு பருப்பொருள் வடிவமானாலும், பருண்மையற்ற கலை வடிவமானாலும் அது பயன்பாட் டாலேயே தீர்மானிக்கப்படுகிறது. குறிப்பிட்ட பொருளிலோ கலை வடிவத்திலோ பயன்பாடு எதனையும் கொடுக்காமல் ஏதோ ‘ஒன்று’ ஒட்டிக்கொண்டிருக்குமானால், ‘அது’ அர்த்தமற்ற அலங்காரமாகிவிடும். அல்லது தவறான அர்த்தத்தைப் புகட்டுவ தாக ஆகிவிடும். ஒரு வேடனுடைய கையிலிருக்கும் கூரிய அம்பும், முறுக்கேறிய நாண்பூட்டிய வில்லும், விலங்கைக் குறிபார்த்து வீழ்த்தும் இலக்குக்கு உதவக்கூடிய பயன்பாட்டுக்கு ஏற்ப அமைந்தவை. ஆனால், அம்பின் பிற்பகுதியில் இணைக்கப் பட்டிருக்கும் வண்ண வண்ண இறகுகளும், நாண் கட்டப்பட்ட வில்லின் தண்டு முனைகளில் பொருத்தப்பட்டிருக்கும் இழைக் குஞ்சங்களும் வேடனின் இலக்குக்கு உதவாத வெறும் அலங் காரப் பொருட்களே; இவற்றால் எவ்விதப் பயன்பாடும்

கிடையாது. அதைப் போலவே, ஒரு நவீன நாடகத்தில் நடிகர் களிடம் இடம்பெறும் அசைவுகள், தோற்றம், பார்க்கும் கோணம், வைக்கப்பட்டிருக்கும் பொருட்கள் அவற்றுடனான நடிகனின் ஊடாட்டம் இவை யாவும் அந்தந்தச் சூழலுக்கேற்ப அர்த்தம் புகட்டக்கூடியவை. தேவையில்லாமல் மேடையில் இவை இடம் பெற்றுவிடுமானால், அம்பில் உள்ள வண்ண இறகுகள்போல் பயன்பாடற்ற அலங்காரமாக அமைவதோடு தவறான அர்த்தத் தையும் கொடுத்துவிடும். மேலும் சரியான கருத்துப் புலப்படுத்தத் திற்கும் தடையாகிவிடும்.

நாட்டுப்புறக் கலை வடிவங்களை நவீன நாடகத்தில் பயன்படுத்தும் போதும் இது போன்ற சிக்கல்கள் எழுவதற்கு வாய்ப்பிருக்கிறது. உதாரணத்திற்குச் சிலவற்றைக் குறிப்பிடலாம். மதுரை நிஜநாடக இயக்கம் நடத்திய நாடக விழாவில் (மார்ச், 1990) நிகழ்த்தப்பட்டவற்றுள் டாக்டர் ருத்ரனின் 'ஈடிப்பஸ்' நாடகமும் ஒன்று. நாடகத்தின் காட்சிகள் முழுவதும் மேடையில் வயோதிக ஆணின் மண்சிலை ஒன்று பார்வையாளர் பார்வைக் குப்பட்டுக் கொண்டே இருந்தது. ஆனால் பாத்திரங்கள் எவையும் அந்தச் சிலையோடு ஊடாட்டம் செய்யவே இல்லை. நாடகம் முடிந்ததும் பார்வையாளர்கள் 'அந்தச் சிலை எதற்கு?', 'அது என்ன சொல்லிற்று', 'நாடகத்திற்கும் சிலைக்கும் உள்ள தொடர்பு என்ன?' என்று கேட்ட வண்ணம் இருந்தனர். இங்கு மேடையிலிருந்த சிலை எந்தவிதமான கருத்தையும் தெரிவிக்க வில்லை. எனவே, பயன்பாடு ஏதுமற்ற நிலையில் அச்சிலை அர்த்தமற்ற பொருளாகிவிட்டது.

'சாபம் விமோசனம்' நாடகத்தில் மு. இராமசாமி, ஒரு சில நாட்டுப் புறக்கலை வடிவங்களுடைய கூறுகளைப் பல இடங் களில் பயன்படுத்தியிருந்தார். முனிவரின் சீடர்கள் நந்தவனத்தில் பூப்பறிக்கும் காட்சி; மலர் கொய்வது போல் பாவனைகள் செய்தவாறு சீடர்கள் உறுமிமேள வாசிப்புக்குத் தக்கவாறு தேவராட்ட அடவுகளைப் போட்டு நடனமாடினர். 'பூக்கொய் கிறார்கள்' என்பதைச் சொல்வதற்கு வெறும் பாவனை (Mine) மட்டுமே போதுமானது; தேவராட்ட அடவுகள் எவ்வகையிலும் பூப்பறித்தலை மெருகூட்டுவதற்கு உதவவில்லை. மாறாக, சீடர்கள் தேவராட்டம் ஆடுகிறார்கள் என்னும் உணர்வைத் தான் நமக்குத் தந்தது. எனவே, தேவராட்டம் ஒரு மிகை அலங்காரமாகப் பயன்படுத்தப்பட்டிருந்ததைத்தான் நாடகத்தில் காண முடிந்தது.

ஆனால், அதே சமயம் 'கிளித்தட்டு விளையாட்டும்', வேறு சில பாவனைக் கூறுகளும் இந்நாடகத்தில்மிகவும் அருமையாகப் பயன்படுத்தப்பட்டிருந்தன. ரிஷிபத்தினியின் மேல் காமமுறும் ஒரு தவமுனிவர், தன் தவக்கோலம் சிதைத்து அவளைத் துரத்திப் பிடிக்க முற்படுகிறார். இக்காட்சிக்கு நாட்டுப்புற விளையாட்டான கிளித்தட்டு (பாஞ்சாங்கோடு) பயன்படுத்தப்பட்டிருந்தது. காமவெறியோடு துரத்திவரும் முனிவன், கற்பைப் பறிகொடுத்து விடக்கூடாது என்பதில் உறுதியாகப் போராடும் ரிஷிபத்தினி - இவர்களுக்கிடையிலான போராட்டம், பார்வையாளர்களிடம் பதற்றத்தையும் விறுவிறுப்பையும் கூட்டும் வகையில் 'கிளித்தட்டு' ஆட்ட உத்தி, அலங்காரமாக இல்லாமல் அளவாகச் செயல் படுத்தப்பட்டிருந்தது. அதைப் போலவே பல்வேறு பாவனைக் கூறுகளும் (Mimetic Elements) பயன்படுத்தப்பட்டிருந்தன. ரிஷிபத்தினியாக நடித்தவர், பார்வையாளர் எதிரில் வெறும் தளத்திலேயே ஒரு பெரிய நீர்க்குளத்தைக் கொண்டு வந்து நிறுத்தும் வகையில், நீராடும் பாவனைப் படிமுறைகளை வெளி மற்றும் தமது உடல்மொழிகளால் செறிவாகப் படைத்தளித்ததும் குறிப்பிடத் தக்கது. மு. ராமசாமியின் மற்றொரு படைப்பான 'ஸ்பார்டகஸ்' (பாதல் சர்க்கார் எழுதியது) நாடகம் கூட, ரதம், குதிரை சவாரி, குகை, சுவர், யுத்தம், நித்திவைக்கப்பட்ட பிணம் - போன்றவை உட்பட அனைத்திற்கும் பாவனைக் கூறுகள் உள்ளிட்ட உடல்மொழிகளை மிக அதிகமாகப் பயன்படுத்தி உருவாக்கப்பட்ட படைப்பாகும்.

'தளிர்' நாடக அமைப்பைச் சேர்ந்த ராஜு, 'நந்தன் கதை' போன்ற நாடகங்களில் பறைக் கருவியை இசைத்து நிகழ்த்தும் தப்பாட்டம் போன்ற மொழி சாராத கருத்துப் பரிமாற்றக் கூறுகளைப் பயன்படுத்தி வருகிறார். 'கூத்துப் பட்டறை' முத்துச்சாமி, மற்றும் இவ்வமைப்புக்கான நாடகங்களை இயக்குவோர் சுவரொட்டிகள், நாற்காலிக்காரர், தூதகடோத் கஜன் போன்ற படைப்புகளில் தெருக்கூத்தின் பாணிகளையும் நாட்டிய அடவுகள், நாட்டுப்புற விளையாட்டுக்கள் ஆகிய வற்றையும் பயன்படுத்தி நாடக வடிவத்தை மெருகூட்டியும், கதை சொல்லுவதில் நுணுக்கமான உத்திகளைக் கையாண்டு வருகின் றனர்.

இராமானுஜம் தனது வெறியாட்டம்' நாடகத்தில் அடிநாத மாக இழையோடிய சோகத்தைப் பார்வையாளர்களுக்குப்

புலப்படுத்த ஒப்பாரி என்னும் நாட்டுப்புற இசை வடிவத்தை நேர்த்தியாகப் பயன்படுத்தியிருந்தார். அடிமைப் பெண்களின் எண்ணிக்கையை மிகுதிப்படுத்திக் காட்டுவதற்காக, நடிகைகளின் கைகளில் ஏந்திக் கொண்டிருந்த முகம் வரையப்பட்ட மண் பானைகள், மன்னன், வீரர்கள் ஆகியோர் கிரேக்கப் பண்பாட்டி னைச் சேர்ந்தவர்கள் என்பதைப் புலப்படுத்த அவர்கள் அணிந்திருந்த ஆடைகள், கயிற்றால் செய்யப்பட்ட முடி - முதலிய சடப்பொருட் கூறுகளையும் அவர் பயன்படுத்திக் கொண்டிருந் தார் (ஆனால் ஓலமிடும் அடிமைப் பெண்களின் எண்ணிக்கையை மிகுதிப்படுத்த, முகம்வரையப்பட்ட மண்பானைகளை ஏந்த வைத்த இயக்குநரின் நோக்கம், பார்வையாளர்கள் பலருக்குப் பானைகளை மனிதத் தலைகளாக அர்த்தப்படுத்திக் கொள்ள முடியாமற் போனதையும் நேரில் அறிய முடிந்தது.) அதைப் போலவே அவருடைய 'தங்கக்குடம்' நாடகத்திலும் பல நாட்டுப் புறக் கலை வடிவங்கள எடுத்தாளப்பட்டிருந்தன. குழந்தைகளின் 'சிறு நாடக' வடிவமும் (Mini Drama or Non game) இதில் பயன்படுத்தப்பட்டிருந்தது. உதாரணம்: தளபதியும் அமைச்சரும் செய்யும் குதிரைச் சவாரி; பார்வையாளர்களைக் கவர்ந்த உத்திகளுள் இதுவும் ஒன்று.

இவ்வாறு மரபான கலைகளின சிறப்புக் கூறுகளை இன்றைய வீதிநாடகம் (Street Theatre) உள்ளிட்ட நவீன நாடகங்களுக்குப் பயன்படுத்தும்போது, வேறொரு ஆபத்து சம்பவிக்கும் வாய்ப்பிருக்கிறது. நாடக இயக்குநர் தமது படைப்பின் தேவை எனக் கருதும் இடங்களில், ஒரு கருத்தைப் பார்வையாளரிடம் கலைநயத்தோடு சொல்லவேண்டும் என்பதற் காக ஏதேனும் ஒரு மரபான கலைவடிவத்தின் சில கூறுகளை மட்டும் எடுத்துக் கையாளுகிறார். அவ்வாறு கையாளும்போது, அம்மரபுக் கலையைப் பற்றி இதற்கு முன் பரிச்சயம் இல்லாத ஒரு பண்பாட்டுச் சூழலிலிருந்து வரும் பார்வையாளர்களுக்கு, அந்தச் சிறப்புக் கூறுகளின் மூலம் சொல்லவரும் செய்தி புரியாமல் போய்விடலாம். அதாவது, நுட்பமாகக் கருத்தறிவிக்கும் நோக்கத்துடன் பயன்படுத்தப்பட்டிருக்கும் அம்மரபுக் கலைக் கூறுகள் கருத்தறிவிக்கும் செயற்பாட்டைச் செய்யத் தவறிவிடு கின்றன. எனவே, கலை நேர்த்தியுடன் கருத்துப் பரிமாற்றம் செய்ய முயலும்போது, பார்வையாளர்களுடைய பண்பாட்டுச் சூழலைக் கவனத்தில் எடுத்துக்கொண்டு செயல்படுவது, இன்றைய அரங்கக் கலைஞர்களின் முன் எழுந்துள்ள ஒரு

பிரச்சினையாகும். இந்தப் பிரச்சினையை அலட்சியப்படுத் தினால், இவ்வரங்கக் கலைஞர்கள், மிகவும் குறைந்த எண்ணிக்கை யிலான 'ஒருங்கிணைந்த பார்வையாளர்களை' மட்டுமே நம்பியிருக்க வேண்டும். அதாவது, தங்கள் கலை ஊடகங்களின் மூலமாகக் கலைஞர்கள் கருத்துக்களை எடுத்துரைக்கும் போது செயல்படும் கருத்துப்புலப்படுத்தம் பரந்த மக்களிடம் சேராமல், சுருங்கிய வட்டத்திற்குள்ளேயே நின்றுவிடும். அத்துடன், 'அறிவுஜீவிகளின்', 'சமூக அந்தஸ்துக்கான அடையாளமாகவே' நவீன நாடகம், அமைந்துவிடும்.

துணை நூல்கள்:

Boal, Augusto, 1979: Threatre of Oppressed, London: Pluto Press Limited.

Bride, Sean Mac, 1982: Many voices and One World, New Delhi: UNESCO, Oxford & IBH Publishing Co.,

Mangai, 1990: 'Interview with Illyanambi Padmanaban', Weekend, Indian Express (3.11,90), Chennai Indian Express Publications.

Wadley, Susan S. 1986: 'The Katha of Sakat: Two Tellings' in Stuart. H. Blackburn and A.K. Ramanujan eds. Another Harmony, Oxford: University Press.

பத்மா சுப்பிரமணியன் 1985:, பரதக்கலைக் கோட்பாடு, சென்னை: வானதிபதிப்பகம்.

ரெங்கராஜன், 1990: 'முத்துசாமி நேர்காணல்', வெளி (நாடக இதழ்) சென்னை.

12. வாழ்க்கை, சடங்கு, மேடை ஆகியவற்றில் பாவனை, பாவனை நடனம், பாவனை நாடகம்

மக்களுடைய அன்றாட வாழ்க்கையில் பாவனை அல்லது அபிநயத்திற்குச் சிறிதேனும் பங்கில்லாமல் போய்விடுவதில்லை. பரஸ்பரம் சார்ந்து வாழும் இயல்பினரான மக்கள் நேரிடையாக ஒருவருக்கொருவர் ஊடாட்டம் செய்து கொள்வதற்குக் கருத்துப் புலப்படுத்தம் இன்றியமையாத பங்களிப்பைச் செய்து வருகிறது. இக்கருத்துப் புலப்படுத்தம் பின்வரும் இரண்டு பெரும் கூறுகளின் வாயிலாக நிகழ்கிறது. அவை: வாய்மொழிக் கூறுகள், வாய்மொழி சாராத கூறுகள். இவற்றுள் இரண்டாவது வகைமைப்பாட்டில் அடங்குவதே பாவனை (mime).

பாவனையும் தகவல் தொடர்பும்

மக்கள் தங்களுடைய அன்றாட வாழ்க்கையில் வாய்மொழியையே பெரிதும் பயன்படுத்துகின்றனர். என்றாலும் அவ்வாய்மொழியைப் பயன்படுத்த [illegible]லாத சந்தர்ப்பங்கள் எழும்போது - ஆனால் [illegible]த்துப் புலப்பாடு செய்தே தீர வேண்டும் என்னும் [illegible]லயில், செய்கை மொழியை அல்லது ஜாடை [illegible]ாழியைப் பயன்படுத்திக் கொள்கின்றனர்.

சந்தர்ப்பச் சூழலுக்குத் தகுந்தாற்போல், உதடு, கன்னம், மூக்கு, விழி, புருவம், நெற்றி முதலிய உபாயங்களின் மூலம் வெளிப்படும் முகக்குறிப்பும் கை அசைவுகளால் ஆன சைகை மொழியும் அர்த்தம் புகட்டுகின்றன. மேலும், உரையாடிக் கொள்ளும் இருவர் வாய்மொழியைப் பயன்படுத்திக் கொள்ளும் தருணத்தில் பல்வேறு உணர்வுகளை நெற்றியைச் சுருக்கியோ, கண்களை அகல விரித்தோ, புருவம் நெளித்தோ, தலைகுனிந்தோ, கைகளை அசைத்தோ, பார்க்கும் கோணங்களைத் திருப்பியோ - இப்படிப் பல்வேறு வகைப்பட்ட வாய்மொழி சாராத மொழிக்கூறுகளைப் பயன்படுத்துவதன் மூலம் கருத்துப்புலப்படுத்தம் நிகழும்போது, வாய்மொழியைப் பயன்படுத்துகின்றன தருணம், வாய்மொழியைப் பயன்படுத்தாத தருணம் என்னும் இரண்டு சந்தர்ப்பங்களிலும் பாவனைக் கூறுகள் (Mimetic Elements) செயல்படுவதை அன்றாட வாழ்க்கையின் நிகழ்வுப் போக்குகளில் நாம் பார்க்கிறோம். ஆனால், இந்த பாவனையை - அதில் நிபுணத்துவம் பெற்ற ஒரு கலைஞர், பார்வையாளர்கள் முன்னிலையில் ஒரு நீண்ட கருத்தை, கதையை விவரிப்பதற்கு ஒரு சாதனமாகப் பயன்படுத்துவாரேயானால், அதுவே ஒரு நிகழ்த்துதல் கலை வடிவமாக ஆகிவிடுகிறது.

ஆகவே சுருங்கச் சொன்னால், பாவனை என்பது எந்த ஒரு பண்பாட்டிலும் 1. (அ) வாய்மொழிப் பரிவர்த்தனை, (ஆ) வாய்மொழியற்ற பரிவர்த்தனை, 2. வாய் பேச இயலாதவர்கள் மற்றும் அவர்களோடு மற்றவர் நடத்தும் சைகை மொழி உரையாடல், 3. சடங்குகள், நடன வகைகள், நாடக வகைகள் போன்றவற்றின் நிகழ்த்துதற்கூறுகள் ஆகியவற்றில் பாவனை முக்கியமான இடத்தை வகிக்கிறது என்பதைப் புரிந்து கொள்கிறோம். அத்துடன், நான்காவதாக பாவனை என்பது தனித்த தோர் கலைவடிவமாகவும் நிகழ்த்தப்பட்டு வருவதையும் பல்வேறு பண்பாடுகளில் பார்க்கிறோம். ஆனால், பாவனையின் வேர் மூலத்தை ஆராய்ந்தோமானால் வரலாற்றுக்கு முந்தைய தொல் பழங்காலச் சமூகங்களின் சடங்கியல் நடவடிக்கைகளில் முளைவிட்ட, ஒரு வடிவம்தான் பாவனை என்பதைப் புரிந்து கொள்ளலாம். பின்னர், பல பரிமாணங்களை அடைந்து, இன்று செயற்பாட்டில் உயிர் வாழும் ஒரு கலையாகத் திகழ்கிறது. இயற்கையான நிகழ்வுகளைப் போலச் செய்தலையோ, ஒன்றினைப் போல் பாவித்து நடித்துக்காட்டுவதையோ பாவனை என்னும் இச்சொல் குறிப்பிடுகிறது.

தன்னைச் சுற்றியுள்ள உலகை, அவ்வுலகின் நிகழ்வை அல்லது எழுதப்பட்ட பனுவலுக்குள் பொதிந்திருக்கும் செயலை ஒரு கலைஞன் தன்னுடைய இலாவகமான உடல் மொழியின் மூலம் உயிரோட்டத்துடன் நகலெடுக்கும் அரியதோர் கலை வடிவமே பாவனை. இந்த பாவனையை நிகழ்த்தும் கலைஞன், மேடை உடைமைகள் (Stage Props) எவற்றின் துணையையும் நாடுவதில்லை. வாய்மொழியைப் பயன்படுத்தவோ ஓசை எழுப்பவோ மாட்டான். ஆனால், கை, கால் முதலிய உடலுறுப் புக்களின் இயக்கங்கள் முகபாவனை ஆகியவற்றின் வாயிலாக யதார்த்த வெளியோடு மட்டும் ஊடாட்டம் செய்து, ஒரு கருத்தையோ கதையையோ பார்வையாளர்களுக்கு எட்டுகின்ற வண்ணம் மிகத் திறமையாக விவரித்துச் செல்லும் இலாவகம் உடையவன் இவ்வபிநயக் கலைஞன். பாவனையைத் தமது செயல்பாட்டில் கொண்டிராத மக்களோ, இனங்களோ உலகில் இருக்கவே முடியாது. அந்தந்த இனமக்களின் அன்றாட நடவடிக் கைகள், நிகழ்த்துக் கலை வடிவங்கள் ஆகிய அனைத்திலும் நிறைந்திருக்கும் சர்வவியாபக வடிவம் தான் பாவனை என்பதைத் தொடக்கத்திலேயே பார்த்தோம். எனவே, தமிழகத்தின் அனைத்து வகையான நாட்டார் நிகழ்த்துக்கலை வடிவங்களிலும் செவ்வியல் நிகழ்த்தல் வடிவங்களிலும் பாவனைக்கு இடமுண்டு என்று சொல்லத் தேவை இல்லை.

பாவனை: சொல்லும் பொருளும்

ஆங்கிலத்தில் வழங்கும் 'Mime' என்னும் சொல்லுக்குத் தமிழில் பாவனை, அபிநயம், போலச் செய்தல் என்று பல சொற்கள் வழங்குகின்றன. ஆங்கில அகராதி 'Mime' என்னும் சொல்லைப் பெயராகவும், (Noun), வினையாகவும் (Verb) குறிப்பிடுகிது. பெயர்ச்சொல் என்று சொல்லும்போது அபிநயம் செய்யும் 'அபிநயக் கூத்தாடி', 'அபிநயம்'- இரண்டையும் சுட்டிக் காட்டுகிறது. (A.P. Royce, 1989: Vol.3: 26) பாவனை அல்லது அபிநயத்தைக் குறிக்கும் வகையில் பண்டைக் கிரேக்கர் அல்லது ரோமர் வழக்கில் 'அபிநயக்கூத்து" வாய்பேசாமல் அபிநயங் காட்டிக் கூத்தாடுதல், என்றும் பாவனையாளனைக் குறிக்கும் வண்ணம் அபிநயக்கூத்தாடி, நகைவேழம்பர், கோமாளி என்பன போன்றும் சொற்கள் உண்டு. பண்டைக் கிரேக்கம், ரோம் ஆகிய நாடுகளில் 'Mime' என்னும் சொல் அந்நாடுகளில் நிகழ்த்துக் கலைஞர்களையும் குறிப்பதாக விளங்கியது. அதாவது அபிநயக்

கூத்தாடி (Panto Mime) அல்லது ஊமைக் கூத்தாடிகள் ("dump show" actor) மற்றும் இடைக்காலத்தைச் சேர்ந்த இக்கூத்தாடிகளின் வழித்தோன்றல்களான 'மைமிகள்' (Mimi) அல்லது வேற்றுப் புலங்களை நாடிச் சென்று பிழைப்பு நடத்தும் இயல்புடைய நாடோடிக் கலைஞர்களான கழைக்கூத்தாடிகள் (Wandering Acrobats), நாடோடிப் பாடற்குழுவினர் (Minstrels) ஆகியோ ரையும் இச்சொல் குறித்தது. ஆகவே, பண்டைக் கிரேக்க, ரோமானிய நாடுகளில் பாவனைக் கூத்து பரவலாக ஆதரவு பெற்ற நிகழ்த்துகலை வடிவமாக இருந்ததென்பதை உணர்ந்து கொள்ளலாம்.

பாவனை: சில வரையறைகள்

குறிப்பிட்ட சந்தர்ப்பத்தையும் செயலையும் ஒன்று அல்லது ஒன்றுக்கு மேற்பட்ட நிகழ்த்துக் கலைஞர்கள் தங்கள் திறமை யைப் பயன்படுத்திவாய்பேசாமல் உடலுறுப்புக்களின் மூலமாகச் சித்திரித்துக் காட்டும் நடிப்பே பாவனை என்றும் 'யதார்த்த சம்பவங்களையும் அகவயப்பட்ட நிகழ்வுகளையும் செயல் மற்றும் அசைவுகள் மூலமாகக் காட்சி வடிவம் ஆக்குவதே பாவனை' என்றும் 'Mime' அல்லது பாவனை குறித்து வரை யறைகள் கொடுக்கப்படுகின்றன (Standard Dictionary of Folklore, Mythology and legend1949 272).

'பாவனை' என்பது வார்த்தைகளையோ சப்தங்களையோ பயன்படுத்தாமல் நடிப்பதாகும். மெய்ப்பாடுகள், முகபாவனை, உடலசைவு ஆகியவற்றைக் கொண்டு ஒரு நடிகனோ அல்லது பாவனைக் கலைஞனோ செய்து காட்டும் நிகழ்த்துதலாகும். (Michael Etherton, 1982: 14)

அனியா பீட்டர்சன் ராய்ஸ் பாவனையைப் பின்வருமாறு விளக்குகிறார்: ஒலியையோ சொற்களையோ பிரயோகம் செய்யாமல், மிகைப்படுத்தப்பட்ட அசைவுகள், இயக்கங்கள் ஆகியவற்றின் மூலமாக மிகவும் சாதாரணமான அன்றாட வாழ்வியல் நடவடிக்கைகளைச் சித்திரித்துக் காட்டும் ஒரு நாடக வடிவம் தான் பாவனை. இப்பாவனை என்னும் கலைவடிவத்திற் கென்றே ஒரு கட்டமைப்பு உண்டு. இக்கட்டமைப்பு, காலங்கால மாக நிகழ்த்துதலில் ஈடுபட்டிருக்கும் பாவனைக் கலைஞர்களால் உருவாக்கப்பட்டதாகும். இக்கட்டமைப்பே செய்தியைக் கட் புலன், மற்றும் தொடு உணர்வுப் புலன்கள் என்னும் கருத்து

வெளிப்பாட்டுச் சாதனங்களின் வாயிலாக அனுப்புகிறது. (A.P.Royce, 1989: vol. 326).

மேலே கண்ட பாவனை பற்றிய வரையறைகளிலிருந்து ஜூடித் லின்னே ஹன்னா தரும் வரையறை வேறுபட்டது. பாவனைக் கலையானது (அபிநயம்), சொற்கள், பாவனை ஆகியவற்றின் மூலமாக நிகழ்த்திக் காட்டுவதையும் (வாச்சிகாபி நயம்), உடல் அசைவு (ஆங்கிஹாபிநயம்) ஆடை அலங்காரம் (ஆகார்யாபிநயம்) மற்றும் மிகவும் நுணுக்கமான உடல் ரீதியான உணர்ச்சி வெளிப்பாடு (சாத்விகாபிநயம்) - ஆகியவற்றை உட்கொண்டதாகும் (Judith Lynne Hanna, 1983: 67). ஹன்னாவின் இவ்வரையறை பரதநாட்டியத்திற்கு அப்படியே பொருந்துவ தென்றாலும் பாவனைக்கலை பிற்காலத்தில் வாய்மொழியைப் பயன்படுத்திக் கொண்ட வளர்ச்சிக் கட்டத்தையும் இது பிரதி பலிக்கிறது. வசனம், பாட்டு, கருவிஇசை போன்ற பின்னணி யோடு நிகழ்த்தப்படும் கதக்களி, பரதநாட்டியம், குச்சிப்புடி போன்ற இந்திய அரங்கக் கலை மரபுகள், மொழிப் பிரயோகம் காணாத பாவனைக் கலையின் வளர்ச்சி நிலைகள் என்றே சொல்ல வேண்டும். இதனை பாவனையின் தோற்றம், வளர்ச்சி பற்றிய வரலாற்றுக் கண்ணோட்டம் உறுதிப்படுத்தும். அதாவது, மக்கள் மற்றும் இயற்கைச் சக்திகளின் அன்றாட வெளிப்பாட்டு நிகழ்வுகளில் இருந்து கண்டுபிடிக்கப்பட்ட இக்கலை, பிற்காலத் தில் இசை, பாடல் ஆகியவற்றின் சேர்க்கையோடு, தாள இயை புடையதாகவும், உடை, ஒப்பனையோடு கூடிய அலங்காரக் கலைப்படைப்பாகவும் மறு உருவாக்கம் செய்யப்பட்டு விட்டது.

பாவனை என்னும் நிகழ்த்துதல் கலைவடிவம்

பாவனை என்பதை ஒரு தனி நிகழ்த்துதல் கலைவடிவமாக நிலை நிறுத்தும் வகையில், அதன்பால் நிபுணத்துவம் பெற்ற கலைஞர்களால் உலகெங்கும் நிகழ்த்தப்பட்டு வருகிறது. ஃபிரான்சு நாட்டைச் சேர்ந்த மார்சல் மார்சியே முதல், இந்தியாவைச் சேர்ந்த நிரஞ்சன் கோஸ்வாமி வரையில் பல்வேறு பாவனைக் கலைஞர்கள் பாவனையை ஒரு தனிக்கலை மரபாக நிகழ்த்தி வந்திருக்கின்றனர். ஆனால் இந்திய மரபுக்கலை வடிவங் களான நாட்டியங்களிலும் கூத்துக்களிலும் இடம்பெறும் நிகழ்த்துதல் கூறுகளில் ஒரு முக்கிய கூறாகவே பாவனை இருந்து வந்திருக்கிறது. அமெரிக்கா போன்ற நாடுகளில்கூட பாவனை யின் சுயநிலை குறித்துப் பிரச்சினை இருந்திருக்கிறது. அங்கு

பாவனை ஒரு பன்முகக் கலைவடிவமாகவே விளங்கியது. அதற்கென்று தெளிவானதோர் வடிவ வரையறையோ, தனியொரு இடமோ இருந்ததில்லை. அதாவது, அமெரிக்காவில் பாவனைக் கலை சில சமயங்களில் நாடகத்தோடும், சில சமயங்களில் நடனத்தோடும் இணைத்தே பார்க்கப்பட்டது. சிலருக்குப் பாவனை தெருவில் நடக்கும் வேடிக்கையாகவும் கோமாளிக் கூத்தாகவும் தோன்றியது.

ஆனால், 1955 இல் மார்சல் மார்சியே அமெரிக்காவில் மேற்கொண்ட பயணம், ஒரு புயலாக மாறி, மேற்கண்ட நிலையை முற்றிலும் மாற்றியது. ஏராளமான கலை ஆர்வலர்கள் பாவனைக் கலையில் ஆர்வங் காட்டத் தொடங்கினார்கள். முகத்தில் வெண்ணிறச் சாயம் பூசிக் கொண்டு தாங்கள் அனைவரும் பாவனைக் கலைஞர்கள் என்று பெருமிதத்தோடு தங்களை பாவனைக் கலையோடு இணைத்துக் கொண்டார்கள் (Kitty Cunningham, 1980: 103). அங்கு அவ்வப்போது நடைபெற்ற பாவனைப் பயிலரங்குகள், அதனை ஒரு நிகழ்த்துதல் கலை வடிவமாக ஆக்கின. பார்வையாளர்கள் முன்னர் இக்கலையை நிகழ்த்தும்போது தகவல் தொடர்பைச் சாத்தியமாக்குபவை. அதன் நிகழ்த்துதற் கூறுகளாகும்.

பாவனையின் வெளிப்பாட்டுச் சாதனங்கள்

பொதுவாக, இயக்கம், பார்வை, கேட்டல், தொடு உணர்வு ஆகியவை தொடர்பானவையே கருத்து வெளிப்பாட்டுச் சாதனங்கள். இவற்றில் பார்வை, தொடு உணர்வு ஆகியவை தொடர்பான சாதனங்கள் மட்டுமே முக்கியமானவை என்று பாவனை எடுத்துக்கொள்கிறது. பொதுவாகக் கருத்துப்புலப் படுத்தம் செய்வதற்காகக் கற்பனை, மிகைப்படுத்தல், முகமூடி அணிதல், வளர்ச்சி மாற்றம் ஆகியவற்றையே பாவனை பயன் படுத்திக் கொள்ளும். மிகக் குறுகிய ஒரு வெளியில்தான் பாவனை செயல்படுகிறது என்றாலும், மிகப் பெரிய ஒரு கற்பனை உலகைக் கட்டாயம் அது படைத்தளிக்க வேண்டும். கற்பனை அல்லது மாய வித்தையின் (Mechanism of Illusion) வாயிலாக, வெற்று வெளியானது பொருட்கள், காட்சிப் பின்னணிகள், மக்கள் ஆகியவற்றைக் கொண்டு இட்டு நிரப்பப்படுகிறது. இங்கே பாவனைக் கலைஞனின் மிகைப்படுத்துதல் என்பது, பார்வை யாளனுக்கு முன்னால் மெய்ப்பாடுகளை (gestures) அர்த்தம் நிறைந்தவையாக ஆக்குகிறது. பாவனையில் பல வகைப்பட்ட

எண்ணங்கள், கதை மாந்தர்கள் அல்லது நடிப்புச் செயற்பாடுகள் ஆகியவற்றை வெளிப்படுத்துவதற்கு வாய்மொழிச் சாதனத்தைப் பயன்படுத்த இயலாது. ஆகையால், ஒன்றைப் போல் மிகைப் படுத்திச் செய்து காட்டுதலே (Caricature) பாவனைக் களஞ்சியத் தின் (Repertoire) ஒரு முக்கிய பகுதியாகிவிடுகிறது.

பாவனையின் அமைப்புக் கூறுகள்

பாவனை என்னும் நிகழ்த்துதலை வடிவமைப்பதில் மூன்று வகைக்கூறுகள் மிகவும் அடிப்படையானவை என்கிறார் அன்யா பீட்டர்சன் ராய்ஸ். அவை: 1. வருணனைக் கூறுகள் 2. காலமும் வெளியும் 3. தூண்டு விசை, பாரம் போன்றவையாகும்.

வருணனைக் கூறுகள்

முதற்கண் வருணனைக் கூறுகளை எடுத்துக் கொள்ளலாம். எந்த ஒரு பாவனை நிகழ்த்துதலை எடுத்துக் கொண்டாலும் சரி, அது சில வருணனைக்கூறுகளைக் கொண்டிருத்தல் அவசியம். பாவனையில் பயன்படுத்தப்படும் வருணனைக் கூறுகளில் கதை சொல்லுதல், உலக உண்மைகளை விளக்கிக் கூறுதல், உணர்ச்சி வெளிப்பாடு மற்றும் வாழ்க்கை மீதான வியாக்கியானம் போன்றவை அடங்கும்.

பார்வையாளன் இல்லாமல் எந்த ஒரு நிகழ்த்துதலும் இடம் பெற முடியாது. அனைத்துச் செயற்பாடுகளும் அவனை நோக்கியவைதாம். எனவே, பாவனையின் வருணனைப் பொருளைப் பார்வையாளன் புரிந்துகொள்வதற்குக் குறியீடுகள், உருவகம் ஆகியவற்றின் சில அமைப்புகள் மிகவும் இன்றியமை யாதவை. இங்கு, ஒரு தனியாள் பாவனை நிகழ்த்துதலை (Solo Mime Performance) எடுத்துக் கொள்வோம். தனியாள் பாவனை நிகழ்த்துதலில் மேடை உடைமைகளையோ சொற்களையோ வேறு நடிகர்களையோ அக்கலைஞன் பயன்படுத்துவதில்லை. இவ்விதிகளின் அடிப்படையில் ஒரே கலைஞனால் நிகழ்த்தப் படும் பாவனையில் மூன்று வகையான குறியீடுகள் ஒன்றோ டொன்று இணைந்து செயல்படுவதையும் கவனிக்க முடியும்.

முதல்வகைக் குறியீடு நேரிடையானது. பொருட்கள், ஆட்கள், விலங்குகள், நடத்தைகள் ஆகியவற்றை நேரிடை யாகவே பாவித்துக் காட்டுவது இதன் இயல்பு. அதாவது, மீன், பறவை, பாம்பு, முதியோர், குழந்தைகள், சித்திரம்

தீட்டுதல் - இப்படிச் சிலவற்றைப் பாவித்துக் காட்டுதல். இந்த வகையான பாவித்தல்களைப் (Representations) பார்வையாளர்கள் பிரக்ஞைப் பூர்வமாகவும் உடனடி யாகவும் புரிந்து கொள்வர்.

இரண்டாவது வகைக் குறியீடு மிகவும் அகவயம் சார்ந்தது. உருவகம், ஆகுபெயரன் ஆகியவற்றைப் பயன்படுத்தி உணர்வுகளை அல்லது மனோபாவங்களை வெளிக் காட்டுவது இது. உதாரணமாக, மேற்கத்திய மரபில் வெளிப்படையான, திறந்த உருத்தோற்றங்கள் அழகை, மேன்மையை, மகிழ்ச்சியைப் புலப்படுத்தக் கூடியவை. ஆனால், இதே மேற்கத்திய மரபில், கட்டுப்படுத்தப்பட்ட உருவத் தோற்றங்கள் (Closed Postures) அருவருப்பு, இகழ்ச்சி, துக்கம் போன்ற அர்த்தங்களை வெளிப்படுத்துகின்றன. அத்துடன், பாவனையில் இடம்பெறும் இயக்கத்தின் தன்மைகூட மிகவும் முக்கியமானது (துரிதகதி அல்லது மந்தகதி). விரைவான இயக்கங்கள், நகைச்சுவையோடு தொடர்புடையவை. மந்தமான இயக்கங்கள் சோகத்தோடு தொடர்புடையவை. இந்த மாதிரியான குறியீடுகளைக் கொண்டு புரிந்துகொள்வதன் அடிப்படையில்தான் - பொதுவாக அரை உணர்வுத் தளத்திலேயே பார்வை யாளர்கள் நிகழ்த்துதலை ரசிக்கிறார்கள்.

மூன்றாவது வகை, எழுத்துப் பிரதிகளின் பத்திகளில் பயன் படுத்தப்படும் குறிப்பான்களைப் போன்று செயல்படும் குறியீடுகளைக் கையாளுவதாகும். இக்குறியீடுகள் ஒரு காட்சி மாற்றத்தையோ, பாத்திர மாற்றத்தையோ, கால இடைவெளியையோ குறிப்பிட்டுக் காட்டக் கூடியவை யாகும். முகத்திற்கு நேராகக் கையைக் கொண்டு வந்து கீழே இறக்குதல், கண்களை மெதுவாக மூடித்திறத்தல் போன் றவை இவ்வகைக் குறியீடுகளுக்கு உதாரணங்கள்.

பாவனையில், நிகழ்த்துக் கலைஞன் கொடுக்கும் காலத் திட்ட அமைப்பும் (Timing) மேலே குறிப்பிட்ட மூன்று வகையான குறியீடுகளைப் பயன்படுத்தும் இலாவகமும் பாவனை மூலம் வெற்றிகரமாகக் கருத்துப்புலப்படுத்தம் செய்யும் பாவனையாளர் களைச் சரியான முறையில் கருத்துப்புலப்படுத்தம் செய்யாத பாவனையாளர்களிடமிருந்து பிரித்துக் காட்டிவிடும்.

காலமும் வெளியும்

பாவனையின் இரண்டாவது அமைப்புக் கூறுகள் காலமும் வெளியும் ஆகும். பாவனைக் கலையில் பயன்படுத்தப்படும் காலம் முக்கியமானது. ஏதேனும் ஒரு செயலைச் செய்து காட்டுவதற்குப் பாவனையில் நீண்ட காலத்தை எடுத்துக்கொள்ள இயலாது. உடனேயே செய்து முடித்துவிடவேண்டும். மேலும், பாவனை தன்னுடைய அசைவுகள், மெய்ப்பாடுகள் ஆகியவற்றின் நேரத்தைப் பிரக்ஞைப் பூர்வமாகக்குறைத்துக் கொள்ளக்கூடியது. இயல்பான வேகத்தில் செய்யப்படும் மெய்ப்பாடுகள் பார்வை யாளர்களுடைய கவன ஈர்ப்பைப் பெறுவதற்குத் தவறிவிடு கின்றன. ஆனால், மற்றொரு புறம் இயல்பான மெய்ப்பாடுகளை விரைவாகச் செய்வதன் மூலமும் நகைச்சுவை உணர்வு உண்டாக்கப்படுகிறது. ஆனால், நடன அமைப்பை உருவாக்கும் உச்சநிலைத் தாளலயத்திற்குரிய காலத்தை பாவனை பயன்படுத்து வதில்லை.

பாவனையை நிகழ்த்தும் கலைஞன் எடுத்துக் கொள்ளும் யதார்த்த வெளி, மிகவும் சுருங்கிய பரப்புடையது. ஆனால், பெரும் மக்கள் திரளைக் கொண்ட அகண்டதோர் கற்பனை வெளியை அது உருவாக்கிவிடுகிறது. இறுக்கமும் இடைமறிப் பாற்றலும் (Tension and Resistance) கொண்ட வெளியின் ஊடாக அமைப்பைக் கொடுத்து விடுகிறது.

தூண்டு விசையும் பாரமும்

பாவனையின் அமைப்புக் கூறுகளின் அடுத்துவரும் இணை யன்கள் தூண்டுவிசையும் (திடீரியக்கம்) பாரமும் (Impulse and Weight). இவை இரண்டுமே காலத்தோடும் வெளியோடும் தொடர்பு உடையவை ஆகும். உடலில் ஆற்றலை எல்லாம் ஒருநிலைப்படுத்தி மெய்ப்பாடுகளின் ஒழுங்கான இயக்கம் தொடங்குவதற்குள் உடனேயே ஒவ்வொரு நிலைப்படுத்தப்பட்ட ஆற்றலை வெளிப்படுத்தும் படிமுறைகளோடு தான் பாவனை களின் ஒவ்வொரு இயக்கமும் அல்லது மெய்ப்பாட்டசைவும் தொடங்குகிறது. இதுதான் தூண்டு விசை என்பது. இயக்கம், மெய்ப்பாட்டசைவு ஆகியவற்றிற்கு அர்த்தத்தையும் செயல் நோக்கத்தையும் (Motivation) அளிப்பது இத்தூண்டு விசையே. உடல் அசைவுகளையெல்லாம் ஒருங்கு திரட்டி ஓவியமாகக் காட்சிப்படுத்தி அவற்றைத் தெளிவும் கூர்மையும் மிக்கவை

யாகவும் ஆக்கும் பணியைத் தூண்டுவிசைதான் ஆற்றுகிறது. இதனால் உடலின் இயக்கங்கள், அசைவுகள் ஆகியவற்றில் உண்டாகக்கூடிய தெளிவற்ற தன்மையும் கூர்மையின்மையும் கலையப்பட்டுவிடுகின்றன. மேலும் பாவனை நிகழ்த்துதலைப் பார்க்கக்கூடிய பார்வையாளர்களின் கவனத்தை ஈர்த்து மையப் படுத்துவதே இத்தூண்டு விசைதான். ஆனால் இத்தூண்டு விசையை ஒருகூறாகப் பார்வையாளர்களால் பார்க்க இயலுமோ எனில், இயலாதென்றுதான் சொல்ல வேண்டும். ஆனால் பாவனை நிகழ்த்துதலில் தூண்டுவிசை செயல்படாத போது அதனைப் பார்வையாளர்களால் உணர்ந்துகொள்ள முடியும்.

இவ்வாறே பாவனையில் மிக நுண்மையாக விளங்கும் மற்றொரு கூறு 'பாரம்'. பொதுவாகக் கட்புலனுக்கு அகப்படாத பாரத்தைக் கற்பனையின் மூலம் உணர்ந்து கொள்ளும் போதுதான் பாவனை ஒரு நிகழ்த்துதலாக வெற்றியடைகிறது. பாவனைக் கலைஞன் ஒரு மரத்தையோ, பறவையையோ, விலங்கையோ சித்திரிக்கும்போது அவை அவற்றிற்கேற்ப பொருந்திக் கொள்ளும் வகையில் அவன் தன்னுடைய உடலின் திண்மையை அல்லது எடையை மாற்றிக் கொள்கிறான். இந்தச் சூட்சுமத்தில் தான் ஒரு பாவனையாளனுடைய வெற்றி பொதிந்து கிடக்கிறது. இதற்கு உதாரணமாக ப்ரெஞ்சு பாவனையாளர் மார்செல் மார்சியே (Marcel Marceau) செய்து காட்டிய 'வண்ணத்துப் பூச்சி' பாவனை நிகழ்த்துதலை எடுத்துக் காட்டாகக் கூறுவர். எடையற்ற பொருள் ஒன்றைச் சொல்ல வேண்டுமானால் நமக்கு வண்ணத்துப்பூச்சி ஞாபகத்திற்கு வரும். ஆனால் ஒரு இயல்பான வண்ணத்துப் பூச்சியை பாவனையால் சித்திரிக்க வேண்டுமானால் அதில் வண்ணத்துப் பூச்சியின் திட்பம் செறிந்திருக்க வேண்டும். இந்தத் திட்பத்தை பார்வை யாளர்கள் 'எடையற்ற பாரம்' (Light Heaviness) என்றும் 'கனத்தை உணர்தல்' (Feeling the weight) என்றும் குறிப்பிடுகின்றனர். ஒரு கலைஞன் தான் சித்திரிக்க முற்படும் பொருட்களின் தன்மைக் கேற்ப தன்னுடைய உடலைப் பொருத்திக்கொள்ளும் பொருட்டு, அதன் திட்பம், அல்லது கனத்தையும் மாற்றிக் கொள்ள வேண்டும். மார்சியேவின் 'மரம்' என்னும் பாவனை நிகழ்த்து தலில் மனிதனிலிருந்து மரத்திற்கும் பின்னர் மரத்திலிருந்து மனிதனுக்கும் அவர் மாறும் அந்தப் பண்பு உருவ மாற்றுப் படிமுறையை (metamorphosis) விமர்சகர்கள் சிலாகிக்கின்றனர். இந்நிகழ்த்துதலில் மார்க்சியே வெற்றி அடைந்ததற்குக் காரணம்

அவர் தன்னுடைய உடல் எடையை மனிதனுக்கும், மரத்திற்கும் தக்கவாறு மாற்றி இலாவகமாகப் பொருத்திக் கொண்டதே ஆகும் என்று விமர்சகர்கள் குறிப்பிடுகின்றனர்.

பாவனைக் கலைஞர்களும் பார்வையாளர்களும்

அமெரிக்காவில் நடைபெற்ற பாவனைப் பயிலரங்கு ஒன்றில் தயாரான கலைஞர்களில் நால்வர் இல்லினாய்ஸ் பல்கலைக்கழக மாணவர்கள் ஆவர். இவர்கள் தங்களுடைய பார்வையாளர்களை அணுகிய விதம் சற்று வித்தியாசமானது. (The Drama Review, 1980: 103 - 110). 'போட்டி மனப்பான்மையும் வியாபார நோக்கும் நிறைந்த இன்றைய உலகில் மாற்றுச் சிந்தனைகளைப் படைத் தளிப்பதும் சமுதாயத்தின் மோசமான நிலையை மாற்றி உன்னதமான சூழ்நிலையை உருவாக்குவதற்காகப் பாடுபடு வோருக்கு உற்சாகமூட்டுவதும் தங்கள் பணிகள்' என்றார்கள் இக்கலைஞர்கள். அதே வேளையில் எந்த ஒரு நிலைப் பாட்டையும் எடுக்கவோ, யாதொரு இலட்சியவாதத்தையும் பிரச்சாரம் செய்யவோ விரும்பவில்லை என்று கூறிய இக்கலை ஞர்கள் அனைத்துத் தரப்பினரையும் தங்கள் பார்வையாளர் களாக ஈர்க்கவே விரும்பினர்.

மற்றொரு பாவனைக் கலைஞர் பாப் பெர்க்கி (Bob Berky) என்பவர். கோமாளித்தனம் செய்யும் பாவனையாளரான பெர்க்கி 'அன்றாட வாழ்க்கை பற்றிய சராசரி கண்ணோட்டங்களை நேரிடையாக மக்களே உற்று நோக்குமாறு செய்து, அவர்களை மாற்றுவதே என்னுடைய இலட்சியம்' என்றார். நம்முடைய அன்றாட வாழ்க்கையில் காணப்படும்சில வகை அபத்தங்களில் தன்னோடு சேர்ந்து பங்கேற்குமாறு பார்வையாளர்களை அழைத் தார் பெர்க்கி. தம்முடைய கோமாளித்தனமான பாவனையின் மூலம் வாழ்க்கையின் விநோதமான அம்சங்களை அவர் ஏளனம் செய்தார். "எனக்குப் பார்வையாளர்கள் முக்கியமானவர்கள். பாவனைக் கலையின் மூலம் என்ன நடத்தப்படுகிறதோ அதன் ஓர் ஒருங்கிணைந்த பகுதியே அவர்கள்தாம். நம்மில் ஒவ்வொரு வரிடமும் ஒரு முட்டாள்இருக்கிறான் என்னும் உண்மையை மக்களுக்குக் காட்ட விரும்புகிறேன். என்னுடைய கோமாளி வேடம் பார்வையாளர்களை நேரிடையாகப் போய்த் தொடக்கூடியது. அவர்களும்கூட முட்டாள்கள்தாம் என்பதை என் கோமாளி வேடம் அவர்களுக்கு எடுத்துக் காட்டுகிறது. இதை உணரும் போது என்னுடைய நிகழ்த்துதலைப் பார்க்கும்

மக்கள் உதட்டளவில் மேலோட்டமாகச் சிரிக்கமாட்டார்கள். ஆனால், தங்களுக்குள்ளாக மிகவும் ஆழமான ஓரிடத்திலிருந்து நிச்சயம் அவர்கள் தமக்குத் தாமே சிரித்துக் கொள்வார்கள்" என்றார் பெர்க்கி (Kitty Cunnigham, 1980 106-107). இவ்வாறு வாழ்க்கையின் அபத்தங்களையும் சின்னத்தனங்களையும் ஏளனம் செய்வதும், மனிதனுக்குள்ளிருக்கும் முட்டாள்தனத்தை அவனுக்கே உணர்த்தி அவனைத் தன்னுணர்வு பெறச் செய்வதும் பாவனைக் கலைஞர்களின் இலக்காக இருந்திருக்கிறது.

இன்றைய வாழ்க்கை முறையையே கேலிப் பொருளாக்கும் பாவனைக் கலையின் வேர் மூலம் என்ன? சடங்குதான் பாவனையின் வேர்மூலம் என்கிறார்கள் பண்பாட்டுத்துறை அறிஞர்கள். இனிஅதைப் பற்றிப் பார்க்கலாம்..

பாவனை நடனமும் மந்திரச் சடங்கும்

பாவனை நடனம் (mimetic dance) அல்லது ஊமைக்கூத்து என்பது மந்திரச் சடங்கிலிருந்தே தோன்றியது என்னும் கோட்பாட்டினை மானிடவியல் துறையைச் சார்ந்த ஆராய்ச்சியாளர்களின் மந்திரம் (Magic) தொடர்பான எழுத்துக்கள் முன்வைக்கின்றன. இதனை பாவனையின் பரிணாமக் கட்டங்களைக் கொண்டு அறியலாம்.

தொடக்க நிலையில், பாவனை போலச் செய்தலை (Imitative action) அடிப்படையாகக் கொண்டிருந்தது. அதன் முக்கிய நோக்கம் சடங்கியல் தன்மைகளைப் பிரதிபலிப்பதாக இருந்தது. இவ்வாறு சடங்கியல் தன்மைகளைப் பிரதிபலிக்கும் சாதனமாக விளங்கிய இந்த பாவனை நடிப்பு, தொடர்ந்து இடைவிடாமல் பல்வேறு மாற்றுநிலைகளை அடைந்தது. அதாவது, இயற்கையைப் போலவே தாமும் செயல்பட்டால் அந்த விளைவை இயற்கையிடமிருந்து உண்மையாகவே பெற்று விடலாம் என்னும் ஒரு வகை தர்க்க அறிவில் வேர் கொண்டிருந்த மந்திர நடனமான போன்மை நடனம், காலம் செல்லச் செல்ல, உலகியலறிவு வளர வளர கண்ணைக் கவரும் பகட்டுத்தனமான காட்சிகளை வழங்கிய அரண்மனைக் கூட்டு நடனம் (Court ballet) கோமாளியாட்டம் (Clownery) என்பன வரையில் பாவனை பல வளர்ச்சிக் கட்டங்களை அடைந்தது.

தொல்பழங்காலத்தில் சடங்குத் தன்மைகளைப் பிரதிபலிக்கும் சாதனமாக பாவனை விளங்கியது என்று கூறுவதுடன்

நில்லாது அதனைச் சற்று விரிவாக ஆராய்வது அவசியம். பொதுவாக அந்தந்த மக்கள் இனங்களோடு தொடர்பு கொண்டிருக்கும் நிகழ்த்துக்கலைகள் உட்பட அனைத்துக் கலைகளும், சடங்கிலிருந்தே தோன்றி வளர்ந்தன என்னும் படிமலர்ச்சிக் கோட்பாட்டு வயப்பட்ட சிந்தனையையும் இங்கு நினைவு கூரலாம். பாவனை ஒருநிகழ்த்துதற் கூறாகவும் தனித்த கலை வடிவமாகவும் வளர்ச்சி அடைவதற்கு முன்பு அது எவ்வாறு ஒரு சடங்கியல் வடிவமாக, இனக்குழு மக்களுக்கு அவர்களுடைய வாழ்வியலில் ஒருங்கிணைந்து பயன்பாடுகளை அளித்து வந்தது என்பதை ஜார்ஜ் தாம்சனின் வார்த்தைகளிலேயே காணலாம்.

பண்டைக் காலத்திய மக்கள் மத்தியில் காணப்பட்ட சடங்குகளின் இயல்பை விளக்குவதற்கு முற்படும் ஜார்ஜ் தாம்சன், சடங்கின் மிகப் பரந்த வடிவங்களில் ஒன்றான பாவனை நடனத்தை ஆராய்கிறார்.

“மனிதனிடத்தில் காணப்படும் பாவனை மெய்ப்பாடுகள் (Mimesis) அல்லது தன்னறிவுடன் கூடிய போலச் செய்தல் என்பது, அவன் குரங்கு மூதாதையர்களிடமிருந்து பெற்ற குணாம்சமாகும். இச்சடங்குகள், உழைப்புப் போக்கின் முன்னதாகவோ, அல்லது உழைப்பு முடிந்த பின் அதைப் போன்று செய்வதாகவோ காணப்பட்டன. இவை மனிதனின் செயல் திறனை மேம்படுத்தும் புறநிலை நோக்கத்துடன் வளர்க்கப் பட்டன. இச்சடங்குகள் உண்மையான உழைப்பினின்று தனிமைப்பட்டதனால் கூட்டுழைப்பில் பயன்படும் பேச்சுறுப்புகளின் இயக்கமும் பாட்டும் நடனமும் சேர்ந்த தனிப்பட்ட ஒரு செயலாக மாற்றி அமைக்கப்பட்டது.

இனக்குழு வாழ்க்கையின் இத்தகைய பாட்டும் நடனமும் சர்வவியாபகமான அம்சங்களாகவே காணப்படுகின்றன. அவர்கள் தாவரங்கள், விலங்குகள் ஆகியவற்றைக் குலக்குறிகளாகக் கொண்டவர்கள். பறவை, விலங்கு முதலியவற்றை வேட்டையாடிப் பிடிக்கும் முறைகள் ஆகியவை பற்றிக் கூத்துப் பாணியில் (Dramatically) வெளிப்படுத்துகின்றனர். பிற்காலத்தில் தத்தம் குலக்குறிச் சின்னங்களில் குடிகொண்டுள்ளதாகக் கருதும் இறந்து போன தம் முன்னோர்களை நோக்கி, தற்போது உயிருடன் உள்ள குலத்தினரைக் காப்பாற்ற வேண்டும் என்று வரம் கேட்கின்றனர். குழந்தை, பருவமடைந்த நேரத்தில் அது வயது வந்த நிலையை ஒரு பாவனைச் சடங்கின் (Mimetic rite)

மூலம் கொண்டாடுகின்றனர். அச்சடங்கில், குழந்தைகள் இறந்து, பின் மீண்டும் பிறப்பதாக பாவனை செய்யப்படுகின்றது. இந்தப் பருவமடைந்த காலச்சடங்கு, இனக்குழுவின் குடியிருப்புக்குச் சிறிது தொலைவில் நடக்கும். அச்சடங்கில் தங்கள் குடியிருப்பி லிருந்து அழுதுகொண்டே புறப்பட்டுச் சென்று திரும்பிவரும் போது, மிகவும் மகிழ்ச்சிகரமாக வருவர். இனக்குழுப் பண் பாட்டின் (Tribalism) உயர்நிலைகளில் பாவனை நடனங்கள் இயற்கை நிகழ்வுகளின் முழுப்பரிமாணத்தோடும் இணைந்தே இருப்பதைக் காணமுடிகிறது. அதாவது, பயிர்கள் வளரச் செய்வதற்கான நடனம், கோடைக்காலத்தை வரவழைப்பதற்கான நடனம், இயற்கைக் கொடுமைகளைத் தடுப்பதற்கான நடனம், பிறைநிலாவை முழுநிலவாக மாற்றுவதற்கான நடனம் போன் றவை. இத்தகு பாவனை நடனங்களுக்கு உதாரணங்களாகும். (ஜார்ஜ் தாம்சன், 1981: 68-70).

பாவனை நடனங்களின் உளவியல்

இனக்குழுக்களின் பாவனை நடனங்களில் உள்ளடங்கி யிருக்கும் உளவியல் சாராம்சத்தை அறிந்து கொள்வது அவசியம். பல்வேறு இனக்குழுக்கள் கடந்த காலத்தில் நிகழ்த்திய, தற்காலத்திலும் நிகழ்த்துகின்ற போன்மை நடனங்களை அவை நிகழ்த்தப்படும் சூழல்களைக் கவனத்திற் கொண்டு பரிசீலனை செய்தால் சில அரிய உண்மைகள் கிடைக்கும். மந்திரப் பாடல்கள் பாடுவது, மந்திரச் சடங்குகள் இயற்றுவது, மந்திர நடனங்கள் ஆடுவது, சடங்கியல் நாடகங்கள் நடத்துவது ஆகிய நிகழ்த்துதல் களை மேற்கொள்வதன் நோக்கம் வெற்றிகரமான வேட்டை, மழை பெய்வித்தல், வேளாண்மை உற்பத்திப் பெருக்கம், போரில் வெற்றி அடைதல், மக்கள் நலம், மன்னரின் ஆட்சிப் பாதுகாப்பு ஆகியவற்றுக்காகவே என்னும் உண்மையைப் பல்வேறு இனக் குழுக்களின் இனவரைவியல் தகவல்கள் வெளிப்படுத்துகின்றன. (Melville J. Herskovits 1974: 279) இயற்கைச் சக்திகளிடமிருந்து இயல்பாக உண்டாகும் செயலையோ, விளைவையோ குழுவினர் இயற்றும் கற்பனை நிகழ்த்துதலின் மூலம் யதார்த்தத்தில் நிகழ் விக்கச் செய்ய இயலுமா? இயலும் என்பதுதான் மந்திரத்தின் தாத்பரியம். 'இயற்கையைக் கட்டுப்படுத்துவது போல், ஒரு மாயையை, கற்பனையைப் படைத்துக் கொண்டு விட்டாலே போதும், உண்மையிலேயே இயற்கையைக் கட்டுப்படுத்திவிட முடியும்' என்னும் விதியில் செயல்படுவதுதான் மந்திரமாகும்.

மந்திரம் தொடக்க நிலைகளில், சாதாரணமான போன்மைச் செயலாகவே (Mimetic) இருந்தது. உதாரணமாக ஒருவருக்கு மழை வேண்டுமென்று வைத்துக் கொள்வோம். அதற்கு அவர் என்ன செய்ய வேண்டும்? தன்னுடைய குழுவினரோடு சேர்ந்து ஒரு கூட்டு நடனத்தை நிகழ்த்த வேண்டும். அந்நடனத்தில், வானில் மேகங்கள் கூடுவதையும், இடி யோசை கேட்பதையும் பின்னர் மழை பெய்வதையும் குழுவினர் தங்கள் பாவனை களாலேயே செய்து காட்டுவர். இவ்வாறு அடைய விரும்பும் யதார்த்தத்தினை நிறைவேற்றிக் கொள்வதையே கற்பனை நிகழ்ச்சியாக நிகழ்த்திக் (Enactment in Fantasy) காட்டுகின்றனர். பிற்காலங்களில் பாவனை நடவடிக்கை, கட்டளை ஒன்றை இணைத்துக்கொண்டு விட்டிருக்கலாம். அதாவது மழை பெய் விக்க ஆடும் இப்பாவனை நடனம், 'மழையே பெய்' என்னும் கட்டளையோடு இணைத்து நிகழ்த்தப்பட்டிருக்க வேண்டும். இது கட்டளைதானே தவிர, வேண்டுகோள் அல்ல. இங்கு செயல்படுவது கூட்டு நிர்ப்பந்தக் கொள்கை (Principle of Collective Compulsion). சமூகத்தின் ஒவ்வொரு உறுப்பினரும் தங்களைவிட மிகவும் மேம்பட்டதுஎன்று கருதுகின்ற இன்னும் பிளவுபடாமல் ஒன்றாக இணைந்திருக்கக்கூடிய ஒரு கால கட்டத்திய சமூகத்தை மேற்கண்ட கூட்டு நிர்ப்பந்தக் கொள்கை பிரதிபலிக்கிறது. இந்தக் கூட்டுச் சமூகம் பலஹீனமானதாக விளங்கினாலும் எதிர்ப்புச் சக்திகளைக் கொண்டிருக்கும் இயற்கை உலகுக்கு எதிரான ஓர் ஐக்கிய முன்னணியாகும். (Deviprasad Chattopadhyaya, 1978: 94-95).

மந்திரப் பாடல்கள், மந்திரச் சடங்குகள், மந்திர நடனங்கள் போன்றவற்றை ஆராயும் தேவிப்பிரசாத் சட்டோபாத்தியாயா, மந்திரத்தில் செயல்படும் உத்திக்கு ஆதாரமாக மேற்கண்ட தாம்சனின் மேற்கோளை எடுத்தாளுகிறார். இங்குக் கவனிக்கத் தக்கது, மந்திரம் - ஒரு கற்பனை உத்தி அல்லது உபாயம் (Illusory Technique) என்பதே. ஆனாலும், மந்திரம் ஒரு கற்பனையான உத்திமுறையாக இருந்தாலும் கூட, அதனை வீண் என்று சொல்லிவிட இயலாது. உண்மையான உத்திமுறைக்குரிய ஒரு துணைக் கருவியாக அது விளங்குகிறது. இதனைத் தாம்சன் மற்றொரு உதாரணத்தைக் கொண்டு விளக்குகிறார்:

"நியூசிலாந்து நாட்டின் மோரீஸ் (Maoris) இனக்குழு மக்களிடம் வழக்கில் பயிலுவது உருளைக்கிழங்கு நடனம். அவர்

களுடைய வயலில் முளைவிட்டுக் கிளம்பும் உருளைக்கிழங்குச் செடியின் இளந்தளிர்கள், கிழக்கத்திக் காற்றால் (East Winds) கருகிப்பாழாகிவிடும். இதனால், அதைத் தடுத்து நிறுத்துவதற்காக அவ்வினப் பெண்கள் அனைவரும் வயலுக்குச் சென்று, ஒரு வகை நடனம் ஆடத் தொடங்குவர். அந்நடனத்தில், தங்களுடைய உடலுறுப்புக்களின் அசைவுகள் மூலம் காற்று வேகமாக வீசுவது, மழை பெய்வது, உருளைக்கிழங்கு தளிர்விட்டுச் செழித்து வளர்வது பூப்பது ஆகியவற்றை பாவனைகளின் வாயிலாகச் செய்து காட்டுவர். அவர்கள் இவ்வாறு பாவனை நடனம் ஆடும் போது பாடும் பாடலில் தாங்கள் நிகழ்த்திக் காட்டியதுபோலவே செழித்து வளர வேண்டும் என்று உருளைக்கிழங்குச் செடிகளுக்கு அழைப்பு விடுப்பார்கள். இவ்வாறு அவர்கள் புறவயமாக அடைய விரும்பும் செயலைக் கற்பனையாக நிகழ்த்திக் காட்டு கின்றனர். அதுதான் மந்திரம். உண்மையான உத்திமுறைக்குத் துணைச்சாதனமாக விளங்கும் இம்மந்திரம் ஒரு மாய உத்தியே. ஆயினும் மாயை என்றாலும் கூட அதனைப் பயனற்றது என்று சொல்லவியலாது. பெண்கள் ஆடும் நடனம் உருளைக்கிழங்குச் செடிகளுக்கு எவ்வகையிலும் நேரடி விளைவை ஏற்படுத்திவிடப் போவதில்லை. ஆனால், அந்த நடனத்தை நிகழ்த்தும் பெண் களிடத்திலேயே ஓர் ஆறுதலான விளைவை (Appreciable Effect) அது ஏற்படுத்தக் கூடும்; ஏற்படுத்துகிறது. உருளைக்கிழங்குப் பயிரைக் காப்பாற்றிவிடும் என்னும் நம்பிக்கையின் அடிப்படை யில் நிகழ்த்தப்படும் அந்நடனத்தால் அப்பெண்கள் அகத்தூண்டு தலுக்கு ஆட்பட்டு, ஆழ்ந்த நம்பிக்கையோடும், ஏற்கனவே இருந்ததைவிட, அதிக ஆற்றலோடும் அந்தப் பயிரைப் பேணிக் காக்க முற்படுகின்றனர். இதன் காரணமாகவே பயிர் செழித்து வளர்கிறது அவ்வளவுதான். இது அவர்களுடைய அகவய அணுகுமுறையைப் புறவயமானதாக மாற்றுகிறது. எனவே மறைமுகமாக அது எதார்த்தத்தை மாற்றுகிறது. (Ibid. 1978: 95).

மேற்கண்ட உதாரண நடனம், அது பற்றிய விளக்கம் ஆகியவை மந்திர நடனத்தில் பொதிந்திருக்கும் இனக்குழு மக்களின் உளவியலை நமக்குப் புலப்படுத்துகின்றது. கூட்டாக நிகழ்த்தப்படும் இவ்வகையான பாவனை நடனங்களில் மந்திரத்தின் செயற்படுத்தும் திறன் (Efficacy) என்பது உளவியல் ரீதியாக அமைகிறது என்பதையும் ஆனால் அதே சமயம் இது தனி மனித உளவியல் சார்ந்ததாக இல்லாமல், குழு உளவியலாக விளங்குகிறது என்பதையும் நாம் புரிந்து கொள்கிறோம்.

பல்வேறு இனக்குழுக்களிடம் வழக்கிலிருந்த பாவனை நடனங்களைத் தொகுத்துப் பார்க்கும்போது, அந்நடனங்கள் பொருளாதாரத் தேவையை மையமிட்ட உழைப்புச் செயல்களோடு தொடர்புடையனவாக இருந்தமையை அறியலாம். காலம் செல்லச் செல்ல புற உலக அறிவு வளர வளர, பண்டைக் கால மக்களின் உலகக் கண்ணோட்டங்களில் மாற்றங்கள் சம்பவித்தன. உழைப்புச் செயற்பாடுகளிலிருந்து சடங்குகள் பிரிந்தன. வேட்டை, வேளாண்மை போன்ற உழைப்புச் செயல்களின் வெற்றிக்குச் சடங்குகள் அவசியம் என்று கருதப்பட்டாலும் அந்தந்த உழைப்புச் செயல்பாடுகளோடு அச்சடங்குகள் இணைந்திருக்கவில்லை. சடங்குகளை நிகழ்த்தும் பொறுப்பு குலத்தலைவனிடமோ சமயக் குழுவிடமோ போய்ச் சேர்ந்தது. சடங்குகளை நிறைவேற்றும் பொறுப்பிலிருந்து தலைவனும் சமயக் குருவும் உழைப்பிலிருந்து விதி விலக்குப் பெற்றனர். சமய நிறுவனம் வேறுபடத் தொடங்கிய இக்கால கட்டத்தில் உழைப்புச் செயற்பாடுகளில் ஈடுபடும் ஒருபிரிவினரும் மனம் அல்லது அறிவுச் செயல்களைத் தமதாக்கிக் கொண்ட மற்றொரு பிரிவினரும் தோன்றினர். வர்க்கப் பாகுபாடு வளர ஆரம்பித்த சூழல்கள் தோறும் உழைப்போடு இணைந்திருந்த பாவனை நடனங்கள் அதனிலிருந்து துண்டிக்கப்பட்டு இனக்குழு மரபுகளை நினைவு கூர்கின்ற வகையில் அமைந்த பொழுது போக்குச் செயலாக மாறிவிட்டது. (ஜார்ஜ் தாம்சன், 1981: 72). அத்துடன் பாவனை நடனத்தில் பாட்டும் புகுந்தது. இவ்வாறு இன்னொரு கட்டத்திற்குத் தாவிய பாவனை நடனம் பிற்காலங்களில் பாவனைச் செயல்களுக்குரிய அர்த்தங்களையும் இழந்து வெறும் உடல் மொழி சார்ந்த கை, கால் அசைவுகளாகத் தேங்கி விட்டது.

மேலும், யதார்த்த உலக நிகழ்வுகளை அரங்கில் நடன அசைவுகள் இல்லாமல் சித்திரித்துக் காட்டும் அரங்க வடிவமாக அது வளர்ந்தது. நவீன நாடகத்திற்குப் பயிலரங்கங்கள் அளிக்கப்படுவனபோல் பாவனைக் கலையில் தேர்ச்சி பெறுவதற்கென்றே பயிலரங்கம் மூலம் பயிற்சிகள் அளிக்கப்படுகின்றன. இன்றைய நாடகக்கலை போல் இது பரவலாக இல்லாமல் அங்கும் இங்குமாக நிகழ்த்தப்படுகிறது. மேற்கத்திய நாடுகளில் பாவனை நிகழ்த்துதல்கள் இடம் பெறும் அளவிற்கு இந்தியாவில் இடம் பெறுவதில்லை. பாவனைக் கலைஞர்களில்கூட நிரஞ்சன் கோஸ்வாமி போன்ற வெகு சிலரே காணப்படுகின்றனர்.

(நிரஞ்சன் கோஸ்வாமி நேர்காணல்: தில்லி தொலைக்காட்சி ஒளிபரப்பு: 28.08.93).

பாவனை நாடகம்

பண்டை ரோம் நாட்டில் வெகுமக்களை ஈர்த்து உற்சாகப் படுத்திய கேலிக் கூத்து அல்லது பொழுதுபோக்கு நாடக வடிவம்தான் (Farcical Drama) பாவனை. பண்டைக்காலம் முதற்கொண்டே சிசிலி, தெற்கு இத்தாலி ஆகிய பகுதிகளில் வாழ்ந்த தோரியர்களிடையே (Dorians) முகமூடிகள் போட்டுக் கொள்ளாது நிகழ்த்தப்பட்ட இந்தக்கலை வடிவம் மிகவும் புகழ் பெற்றிருந்தது. மெய்ப்பாட்டசைவுகளையும் முகபாவங்களையும் அடிப்படையாகக் கொண்ட இக்கலை வடிவத்திற்கு மொழியால் உண்டாகும் தடைகள் ஒருபோதும் குறுக்கே நின்றதில்லை. ஊர் ஊராகச் சுற்றித் திரிந்து நிகழ்ச்சிகளை நடத்தும் நாடோடி பாவனைக் கலைஞர்களின் குழுவுக்குத் தேவையானதெல்லாம் ஒரு சாதாரண மேடைத் தளமும், ஒரு திரைச்சீலையும்தான். பண்டைய ரோம் நாட்டில் இவ்வகைக் குழுக்களை எங்குமே பார்க்க முடிந்தது. ரோமானிய அரங்கிற்குக் கிரேக்க நாடக வடிவம் கி.மு. மூன்றாம் நூற்றாண்டின் மத்தியில் அறிமுகப் படுத்தப்பட்டவுடன் புளோரா திருவிழாவும் (Festival of Flora) தொடங்கப்பட்டது. இத்திரு விழா பாவனையாளர்களுக்குத் தங்களுடைய பாவனை நாடகத்தை நடத்துவதற்குரிய முக்கிய சந்தர்ப்பமாக அமைந்தது. புளோரா திருவிழாவின்போது நடத்தப்பட்ட பாவனை நாடகங்களில் பாவனை நடிகைகள் (Mime Actresses) நிர்வாணமாகத் தோன்றுவதற்கு உரிமம் வழங்குவது வழக்கமாகியது. லத்தீன் இன்பவியல் நாடக வளர்ச்சி யில் பாவனையின் தாக்கம் கணிசமானது என்று கூறப்படுகிறது. தம்முடைய கிரேக்க இன்பவியல் நாடகத் தழுவற் படைப்புகளில் ப்ளாட்டஸ் (Platus) அறிமுகப்படுத்தியிருக்கும் நையாண்டித் தனமும் (Jesting) கோமாளித்தனமும் (Buffoonery) பெரும்பாலும் பாவனைக்கே உரியவை (Phyllis Hartnott, 1985: 549-50).

பாவனை நாடகத்தின் வடிவம்

மிகவும் உயரிய தரத்திற்கு உரிய பாவனையும்கூட மிகவும் மரபான நாடக வடிவங்களிலிருந்து வேறுபட்டது. ஏனெனில் பாவனையில் கதைக்கருவை விட பாத்திர வார்ப்புக்கே முக்கியத் துவம் கொடுக்கப்பட்டது. இது ஏறக்குறைய பாவனையின்

இட்டுக்கட்டும் தன்மையில் ஒரு இன்றியமையாத விளைவாகும். பாவனைக் கலைஞனின் முக்கியமான உடைகள் எவை என்றால் தலையில் போட்டுக்கொள்ளும் ஒரு வகை முக்காடு (Hood or Ricinium) ஒட்டுப் போட்ட ஜாக்கெட், இறுக்கமான முழுக்கால் சட்டை (Phallus) ஆகியவைதாம். மழித்துவிடப்பட்ட தலை யோடு கூடிய கலைஞர்கள் கால்களில் செருப்புகூட அணிவ தில்லை. பாவனைக் கலைஞர்களின் குழு சிறியது. மூன்று பேர்களைக் கொண்டது. முட்டாள்தனம் நிறைந்த கிழட்டுக் கணவன், நடத்தை கெட்ட மனைவி, பகட்டுத்தனம் கொண்ட காதலன் என்ற மூன்று பாத்திரம் கொண்ட ஒரு பாவனை நாடகத்தைப் பற்றி ஓவிட் (Ovid) என்பவர் குறிப்பிடுகிறார். பகட்டுத்தனம் மிக்க காதலனாக நடிப்பவனுடைய ஆடை மட்டும் பஃபூன் உடுத்தியிருப்பது போல் அல்லாமல், நவீனத் தன்மை கொண்டதாக இருந்தது. இப்பாவனை நாடகங்களில் கதைக்கரு அனைத்தும் எளிமையானவை. அவற்றின் முடிவுகள் கூட திடீரென்று முடிந்துவிடும் தன்மை கொண்டவை. நாடகத்தின் கதை உச்ச கட்டத்தை அடையும்போது திரைச்சீலை இழுத்து விடப்பட்டு நாடகம் முடிந்துபோய்விடும்.

கி.மு. முதலாம் நூற்றாண்டின் தெசிமஸ் லபேரியசும் (Decimus Laberus) அவரை அடுத்து பப்ளிளியஸ் சைரசும் (Publilius Syrus) பாவனைக் கலையில் ஆர்வங் கொண்டு பாவனை நாடகக் கலைஞர்களுக்காகக் குறிப்பிட்டத்தக்க எழுத்து வடிவத்தை உருவாக்கித் தந்தனர். இதனால் பாவனை எதிர்பாராத ஒரு இலக்கிய வடிவ அந்தஸ்தை அடைந்தது. தெசிமஸ் லபேரியஸ், பப்ளிளியஸ் சைரஸ் ஆகியோருடைய பாவனை நாடகப் படைப்புகளில் தற்போது காணக்கிடைக்கும் சிதிலங்கள் பெரிதும் Fabulae Atellanae வை ஒத்திருப்பதை அறிய முடிகிறது. அவற்றைப் புதிய பாவனை நாடகப் படைப்புக்கள் உள்வாங்கிக் கொள்ளவோ மாற்றவோ செய்திருக்கின்றன.

பாலியலும் யதார்த்தமும்

ரோமானியப் பேரரசின் ஆட்சிக் காலத்தின்போது உரை யாடல்களைக் கொண்ட நாடக வடிவங்களை மேடையிலிருந்து விரட்டி அடித்த பாவனைகள் அனைத்தும் இலக்கியத்தரம் அற்றவை என்று கருதப்பட்டன. அத்துடன் பெரும் பகுதி முன் தயாரிப்பற்றவை. உரைநடை வசனம் கொண்டவை. தலைமைப் பாத்திரம் வகிக்கும் நடிகன் தன் விருப்பம் போல் அவ்வசனத்

தைச்சுருக்கவோ நீட்டவோ செய்யலாம். படுமோசமான கருப்பொருளும் அதிர்ச்சியூட்டும் கீழ்த்தரமான மொழியும் நிறைந்தனவாகப் பாவனை நாடகங்கள் அமைந்திருந்தன. பிற் காலத்தில் எஞ்சியிருந்த பாவனைப் படைப்புகளின் சிதிலங் களைக் கொண்டு பாவனையின் பொதுவான இயல்பு வரை யறுத்துக் கூறப்பட்டது. பாலியல் சமாச்சாரங்களே பாவனை நாடகத்தின் மையக் கருத்தாக அமைந்தது ஒரு புறம் இருக்க, மற்றொரு புறம் பேரரசர் ஹெலியோகாபலஸ் (Helliogabalus) பாவனை நாடகத்தை எதார்த்தமாகவே நிகழ்த்த வேண்டும் என்று கட்டளையே போட்டுவிட்டார். உதாரணமாக ஒரு நாடகக் கதையில் ஒரு கொலைத் தண்டனை நிறைவேற்றக் காட்சி இடம்பெறுவதாக இருந்தால், அக்காட்சியில் நடிக்க வேண்டிய தொழிற் கலைஞனுக்குப் பதிலாக மரணத் தண்டனைக் கைதி ஒருவனையே நடிக்க வைத்தனர். பார்வையாளர்கள் ஓர் அதிர்ச்சி யான அனுபவத்தைப் பெறுவதற்காக நாடகத்தில் உண்மை யிலேயே அந்த மரணத் தண்டனைக் கைதியைத் தூக்கிலேற்றிக் கொன்றனர்.

கிறிஸ்தவ சமயமும் பாவனை நாடகமும்

பாவனை நாடக நடிகர்கள் மிகவும் புகழ் பெற்றவர்களாக விளங்கிய போதிலும் அவர்களுக்கு உரிய சமூக அந்தஸ்து கொடுக்கப்படவில்லை. சமூகம் அவர்களை இகழ்ச்சியோடு நோக்கியது. கிறிஸ்தவ சமய நிறுவனமும் அவர்களை எதிர்த்தது. பாவனைக் கலைஞர்கள், கிறிஸ்தவப் புனித வினைமுறைகளைக் கிண்டல் செய்ததன் மூலம் பதிலடி கொடுத்தனர். ஆனால், மெல்ல மெல்ல கிறித்தவ சமய நிறுவனத்தின் கை ஓங்கவே பாவனைக் கலைஞர்களுக்கு சமய நிறுவனத்தை எதிர்த்து நிற்பது சிரம மாயிற்று.

கி.பி. 5 ஆம் நூற்றாண்டில் பாவனை நாடகக் கலைஞர்கள் அனைவரையும் கிறிஸ்தவ சமயத்திலிருந்து வெளியேற்றுவதன் மூலம் சமய நிறுவனம் வெற்றி பெற்றது. ஆறாம் நூற்றாண்டில் பேரரசர் ஜஸ்டினியன், நாட்டின் அனைத்து அரங்குகளையும் இழுத்து மூடினார். என்னதான் அரங்குகள் இழுத்து மூடப் பட்டாலும் பாவனைக்கலை செத்துப்போய் விடவில்லை. அது வாழ்ந்தது. ஒரு பொதுவிடத்திலோ ஒரு தனியாரின் வீட்டிலோ பாவனைக் கலைக்குரிய தேவைகள் மனமுவந்து கொடுக்கப் பட்டன. இந்தப் பின்னணியிலேயே அதிகார பூர்வமாக

கிறித்தவர்களாக இருந்த பார்வையாளர்களுக்காக பாவனை நாடகம் நிகழ்த்தப்பட்டது. கிறிஸ்தவப் புனித வினைமுறைகளைக் கேலி செய்யும் வழக்கத்தைக் கைவிட வேண்டும் என்று நிர்ப்பந்திக்கப்பட்ட போதிலும் பாவனை நாடகம் தொடர்ந்து திருச்சபைக் குருக்களை விமர்சனம் செய்வதை விடவே இல்லை.

ரோம் சாம்ராஜ்யத்தின் வீழ்ச்சி, காட்டுமிராண்டித்தனமான தாக்குதல் இவற்றையெல்லாம் மீறி, எவ்வளவுக் காலம் பாவனை நாடகம் நிலைத்து நின்றது என்பதைச் சொல்ல இயலாது. ஆனால் வெவ்வேறு காலங்களில் வெவ்வேறு நாடுகளில் ஒரு வகையான நிகழ்த்துதல் வடிவம் தன்னிச்சையாகத் தோன்றி யிருக்க வேண்டும். பாவனையைப் பொறுத்தவரையில் அதனு டைய புராதனப் பண்பைக் கவனத்தில் கொள்ளும்போது செந்நெறிப் பாவனை (Classical mime) ஐரோப்பாவில் முற்றிலும் அழிந்து போய்விட்டது என்று அறுதியிட்டுக் கூறுவதற்கு இயலவில்லை. இடைக்கால ஐரோப்பிய நாடுகளில் பாவனை நாடகக் கலைஞர்கள் இருந்திருக்கிறார்கள். அவர்கள், அக்கலை வடிவத்தை மைமிகளிடமிருந்து எடுத்துக் கொண்டிருக்கலாம். இந்த மைமிகள் என்போர் செந்நெறி நாடகக் கலையின் கடைசிப் பிரதிநிதிகளாவர். இவர்களே தங்களுடைய பாவனைக் கலை மரபுகள் சிலவற்றைத் தங்களுடைய இன்றைய உலக வாரிசு களிடம் கையகப்படுத்திச் சென்றுள்ளனர் என்று கூறுவது மிகையாக இருக்க முடியாது.

இவ்வாறு பண்டைக்கால ரோம் நாட்டின் கலையான பாவனை நாடகத்தின் தோற்றம், வளர்ச்சி, அதன் சிதைவுகள், மீட்டுருவாக்கம் போன்றவை குறித்து வரலாறு நமக்குச் சொல்லு கிறது.

துணை நூல்கள்

Chattopadhyaya, Deviprasad, 1978: Lokayatha – A Study in Ancient Indian Materialism, Delhi: People's PublishingHouse.

Etherton, Michael 1982: The Development of African Drama, London: HutchinsonUniversity Library for Africa.

Hanna, Judith, Lynne, 1983: The Performer -Audience Connection - Emotion to Metaphor in Dance and Society, Austin: University of Texas Press.

Hartnoll, Phyllis, 1985: The Oxford Companian to the Theatre, Oxford: Oxford University Press.

Herskovits J. Melville. 1974: Cultural Anthropology, New Delhi: Oxford & IBH Publishing Co. Pvt. Ltd.

Leach, Maria, (ed), 1949: Standard Dictionary of Folklore Mythology and legend, Volume Two, Newyork: Funk & Wagnalls Company.

Royce, Anya Peterson, 1989: 'Mime' in International Encyclopaedia of Communications, Volume - 3, Oxford: Oxford University Press.

Niranjan Goswamy, A leading Panto Mime Artist, Interview Telecasted in the Delhi Doordarshan on 28.8.1993.

தாம்சன், ஜார்ஜ், (தமிழாக்கம் கோ. கேசவன்) 1981: மனித சமூக சாரம்: கலை அறிவியலின் மூலாதாரங்கள், சென்னை: சென்னை புக் ஹவுஸ் (பி) லிட்.

V
கலைச்சொல் அகராதி

கலைச்சொல் அகராதி

அகத்தூண்டல் 233

அகவயநிலை, 37

அணங்கு 44, 96-99, 109-110

அணங்கு வழிபாடு 100-101, 102-103

அணி இலக்கணம் 12-13

அணிஇலக்கணக் கூறுகள் 45

அபிநயக் கலைஞன் 220

அபிநயக் கூத்தாடி 220

அபிநயக் கூத்து 220

அபிநயங்கள் 202

அபிநயதர்ப்பணம் 202

அம்பாப் பாட்டு 86

அம்பா பற்றிய அம்பா 87

அருங்காட்சியகம், தரங்கம் பாடி 106

அழகியல் பனுவல் 36

அறிவியல் பனுவல் 36

அறிவியல் மொழி 37

அனுமன் தூது 207

அனிமேட்டிசம் 111-114

ஆடுகளம் 207

ஆதியன் 153

ஆதிவாசியின் சுயவரலாறு 148

ஆவணப் படங்கள் 51

ஆவி, ஆவிகள் 21, 100, 104

ஆவி உலகக் கொள்கை 112-113

ஆவி உலகக் கோட்பாடு 114

ஆவி ஊடகம் 128-129,133

ஆவி நடன வழிபாடு 134

ஆவிவயப்பாடு 127

ஆவிவயமாதல் 129

ஆவிவழிபாடு 96

ஆவிவிரட்டி 21

ஆவி விலக்கல் 127

இந்திய அரங்கக்கலை மரபுகள் 222

இரண்டாம் வரிசைச் செய்தி 41

இலக்கியம் 35-38

இலக்கியப் பனுவல் 35, 38

இலக்கியக் கருத்தாடல் 37
இலக்கியத் தரவு 44
இலக்கியப் படைப்பாளி 46
இலக்கியவாதி 38
இலங்கைத் தமிழர்கள் 56
இலட்சியப் பண்பாடு 18
இனக்குழு 65
இனக்குழு வழிபாடு 109
இனவரைவியல், வரையறை, 4-5
இனவரைவியல், பழையதும் புதியதும் 5-6
இனவரைவியல், அறிவியல் 10
இனவரைவியல், ஆய்வுமுறை 11
இனவரைவியல் இலக்கியம் 50
இனவரைவியல், இலக்கியப் படைப்பு 11
இனவரைவியல் எதிர்க்கை 20-24
இனவரைவியல் கதை 29
இனவரைவியல் கவிஞன் 54-55
இனவரைவியல் கவிதை 49-51
இனவரைவியல் கவிதை, இயல்புகள் 62-63
இனவரைவியல், கலைவடிவம் 12, 59
இனவரைவியல் தரவுகள் 26, 28

இனவரைவியல் திரைப்படம் 51
இனவரைவியல் நாவல், 32, 51
இனவரைவியல் நாவலாசிரியர் 54
இனவரைவியலன் 8
இனவரைவியலர் கதைசொல்லி 9
உட்சாதி மோதல் 74-75
உத்திக் கூறுகள் 58
உயிரியம் 97
உருவகம் 41
உருவ வழிபாடு 112
உருளைக் கிழங்கு நடனம் 253
உரையாடல் வழக்காறுகள் 67
உழைப்புப்பாடல் 86
உள்ளடுக்கு 147
உள்நோக்குச் சித்திரம் 147, 138
உற்றுநோக்கிய உலகு 52
உறுமிமேளம் 150, 154, 172
எதிர்மறைச் செயற்பாடுகள் 146
எஜமானிய முறை 178
ஏழு கன்னிகள் 135
ஏழு கன்னிமார் 124-129
ஏழு கன்னிமார் புராணம் 124
ஏழு கன்னிமார் வழிபாடு 124, 126

ஜாதிகம் 134-135, 129
ஜாதிகப்பிரமாணம் 160-161, 167
ஒடுக்கப்பட்டோரின் நாடகம் 212
ஒப்பாரிப் பாடல் 28-29
ஒருங்கிணைந்த பார்வையாளர் 204-205, 219
ஒலிக்குறிப்புத் தொடர் 150
ஃபேக்லோர் 193
கடல் தெய்வம் 99-100
கடல் தேவி வழிபாடு 101
கடலரசன் 96, 102
கடல்ராசன் 103
கடல் விழா 120
கம்மவார் 30
கருக்கு 64-81
கருத்துப்புலப்படுத்தப் பயன்பாடுகள் 210-211
கருத்துப்புலப்படுத்தம் பற்றிய கருத்துப்புலப்படுத்தம் 193-194, 196-197
கருவி வழக்காறு 133
கவிதை 49
கவிதையின் இயல்புகள் 58-59
கழைக்கூத்தாடிகள் 172
கன்னிக்கோயில் 124
கன்னிமார் கடலேறுதல் 138
கன்னிகா பரமேஸ்வரி 124

கன்னிமார் புராணம் 137-142
கன்னிப் பொங்கல் 127
கன்னிவந்தாடுதல் 141
கன்னிகளை வழியனுப்புதல் 129
கன்னி விலக்கல் 128
கன்னியர் மடம் 65, 80-89
கனவு காணுதல் (சடங்கு) 133-134
கற்பனை உலகு 52
கறுப்பர்கள் 56
காரணவிளக்கக் கதை 91, 156, 160
காரண விளக்க வழக்காறு 88-89, 90-91
கிறிஸ்தவத்தில் தீண்டாமை 79
கிறிஸ்தவ மார்க்கம் 79
குட்டியாண்டவர் 106, 139-142
குட்டியாண்டவர்கள் 138-142
கும்மி கும்மிப்பாட்டு 128-129
குலக்குறி 97, 104
குலக்குறிச்சடங்கு 89, 91, 94
குலக்குறியியல் 105
குலக்குறிவிலங்கு 116-117
குறவன் - குறத்தி ஆட்டம் 181-182
குறிசொல்லுதல் 127, 129

குழுக்கற்பனை 130
கூட்டு நிர்ப்பந்தக் கொள்கை 234
கூத்துப்பட்டறை 208
சங்க இலக்கியங்கள் 43-44
சங்க காலச் சமுதாயம் 46
சங்கரதாஸ் சுவாமிகள் நாடகப் பள்ளி 208
சட்டக்கோட்பாடு 199-201
சட்டகம் 194-196, 198-199
சட்டகப்படுத்துதல் 196
சடங்கியல் நடத்தை 23
சடங்கியல் நாடகம் 138
சடங்கியல் நாடகப் பனுவல் 136
சடங்கியல் நிகழ்த்துதல் 129
சமஸ்கிருதமயமாதல் 18
சமூக ஒழுங்கமைப்பு 69-70
சமூகக் கூட்டுத்திரள் 69
சமூக நிறுவனங்கள் 145
சமூகப் பண்பாடு 34
சமுதாயம் 145-146
சனங்களின் கதை 50, 52, 56, 62
சஹ்ருதயர் 205
சாட்டை வீரன் 127-129
சாதி 69-71
சாதிக் கிறிஸ்தவர்கள் 79-80

சாதிய ஒழுங்கமைப்பு 70-71
சாதிய ஏற்றத்தாழ்வு 71-72
சாபம் 167-168
சாப விமோசனம் 168-169
சாப விமோசனப் பயணம் 167, 169
சாப விமோசன யாத்திரை 167
சாமியாட்டம் 128
சாமிமீன் 90-91, 92-93
சிகிச்சைச் சடங்கு 138
சிங்போங்கோ 113
சுய இனவரைவியல் 65-66
சுய வரலாறு 65
சுறாமுள் வழிபாடு 96, 102, 106
செந்நெறிப் பாவனை 238
செய்தி பற்றிய செய்தி 41, 167
செயற்பாட்டியல் சிந்தனைப் பள்ளி 159
செயற்பாடு 161
செயற்பாடுகள் 145-146
தகவல் பற்றிய தகவல் 42
தரங்கம்பாடி டேனிஷ் கோட்டை 106
தலித்துகள் 55, 77-78
தலித் இலக்கியம் 65
தலித் இலக்கியப் படைப்பாளிகள் 54

தலித் இலக்கியப் படைப்புகள் 78
தலித் கிறிஸ்தவர்கள் 75
தலித் சமூகத்துறவிகள் 80
தலித் பாந்தர்ஸ் 77
தற்குறிப்பேற்றம் 61
தற்புனைவுகள் 134
தன் வரலாறு 64
தன்வரலாற்றுஇலக்கியம் 65
தாலி அறுக்கும் சடங்கு 25-26, 28
திணைசார் இனவரைவியலர் 54
திணைசார் இனவரைவியல் கவிஞர்கள் 54-55
திணைசார் இனவரைவியலன் 31
தீண்டாமை 78
தீண்டாமை ஒழிப்பு 78
தெய்வக்கணம் 136-137
தெருக்கூத்து 209
தேவமச்சம் 103, 105
தோற்றப்புராணம் 148
நகைச்சுவை செய்தல் 200
நவீன நாடகம் 202-203, 205
நாட்டாண்மை 126
நாட்டார் நாவல் 31

நாட்டார் வழக்காறு 92
நாட்டுப்புறக்கலை வடிவங்கள் 214
நாடோடிகள் 148, 152
நாடோடிக் கலைஞர்கள் 151, 171-172
நாடோடிக்குடிகள் 30
நாடோடி பாவனைக் கலைஞர்கள் 195
நாடோடி மக்கள் 173
நாடோடி வாழ்க்கை முறை 164
நிகழ்த்துதல் 189-191
நிகழ்த்துதல் அணுகுமுறை 190
நிகழ்த்துதல் ஆய்வு 190
நிகழ்த்துதல் சட்டகம் 199
நிகழ்த்துதல் தருணம் 189
நிகழ்த்துதலின் வெற்றி 203, 210
நினைவு அமைதிக் கவிதைகள் 51
நிஜநாடக இயக்கம் 208, 214
நீர்க்கடவுள் 104
நேர்ப்பொருள் சட்டகம் 164
படையாட்சி, 52
பண்பாடு 146-147
பண்பாட்டு அசைவு 18-21
பண்பாட்டு ஆய்வு 47

பண்பாட்டுக் கூறுகள் 52
பண்பாட்டுச் சித்திரிப்பு நூல் 35
பண்பாட்டுச் சூழல் 169
பண்பாட்டுத் தரவுகள் 19, 25-28
பண்பாட்டுத் தோரணிகள் 145
பண்பாட்டு நிகழ்த்துதல் 179
பண்பாட்டு நிலவியல் 52
பண்பாட்டு மானிடவியலன் 47
பதிலிகள் 41
பரதக்கலை 204-205
பரதநாட்டியம் 214
பரிவாரத்தெய்வங்கள் 137
பலதெய்வ வழிபாட்டுமுறை 123-124
பழமொழி பற்றிய பழமொழி 91
பழமரபுக்கதை 147
பறையர் 124-125
பன்முகச் சட்டகம் 195
பனுவல் 35-37
பார்வையாளர் 208-209
பாவவிமோசனம் 154
பாவனை 107, 220
பாவனை: அமைப்புக் கூறுகள் 226-230

பாவனை: கற்பனை வெளி 228
பாவனை: மூன்று வகைக் குறியீடுகள் 226-227
பாவனைக் கலை 224-225
பாவனைக் கலைஞர்கள் 224, 225
பாவனைக் கூத்து 222-223
பாவனைக் கூறுகள் 216-217
பாவனைச் சடங்கு 231
பாவனை நடன உளவியல் 233-235
பாவனை நடனம் 107, 231-235
பாவனை நாடகம் 237-238
பாவனை நிகழ்த்துதல் 224-225
பாவனை மெய்ப்பாடுகள் 225
புதிய காலனிய விதிகள் 57
புராணம் 130-142
புராணம் - சடங்கு 132-135
புராணப் பாத்திரங்கள் 135
புராணவெளி 135
புரிசை நாடக விழா 208
புலனாய்வு இதழியல் 9
புறவய நோக்கு 37
பூம்பூம் மாட்டுக்காரர் 148-150
பூம்பூம் மேளம் 150
பூவிடையர் 148-149
பெண்கள் சடங்கு 25

பெருமாள் மாடு 149
பெருமாள் மாட்டுக்காரர் 149-150
பேச்சுக்கலை 191
பேச்சு வழக்காறுகள் 67
போலச் செய்தல் 200
போலி உருவ வழிபாடு 111-112
போலிக் கோட்பாடு 161
மக்கள் சமய மரபு 99
மக்கள் வழக்காற்றியலர் 87
மக்கள் வழக்காறு பற்றிய மக்கள் வழக்காறு 133
மந்திரம் 108
மந்திரச் சடங்கு 97, 117
மந்திர நடனம் 108
மந்திரப்பாடல் 108
மரபு 20
மரபு வழக்கம் 91
மறைமுகச் செயற்பாடுகள் 146
மாசிமகம் 103 - 104
மாந்திரீகப் பூசாரி 127
மானா 111
மீன்பற்றிய வழக்காறுகள் 102
மீனவர் 123
மீனவர் கிராமம், 126
யதார்த்தம் 60

யதார்த்தச் சித்திரிப்பு 59
யாப்புக்கூறுகள் 58
ரசஉற்பத்தி 205
வருணன் 98-99
வருணவழிபாடு 96,99,101
வழக்கம் 88
வளமைச் சடங்கு 108
வளமை நம்பிக்கை 108,110
வளமை வழிபாடு 108,110-111
வாய்மொழிஇலக்கியம் 191
வாய்மொழிக்கதைகள் 146-147
வாய்மொழிக்கலை 191
வாய்மொழிக்கலை நிகழ்த்துதல் 192
வாய்மொழிக்கலையின் உரைகள் 197
வாழ்க்கை வட்டச் சடங்குகள் 179-180
விலக்கல் கொள்கை 116
விளக்கச் சட்டகம் 198
விளிம்பு நிலை மக்கள் 143-144, 152

❈❈❈

நூலாசிரியர் பற்றி...

பாளையங்கோட்டை தூய சவேரியார் கல்லூரியின் நாட்டார் வழக்காற்றியல் துறை மேனாள் துறைத்தலைவரான ஆ.தனஞ்செயன், தற்போது பல்கலைக்கழக நிதிநல்கையின் (UGC) தகைசார் பேராசிரியராக ஆய்வு செய்துவருகிறார். குலக் குறியிலும் மீனவர் வழக்காறுகளும், சங்க இலக்கியமும் பண்பாட்டுச் சூழலியலும், தமிழ்ச்சமூகத்தில் நாட்டார் கலைஞர்கள்: தீண்டாமையும் மனித உரிமைகளும், தமிழில் இலக்கிய மானிடவியல் முதலிய நூல்களை எழுதியுள்ளார்.